ഐസ്‌ലാന്റിൽ
പാമ്പുകളില്ല

INSIGHT PUBLICA®

Nadakkavu, Kozhikode, Kerala
Tel:0495–4020666
www. insightpublica. com
e-mail: insightpublica@gmail. com
Title: **Icelandil Pampukalilla**
(Malayalam)
Author: **Vayalapra Haridasan Nambiar**
First Edition: August 2023

ISBN 978-93-5517-409-3
Printed and Published by
Insightinpublica Printers & Publishers Ltd.
₹250

ഐസ്‌ലാന്റിൽ പാമ്പുകളില്ല

വയലപ്ര ഹരിദാസൻ നമ്പ്യാർ

®
INSIGHT PUBLICA

കണ്ണൂർ ജില്ലയിലെ തളിപ്പറമ്പ് താലൂക്കിൽ കരിമ്പം പനക്കാട് ജനനം. വയലപ്ര കല്യാണി അമ്മയുടേയും മഞ്ഞേരി ചാത്തു നമ്പ്യാരുടേയും മകൻ. മുയ്യം യു.പി.സ്കൂൾ, തളിപ്പറമ്പ് മൂത്തേടത്ത് ഹൈസ്കൂൾ, കണ്ണൂർ ഗവ: ഐ.ടി.ഐ, കോഴിക്കോട് കേരളാ ഗവ: പോളിടെക്ക്നിക്ക് കോളേജ്, എന്നിവിടങ്ങളിൽ വിദ്യാഭ്യാസം. കേരളാ ഗവ: ഹാർബർ എഞ്ചിനീയറിംഗ് വകുപ്പിൽ നിന്നും അസി. എക്സിക്യൂട്ടിവ് എഞ്ചിനീയറായി വിരമിച്ചു. ആദ്യ പുസ്തകം അമേരിക്ക മിത്തും യാഥാർത്ഥ്യവും 2017-ൽ പ്രസിദ്ധീകരിച്ചു.

ഭാര്യ: കമലാ ദേവി (Late),

മക്കൾ: അജിഷ്, അജിന, അഞ്ജന.

വിലാസം: മനോളി വീട് ബേപ്പൂർ കോഴിക്കോട് 673015

Mobile No: 944 785 6250

വയലപ്ര ഹരിദാസൻ നമ്പ്യാർ

ഇടപെടലുകളുടെ കൗതുകകരമായ കഥനം

ഡോ.പ്രഭാകരൻ പഴശ്ശി

എന്റെ സുഹൃത്ത് വയലപ്ര ഹരിദാസൻ നമ്പ്യാർ അറിയപ്പെടുന്ന സാഹിത്യകാരനല്ല. എന്നാൽ അറിയപ്പെടാൻ അർഹതയുള്ള സാഹിത്യകാരനാണെന്നതിന് അദ്ദേഹം എഴുതിയ അമേരിക്ക: മിത്തും യാഥാർത്ഥ്യവും എന്ന യാത്രാ വിവരണഗ്രന്ഥവും ഐസ്‌ലാന്റിൽ പാമ്പുകളില്ല എന്ന ആത്മകഥാക്കുറിപ്പുകളും തെളിവാണ്. വിമർശനവും സ്വയം വിമർശനവും ആയുധമാക്കിയ കറപുരളാത്ത കമ്യൂണിസ്റ്റ്, ആദർശങ്ങളോടുള്ള കടുംപിടുത്തം കാരണം അവസരങ്ങൾ പലതും നഷ്ടപ്പെട്ട സംഘടനാ പ്രവർത്തകൻ, പരന്ന വായന ശീലമാക്കിയ ആസ്വാദകൻ, ആലംബഹീനരെ സഹായിക്കുക എന്നത് ജീവിത ശൈലിയാക്കിയ സാമൂഹ്യപ്രവർത്തകൻ എന്നിങ്ങനെ വ്യത്യസ്ത മുഖങ്ങളുള്ള ആഭിജാത്യമുള്ള സഖാവാണ് ഹരിദാസൻ നമ്പ്യാർ. സർക്കാർ ജീവനത്തേയും ജീവനക്കാരുടെ സംഘടനയേയും നേർവഴിയിലേക്കു നയിക്കാനുള്ള തിരക്കുകൾക്ക് വിടനല്കി, വിശ്രമവേളയെ വായനയ്ക്കും സഞ്ചാരത്തിനുമായി മാറ്റിവെയ്ക്കാൻ തീരുമാനിച്ചതിന്റെ ഫലം രണ്ടു ഗ്രന്ഥങ്ങളുടെ സൃഷ്ടി.

സാഹിത്യകൃതികളുടെ ഏറ്റവും പ്രാഥമികമായ ഗുണം വായനക്ഷമതയാണ്. വായനക്കാരെ കൃതിയുടെ അവസാനം വരെ കൂടെക്കൊണ്ടുപോകാനുള്ള കഴിവുള്ളവനേ സാഹിത്യകാരനാവുകയുള്ളൂ. വായിച്ചു കഴിഞ്ഞാൽ എത്ര കാലവും ആസ്വാദകമനസ്സിൽ തങ്ങിനില്ക്കുന്ന ആശയവും ആവിഷ്ക്കാരവുമായിരിക്കണം കൃതിയിലുണ്ടാവേണ്ടത്. മൂന്നാമത് വായനക്കാരന്റെ ജീവിതത്തെ അഥവാ സംസ്കാരത്തെ

പോസിറ്റീവായി മാറ്റാനുതകുന്നതായിരിക്കണം കൃതി. നിർഭാഗ്യവശാൽ കടിച്ചു പിടിച്ച് ഒരു വിധം വായിച്ചു തീർത്ത് ജലരേഖയായി മാഞ്ഞു പോകുന്ന കൃതികളാണ് മഹത്തായ സാഹിത്യമായി പലപ്പോഴും കൊണ്ടാടപ്പെടുന്നത്. അവയുടെ കർത്താക്കളെയാണ് പലപ്പോഴും പുരസ്കാരങ്ങൾ കൊണ്ട് മൂടുന്നത്.

ഹരിദാസൻ നമ്പ്യാരുടെ ഈ കൃതി ഒറ്റയിരിപ്പിൽ വായിച്ചു തീർക്കാൻ നമ്മെ പ്രേരിപ്പിക്കുന്ന ആഖ്യാനശൈലിയുള്ളതാണ്. അതുകൊണ്ടു തന്നെ നല്ല സാഹിത്യ കൃതിയുമാണ്.

വ്യത്യസ്തമായ ജീവിതം നയിച്ച വ്യക്തികൾ ആത്മകഥയെഴുതുമ്പോഴേ അത് ആസ്വദിക്കാൻ ആളെക്കിട്ടൂ. സാധാരണ മനുഷ്യന്റെ സാധാരണ ജീവിതത്തിന് വായനക്കാരുണ്ടാകണമെന്നില്ല. ഞാൻ വായിച്ച ഏറ്റവും നല്ല ആത്മകഥ ചാർലി ചാപ്ലിന്റേതാണ്. പക്ഷേ സംഭവബഹുലമായ, പ്രതികൂല പരിതസ്ഥിതികളെ സധൈര്യം നേരിട്ട ആദ്യകാല ജീവിതാനുഭവങ്ങൾക്കാണ് ആസ്വാദ്യത കൂടുതൽ. ഒന്നാം ഭാഗം രണ്ടാം ഭാഗത്തെ അപേക്ഷിച്ച് സരസമാകുന്നത് ഒട്ടെല്ലാ ആത്മകഥകളുടെയും ദൗർബ്ബല്യമാണ്. അതിനു പ്രധാന കാരണം ഒന്നാം ഭാഗം ജീവിതസമരത്തിന്റേയും രണ്ടാം ഭാഗം ജീവിതവിജയത്തിന്റേയും കഥ പറയുന്നതു കൊണ്ടാവാം. വിജയത്തേക്കാൾ സമരത്തെയാണ് വായനക്കാർക്ക് കൂടുതലും താത്പര്യം. കാരണം സമരമാണ് യഥാർത്ഥജീവിതം. ആദിമദ്ധ്യാന്തമല്ലാത്ത ഹരിദാസൻ നമ്പ്യാരുടെ ആത്മകഥ പക്ഷേ ഒരിടത്തും വിരസമാകുന്നില്ല.കാരണം അവസാനം വരെ അത് പോരാട്ടത്തിന്റെ മാത്രം കഥയാണെന്നതാണ്.

സ്വാതന്ത്ര്യസമരമോ രാഷ്ട്രീയവിപ്ലവമോ അല്ല ഹരിദാസൻ നമ്പ്യാരുടെ പോരാട്ടമേഖല. ബ്യൂറോക്രസിയെ, ഭരണകൂടത്തെ, ന്യായപീഠത്തെ, സമൂഹത്തെ നേർവഴിക്കു നയിക്കാനുള്ള ചില ഇടപെടലുകളാണദ്ദേഹത്തിന്റെ വേറിട്ട സമരവഴി. വ്യക്തിപരമായ നേട്ടങ്ങളെക്കുറിച്ചെവിടെയും പരാമർശിക്കുന്നില്ലെങ്കിലും സമൂഹത്തിനു വേണ്ടി താൻ നടത്തിയ പോരാട്ടത്തെയും ഫലപ്രാപ്തിയെയും വിവരിക്കുന്നുണ്ട്. അതു കൊണ്ടു തന്നെ പ്രസക്തമായ ജീവിതാഖ്യാനമാണ്, ഐസ്‌ലാന്റിൽ പാമ്പുകളില്ല എന്ന ഈ പുസ്തകം. പേരിൽത്തന്നെയുണ്ട് പ്രത്യേകത. പറയാനുള്ളത് ഏറ്റവും ചുരുക്കിപ്പറയാനാണദ്ദേഹത്തിന് താല്പര്യം. ആത്മകഥയാണ് വായനക്കാർ മാറ്റിവയ്ക്കാൻ കൂടുതൽ സാദ്ധ്യതയുള്ള സാഹിത്യരൂപം. മറ്റൊരു ഞാനിനെ സഹിക്കാൻ ഒരു ഞാനിനും കഴിയില്ലല്ലോ.

പേരിങ്ങനെയായതുകൊണ്ട് ആത്മകഥയാണെന്ന തോന്നലില്ലാതെ വായിച്ചു തുടങ്ങാം.

ജന്മനാടിന്റെ പ്രത്യേകത, ഔദ്യോഗികജീവിതത്തിലെ വ്യത്യസ്തമായ അനുഭവങ്ങൾ, പൊതുപ്രവർത്തകനെന്ന രീതിയിലുള്ള ഇടപെടലുകൾ. ഇവയൊക്കെയേ ഈ പുസ്തകത്തിലുള്ളൂ. തന്റെ യഥാർത്ഥജീവിതം പുറമെ നിങ്ങൾ കാണുന്ന തരത്തിലുള്ളതല്ല എന്ന് ചിലരെയെങ്കിലും അറിയിക്കാനുള്ള ത്വര മാത്രമാണ് ഈ കൃതിയുടെ രചനാലക്ഷ്യം. ഒരു പ്രൊഫഷണൽ എഴുത്തുകാരനല്ലാത്തതു കൊണ്ട് വ്യാകരണപ്പിശകുകളും അക്ഷരത്തെറ്റുകളും സ്വാഭാവികം. എനിക്കു വ്യക്തിപരമായി അടുപ്പമുള്ള ഗ്രന്ഥകാരനായതു കൊണ്ടും എഡിറ്റിംഗ് എനിക്കേറ്റവും വഴങ്ങുന്ന ജോലിയായതു കൊണ്ടും ഏറ്റവുമധികം പരിചയമുള്ള ജോലിയായതു കൊണ്ടും ഇതിന്റെ യൂനികോഡ് വേർഷൻ അയച്ചു തന്നാൽ എഡിറ്റിംഗും പ്രൂഫും നേരിട്ടു ചെയ്യാൻ തയ്യാറാണെന്ന് ഞാൻ ഇദ്ദേഹത്തോട് പറയുകയുണ്ടായി. എന്നാൽ യൂനികോഡ് വേർഷൻ മുഴുവനായി അയച്ചു തരുന്നതിൽ ടൈപ്പു ചെയ്യുന്നവർ പരാജയപ്പെട്ടതിനാൽ എനിക്കതു പൂർത്തിയാക്കാൻ കഴിഞ്ഞില്ല.

മലയാളത്തിൽ പുസ്തകങ്ങൾക്ക് എഡിറ്റിംഗ് അത്യാവശ്യമാണെങ്കിലും ആരും അതിനു വഴങ്ങുന്നില്ല. എന്നാൽ ആനുകാലികങ്ങൾക്ക് എഡിറ്റിംഗ് നിർബ്ബന്ധമാണ്. പ്രൊഫ.എം.എൻ. വിജയന്റെ പ്രഭാഷണങ്ങളാണ് അദ്ദേഹത്തിന്റെ ലേഖനങ്ങളിൽ ഒട്ടുമിക്കതും. എഡിറ്റിംഗ് ഇല്ലാത്തതു കൊണ്ട് പലതും ലേഖനങ്ങളായി മാറാതെ ഉപദാനങ്ങളായി മാത്രം അവശേഷിക്കുകയാണ്. ഞാൻ പകർത്തി എഡിറ്റു ചെയ്തു പ്രസിദ്ധീകരിച്ച ചുരുക്കം ചിലത് ഇതിനപവാദമാണ്. ഒന്നു രണ്ടു സുഹൃത്തുക്കൾ എഡിറ്റിംഗ് സ്ഥാപനം തുടങ്ങാൻ മുതിർന്നെങ്കിലും ഗ്രന്ഥകർത്താക്കൾ വിമുഖരാകയാൽ അത് പ്രവർത്തനപഥത്തിലെത്തിയില്ല. പുസ്തകങ്ങൾക്ക് ലേ ഔട്ടും വിരളമാണ്. ടൈപ്പു ചെയ്ത ഒരു പേജിന് ഇരുപത്തഞ്ചു രൂപ എന്ന നിരക്കിൽ എഡിറ്റിംഗ് ചെയ്യുകയാണെങ്കിൽ പുതിയ ഗ്രന്ഥകാരർക്ക് അത് ഗുണപ്രദമാകും. മലയാള ഭാഷയ്ക്കും. പുസ്തകത്തിന്റെ സാഹിത്യഗുണത്തെയും എഡിറ്റിംഗ് സാരമായി ബാധിക്കും. ചലച്ചിത്ര ഗാനങ്ങൾ, തിരക്കഥ, നാടകം, പ്രബന്ധം എന്നിവയ്ക്കൊക്കെയും ഇത് ബാധകമാണ്.

ഞാൻ എന്നതാണ് ആത്മകഥയിൽ ഏറ്റവും കൂടുതലുണ്ടാകാനിടയുള്ള പദം. നേരത്തെ പറഞ്ഞതുപോലെ ഈ പദം വായനക്കാർക്ക് അത്ര കണ്ട് സ്വീകാര്യവുമല്ല. ഇതൊഴിവാക്കാൻ ഹരിദാസൻ

നമ്പ്യാർ കണ്ടെത്തിയ പദം ഇദ്ദേഹം എന്നതാണ്. ഇദ്ദേഹത്തിൽ തനിക്കുപകരം മറ്റൊരാളുടെ സാന്നിദ്ധ്യം പ്രകടമാകുന്നതിനാൽ ഈയുള്ളവൻ എന്നോ ഞാൻ എന്നോ ഉപയോഗിക്കുന്നതാവും നല്ലത് എന്ന നിർദ്ദേശം നല്കിയിട്ടുണ്ട്. ആത്മകഥയിൽ ഞാൻ എന്ന പ്രയോഗിക്കുന്നതിൽ ഒരു തെറ്റുമില്ല. (കപട) വിനയ ശൈലിയിൽ ഈയുള്ളവൻ എന്നുമുപയോഗിക്കാം.

ഐസ്‌ലാന്റിൽ പാമ്പുകളില്ല എന്ന ധ്വന്യാത്മകമായ പേരുള്ള ഈ കൃതി വായനക്കാരുടെ മുമ്പാകെ അവതരിപ്പിക്കാൻ എനിക്ക് സന്തോഷമേയുള്ളൂ.

ഉള്ളടക്കം

ആമുഖം

There are no Snakes in Iceland
(ഐസ്‌ലാന്റിൽ പാമ്പുകളില്ല)

ഒരു മടക്കയാത്രയ്ക്കുള്ള ആരംഭമാണ്. അതുകൊണ്ട് കഥാപാത്രങ്ങൾക്കൊന്നും പേര് നൽകിയില്ല. ആരെങ്കിലുമൊക്കെ ഏതെങ്കിലും വരികളിലോ, ഖണ്ഡികകളിലോ, അദ്ധ്യായങ്ങളിലോ 'പാത്ര'മാകുമെങ്കിൽ സന്തോഷം. അസാധ്യമായത് സാധ്യമാക്കാൻ ശ്രമിച്ചവർ ധാരാളം പേരുണ്ട്. മഹാന്മാരും, വലിയ വലിയ എഴുത്തുകാരും. അക്കൂട്ടത്തിൽ വിജയിച്ചവരും പരാജിതരും ഉണ്ട്. അത്തരം ഒരു സാഹചര്യത്തെ നേരിടേണ്ടി വന്ന ആളാണ് പ്രശസ്ത ആംഗല സാഹിത്യകാരൻ ഒലിവർ ഗോൾഡ്സ്മിത്ത്.

കടുത്ത ദാരിദ്ര്യം അനുഭവിച്ചിരുന്ന, ജീവിക്കാൻ മാർഗ്ഗമില്ലാതെ കഷ്ടപ്പെടുന്ന കാലം. അലിവ് തോന്നിയ ഒരു പ്രസാധകൻ ജന്തുശാസ്ത്രത്തെക്കുറിച്ച് ഒരു വിജ്ഞാനകോശത്തിനാവശ്യമായ ലേഖനങ്ങൾ എഴുതാൻ ആവശ്യപ്പെട്ടു. തനിക്ക് അറിയാത്ത, താൻ ഇതുവരെ ശ്രദ്ധിക്കാത്ത പല വിഷയങ്ങളെക്കുറിച്ചും ഒരുവിധത്തിൽ എഴുതി ഒപ്പിച്ചു. ഒടുവിലത്തെ അദ്ധ്യായമായി 'ഐസ്‌ലാന്റിലെ പാമ്പുകൾ' എന്ന ഒരു ലേഖനത്തോടെ ഗ്രന്ഥം പൂർണമാക്കണമെന്നായിരുന്നു പ്രസാധകന്റെ നിർദ്ദേശം. അത് അദ്ദേഹം പൂർത്തീകരിച്ചത് ഒറ്റവരിയിലാണ്.

'ഐസ്‌ലാന്റിൽ പാമ്പുകളില്ല' (There are no Snakes in Iceland).

ഇത് കഥയല്ല, സ്മിത്തിന്റെ ജീവിതത്തിലെ യഥാർത്ഥ സംഭവമാണ്.

ആത്മകഥ

'To write a good autobiography, said Proust is more difficult than to lead a good life.'
(നല്ല ആത്മകഥ എഴുതുന്നത് ഒരു നല്ല ജീവിതം നയിക്കുന്ന തിനേക്കാൾ ദുഷ്കരമാണ് എന്നാണ് ഫ്രഞ്ച് എഴുത്തുകാരൻ മാഴ്സൽ പ്രൂസ്റ്റ് പറഞ്ഞത്.)

പ്രൂസ്റ്റിന്റെ ഈ വാചകം മനസ്സിൽ സൂക്ഷിച്ചുകൊണ്ടുതന്നെ ആത്മകഥ എഴുതണം. ജീവിതം വെല്ലുവിളിയായി സ്വീകരിച്ച ഇദ്ദേഹം ദുഷ്കരമായ പാതകളിലൂടെ സഞ്ചരിച്ച, വേറിട്ട ജീവിതാനുഭവങ്ങൾ ഉള്ളയാളാണ്. അത് വായനക്കാരുമായി പങ്കുവെക്കണം. ജീവചരിത്ര രചനയ്ക്ക് മാത്രം പ്രസിദ്ധനല്ലല്ലോ, (അതുകൊണ്ട് അതിനാരും മുതിരുകയില്ല) . രചനയുടെ മുന്നൊരുക്കത്തിന്റെ ഭാഗമായി ധാരാളം ആത്മകഥകൾ പുനർവായന നടത്തി. എല്ലാം ഒന്നിനൊന്ന് വ്യത്യസ്തം. പേജുകളുടെ എണ്ണത്തിൽ പോലും അത് കാണാം. സി.അച്യുതമേനോൻ ആത്മകഥ ഏതാനും പേജുകളിൽ എഴുതിത്തീർത്തു. വായിച്ചവയിൽ ഏറ്റവും കുറച്ച് പേജുകളുള്ള പുസ്തകമായിരുന്നു അത്. ഏറ്റവും വലുത് നെൽസൻ മണ്ടേലയുടേതും.

ഇതിനിടയിൽ എവിടെയെങ്കിലും ഉൾപ്പെടുത്താവുന്ന ഒരു ഗ്രന്ഥരചന നടത്തണം.

കുറേയധികം എഴുതിക്കഴിഞ്ഞപ്പോഴാണ് ചാർലിചാപ്ലിന്റെ ആ വാചകം ഓർത്തത്, 'മഴയത്ത് നടക്കാനാണെനിക്കിഷ്ടം. അപ്പോൾ എന്റെ കരച്ചിൽ ആരും കേൾക്കില്ല."

സ്വന്തം സുഖദുഃഖങ്ങൾ ആത്മകഥയിൽ സൂചിപ്പിക്കുന്നത് തെറ്റാണോ? എങ്കിൽ എഴുതിയത് മുഴുവൻ മാറ്റി എഴുതണമല്ലോ

എന്ന ചിന്ത മാനസികമായി തളർത്തി.

അപ്പോൾ എം.കെ.ഗാന്ധിയുടെ 'എന്റെ സത്യാന്വേഷണ പരീക്ഷകൾ' കയ്യിലെടുത്തു. സത്യസന്ധമായി സ്വന്തം അനുഭവങ്ങൾ വിവരിച്ചത് വായിച്ചപ്പോൾ പുതിയൊരു ഊർജ്ജം ലഭിച്ചു.

ഗാന്ധിജി എഴുതി - 'മുൻ അദ്ധ്യായത്തിൽ പറഞ്ഞ ലജ്ജാകരമായ സംഭവം ഇതാണ്. ഉണർവ്വോടെ ശുശ്രൂഷിക്കേണ്ടിയിരുന്ന അച്ഛന്റെ മരണാവസരത്തിൽ പോലും ഞാൻ കാമാസക്തിയ്ക്ക് ഇരയായിപ്പോയത്. ഈ കറ എനിക്കൊരിക്കലും മായ്ച്ചുകളയാനോ മറക്കാനോ കഴിഞ്ഞിട്ടില്ല.' എല്ലാം തുറന്ന് പറയുന്ന രചന. പേര് സൂചിപ്പിക്കുന്നതുപോലെ ഒരു പരീക്ഷ തന്നെയായിരുന്നു ഗാന്ധിജിയുടെ ജീവിതം. അതുകൊണ്ടാണല്ലോ ഐൻസ്റ്റിൻ ഒരവസരത്തിൽ പറഞ്ഞത്,

'ഇങ്ങനെ മജ്ജയും മാംസവുമുള്ള ഒരാൾ ഈ ഭൂമിയിൽ ജീവിച്ചിരുന്നു എന്ന് വരും തലമുറ വിശ്വസിക്കണമെന്നില്ല" എന്ന്. എങ്കിലും സത്യാന്വേഷണ പരീക്ഷകൾ മുഴുവനും വായിച്ച് കഴിഞ്ഞിട്ടും ഒരു സംശയം ബാക്കിയായി.

മരണത്തെക്കുറിച്ചോ മരണാസന്നതയെക്കുറിച്ചോ ഗാന്ധിജിയും വ്യക്തമായി എഴുതിയില്ല. മരണത്തെക്കുറിച്ച് ഒരു നിമിഷമെങ്കിലും നാം ചിന്തിക്കേണ്ടതും ഓർമ്മിക്കേണ്ടതും അത്യാവശ്യമല്ലേ?

ഈ ചിന്ത മരണത്തെക്കുറിച്ചുള്ള ഒരു അന്വേഷണത്തിന് പ്രേരിപ്പിച്ചു. മരണം എന്ന യാഥാർത്ഥ്യം ഓർത്താൽ, ഇത്രയധികം അധർമ്മങ്ങൾ പ്രവർത്തിക്കാൻ സമൂഹം തയ്യാറാകുമോ? സുനിശ്ചിതമായ മരണത്തിന്റെ വ്യഥകളും ഉത്കണ്ഠകളും സമൂഹം അറിയേണ്ടതും പഠിക്കേണ്ടതുമല്ലേ? ഭാരതീയ പുരാണങ്ങളും ഇതിഹാസങ്ങളും പറയുന്നതെന്തെന്നോ?

ഭഗവദ്ഗീതയിൽ മരണത്തെ വളരെ ലാഘവത്തോടെയാണ് വിവരിക്കുന്നത്. മുഷിഞ്ഞ വസ്ത്രം മാറുന്നത് പോലെയാണ് മരണം എന്ന് 'ഗീത' നമ്മെ ഓർമ്മപ്പെടുത്തുന്നു.

നചികേതസ് എന്ന ബാലൻ യമലോകത്ത് പോകുന്നത് മരണത്തെക്കുറിച്ച് പഠിക്കാനാണ്. മരണദേവതയെ നേരിൽ കണ്ട് ചോദ്യങ്ങൾ ചോദിക്കുന്നു, ആവർത്തിക്കുന്നു. കുട്ടിയെ വിഷയത്തിൽ നിന്നും പിന്തിരിപ്പിക്കാൻ വാഗ്ദാനങ്ങളും പ്രലോഭനങ്ങളും നൽകുന്നു. എന്നിട്ടും മരണത്തെക്കുറിച്ചറിയാൻ ശാഠ്യം പിടിക്കുന്ന അവന്, ഒടുവിൽ യമൻ തന്നെ ആ ജ്ഞാനം നൽകുന്നു. ഇക്കാര്യങ്ങൾ

കഠിനോപനിഷത്തിൽ വിവരിക്കുന്നുണ്ട്. ഉദ്ദാലക മഹർഷി മകൻ ശ്വേതകേതുവിനോട് മരണത്തെക്കുറിച്ച് വ്യക്തമാക്കുന്നത് ഛന്ദോ പനിഷത്തിലും ഉണ്ട്. എങ്ങനെയാണ് മരണം സംഭവിക്കുന്നത്? വാക്ക് മനസ്സിലും, മനസ്സ് പ്രാണനിലും, പ്രാണൻ തേജസ്സിലും വിലയിക്കുന്നു. ജീവൻ പരമാത്മാവിൽ വിലയിക്കുന്നതുവരെയുള്ള തത്വങ്ങൾ വിവരിച്ച് കൊടുക്കുന്നു.

ലോകത്തിലെ ഏറ്റവും വലിയ അത്ഭുതം ഏതെന്ന് യക്ഷൻ യുധിഷ്ഠിരനോട് ചോദിക്കുന്നുണ്ട് - മഹാഭാരതത്തിലെ യക്ഷപ്രശ്ന ത്തിൽ. സർവ്വജീവജാലങ്ങളും യമലോകത്തേക്ക് പോകുന്നു. ഇത് കണ്ടിട്ടും താൻ മാത്രം ഇവിടെ സ്ഥിരമാണെന്ന് കരുതുന്ന മനുഷ്യ ന്റെ ചിന്തയാണ് ലോകത്തിലെ ഏറ്റവും വലിയ അത്ഭുതമെന്നാണ് യുധിഷ്ഠിരന്റെ മറുപടി.

അതെ, ആരും ഇവിടെ സ്ഥിരമല്ല. അതുകൊണ്ടുതന്നെ തീരുമാനി ച്ച, ആത്മകഥാ രചന തുടങ്ങണം. തയ്യാറെടുപ്പിനിടയിൽ ഒരു അദ്ധ്യാ പകന്റെ ആത്മകഥ കിട്ടി. ചില അദ്ധ്യാപകരുടെ സ്വഭാവവിശേഷം കണ്ടും കേട്ടും മനംമടുത്ത സുകുമാർ അഴീക്കോട് ഒരിക്കൽ ഇങ്ങനെ പറഞ്ഞു: 'പണ്ട് അദ്ധ്യാപകൻ എന്നാണെഴുതിയിരുന്നത്. എന്നാൽ ഇന്ന് അദ്ധ്യാപകനിലെ 'ദ്'-ദയ-നഷ്ടപ്പെട്ടിരിക്കുന്നു. അദ്ധ്യാപകൻ അധ്യാപകനായി മാറി. ധനം മാത്രം ലക്ഷ്യമിടുന്നവൻ.' അവരുടെ ഇടയിൽ വ്യത്യസ്തനായ നാരായണ മൂസ്സത് എന്ന അദ്ധ്യാപകൻ ഇന്നും 'ദയ' നഷ്ടപ്പെടാത്ത അദ്ധ്യാപകൻ തന്നെ. തൊണ്ണൂറ് കഴിഞ്ഞ യുവാവ്. ഈ അദ്ധ്യാപകനെ മാതൃകയാക്കി ആത്മകഥ എഴുതണം. തന്റെ വേറിട്ട ജീവിതാനുഭവങ്ങൾ വായനക്കാരെ അറിയിക്കണം.

എന്താണ് വ്യത്യസ്തമായ ഇദ്ദേഹത്തിന്റെ അനുഭവങ്ങൾ?

ഏറ്റവും പ്രധാനപ്പെട്ടത്, ഇദ്ദേഹത്തിന്റെ അച്ഛനും മകനും പട്ടാള ക്കാരായിരുന്നു. അച്ഛൻ ഇന്ത്യൻ ആർമിയിൽ- ഇ.എം.ഇ കോറിൽ. 1962ലെ ഇന്തോ-ചൈന യുദ്ധത്തിൽ പങ്കെടുത്ത വീരജവാൻ. ചൈന കയ്യേറിയ ലഡാക്കിലായിരുന്നു സേവനം, ചൈന തർക്കം ഉന്നയി ച്ച ഹിമാലയൻ അതിർത്തിയിൽ -Aksai Chin വടക്ക് കിഴക്കൻ മേഖലയിലും, ആസ്സാം അതിർത്തിയിലും. 1962 ഒക്ടോബർ 20ന് തുടങ്ങി നവംബർ 21 വരെ നീണ്ടുനിന്ന യുദ്ധത്തിൽ 3250 ജവാന്മാർ വീരമൃത്യു വരിച്ചു.

2020 മെയ് അഞ്ചിന് ചൈന വീണ്ടും ഇന്ത്യയുമായി യുദ്ധത്തിന് തയ്യാറെടുക്കുന്നു. 60 വർഷമായിട്ടും പരിഹരിക്കാൻ സാധിക്കാത്ത പഴയ അതിർത്തി പ്രശ്നം തന്നെ. ഇന്ന് ഈ യുദ്ധമേഖലയിൽ

ഇദ്ദേഹത്തിന്റെ മകൻ ആണ് ഉള്ളത് എന്ന വ്യത്യാസം മാത്രം. ഇന്ത്യൻ ആർമിയിൽ ഇ.എം.ഇ കോറിൽ തന്നെ. ഇത്തരം അനുഭവങ്ങളെല്ലാം കോർത്തിണക്കി ആത്മകഥ പൂർത്തീകരിക്കണം. ഫലം ഇച്ഛിക്കാതെ സേവനം നടത്തുന്ന ഏതൊരാൾക്കും 125 വയസുവരെ ജീവിക്കാൻ അവകാശമുണ്ട്. അവർക്ക് അങ്ങനെ ആഗ്രഹിക്കുകയും ചെയ്യാം- പറഞ്ഞത് മഹാത്മാഗാന്ധിയാണ്. ആഗ്രഹം കൊള്ളാമെങ്കിലും അത് സാധ്യമല്ലല്ലോ. അതുകൊണ്ട് ആത്മകഥ എഴുതാൻ തീരുമാനിച്ചു. ആ വിശ്വാസത്തിൽ, ദൃഢനിശ്ചയത്തോടെ തുടരട്ടെ, ആത്മകഥാ രചന.

ജനനം

'ചിന്താപാത്, ചിന്താപാത്, ... മ്യൂനിസ്റ്റ് പാത്തി ചിന്താപാത്. ഈ... അം...അസ്സ്, ചിന്താപാത്.'

ആ ആറ് വയസ്സുകാരൻ അമ്മയുടെ കൈപ്പിടിയിലൊതുങ്ങിയും ഇടക്കിടെ കൈവിട്ടും, മുഷ്ടിചുരുട്ടി ഉച്ചത്തിൽ വിളിക്കുന്നു. 'ചിന്താപാത്, ചിന്താപാത്....' കയ്യിലൊതുങ്ങാത്ത, കൊടികെട്ടിയ ഒരു വടി, അത് ആർക്കും കൈമാറാതെ കൈകൾ മാറ്റി മാറ്റി പിടിച്ചുകൊണ്ട് ആവേശത്തോടെ വിളിക്കുന്നു...

എല്ലാവരുടേയും കൈയിലൊരു വടി. വടിയുടെ മുകളിൽ ചുവന്ന കൊടി. ഇത് എന്താണെന്നോ എന്തിനാണെന്നോ ഒന്നും അവൻ അറിയുന്നില്ല. അച്ഛന്റെ കൂടെ ഉത്സവം കാണാൻ പോയത് അവനോർത്തു. ശ്രീകൃഷ്ണ ബലരാമന്മാർ തലയിൽ തിടമ്പ് വെച്ച് പൂക്കോത്തു നടയിലൂടെ നൃത്തം വെക്കുന്നു. മഞ്ഞവടിക്കാർ പുറകിൽ, വിവിധ തരത്തിലും വലുപ്പത്തിലുമുള്ള തീപ്പന്തങ്ങൾ, വെൺചാമരങ്ങൾ, വീതിയും ഭംഗിയുമുള്ള നിറപ്പകിട്ടാർന്ന വിശറികൾ, ഇങ്ങനെ പലതും കൈകളിലേന്തി അവരെ പിന്തുടരുന്ന തറവാട്ട് കാരണവന്മാരും ഭക്തജനങ്ങളും.

തീപ്പന്തങ്ങൾ, ഒറ്റവിളക്ക്, രണ്ടുവിളക്ക്, മൂന്നും നാലും അഞ്ചും വിളക്കുകൾ എന്നിവ വ്യത്യസ്ത അവകാശികളുടെ കയ്യിലാണ്. പന്തങ്ങളിലും വിളക്കുകളിലും ഒഴിക്കാനുള്ള എണ്ണയുമായി വലിയ വീപ്പകൾ ചുമന്ന് ഓടുന്നവരും അക്കൂട്ടത്തിലുണ്ട്.

തീപ്പന്തത്തിൽ എണ്ണ പകരുമ്പോഴുള്ള ഗന്ധം മറ്റേത് സുഗന്ധവാഹികളേയും തോൽപ്പിക്കും. അത് ആസ്വദിക്കാനായി ആളുകൾ പന്തങ്ങളുടെ കൂടെ ഓടും. കുറേ ദൂരം മുന്നോട്ടും പിന്നെ പിന്തിരിഞ്ഞും

ഓട്ടം. കൂടെ ഓടുന്ന ഭക്തന്മാരും മറ്റും ആദ്യം നൃത്തക്കാരുടെ പിറകിലായിരിക്കും. പിന്നീട് നൃത്തക്കാർ പിറകിലാകും. (ദൈവസന്നിധിയിലെ സോഷ്യലിസത്തിന്റെ വേറിട്ട രൂപം!)

എല്ലാംകൂടി രാത്രിയെ പകലാക്കുന്ന അന്തരീക്ഷം. നടയിലെ പടവുകളിൽ ഇരുന്നും കൂട്ടംകൂടി നിന്നും കാഴ്ചകൾ ആസ്വദിക്കുന്ന ജനം. തൃച്ചംബരം ക്ഷേത്രോത്സവം, ഭക്തിസാന്ദ്രമായ അന്തരീക്ഷത്തിൽ പൂക്കോത്തുനടയിൽ അരങ്ങ് തകർക്കുകയാണ്.

വാദ്യാഘോഷങ്ങളുടെ താളത്തിനൊത്ത് മനസ്സിൽ താളം പിടിക്കുന്നു.

ചടുപിട, ചടുപിട, ഡും ഡും ചടുപിട... ഡു ഡും ചടുപിട, ഡും ഡും ചടുപിട...

അറിയാതെ കാലുകൾ നൃത്തച്ചുവടുകളെ അനുകരിക്കുന്നു.

റോഡിനിരുവശത്തും വഴിയോര കച്ചവടക്കാർ. തെങ്ങോല കൊണ്ട് മറച്ചുകെട്ടിയ താൽക്കാലിക ഷെഡ്ഡുകളിൽ കളിപ്പാട്ടങ്ങൾ, പല തരത്തിലും വലുപ്പത്തിലുമുള്ള ബലൂണുകൾ. വായു നിറച്ച ബലൂണുകളിൽ നിന്നും പുറത്തുവിടുന്ന വ്യത്യസ്ത തരത്തിലും ഈണത്തിലുമുള്ള ശബ്ദതരംഗങ്ങൾ കാണികളുടെ ശ്രദ്ധ ക്ഷണിക്കുന്നുണ്ട്. ഊംംം, ഈ... ഓ... എന്നിങ്ങനെ വ്യത്യസ്ത നാദങ്ങൾ..

മധുര പലഹാരങ്ങളുടെ വർണ്ണവിസ്മയത്തിൽ ആകൃഷ്ടരാകുന്ന കുട്ടികളും മുതിർന്നവരും. ഉറക്കത്തെ മാറ്റി നിർത്താനായി 'ഒയലിച്ച്' മിഠായിയുടെ വിൽപ്പന തകൃതിയായി നടക്കുന്നുണ്ട്. ഇന്നത്തെ ച്യൂയിംഗ്ഗമ്മിന്റെ പ്രാകൃത രൂപമാണ് 'ഒയലിച്ച്'. പക്ഷെ പ്രകൃതിക്ക് ഒരു ദോഷവും ചെയ്യില്ല. ഉത്സവപ്പറമ്പിൽ ചന്തകൾ വേറെയും. വളച്ചന്ത, കളിപ്പാട്ടങ്ങൾ, ഐസ്ക്രീം, കലുക്കിക്കുത്ത് ഒഴിച്ച് കുടിക്കാൻ, ചായച്ചന്ത, കാപ്പിച്ചന്ത, മുച്ചീട്ട്കളി, കറക്കിക്കുത്ത്, തിരിപ്പ്..

ദാ, അവിടെ വലിയ ആൾക്കൂട്ടം. ആ കൂട്ടത്തിനുള്ളിലെ വട്ടത്തിൽ ഒരാൾ ഒച്ചത്തിൽ വിളിച്ച് പറയുന്നു ഒന്ന് വെച്ചാൽ രണ്ട്, അഞ്ച് വെച്ചാൽ പത്ത്, പത്ത് വെച്ചാൽ നൂറ്. ധനമോഹികളുടെ ആൾക്കൂട്ടമാണത്. ചായപ്പീടികകൾ, കാപ്പിപ്പൊടി കാണാത്ത കാപ്പി, കപ്പി എന്ന ഓമനപ്പേരിൽ നിറമുള്ള മറ്റൊരു ചൂടുവെള്ളം, ചുക്കുകാപ്പി, ശർക്കരക്കാപ്പി, നാടൻ ചേരുവകകളിൽ തയ്യാറാക്കുന്ന പാനീയങ്ങൾ. കൂട്ടത്തിൽ ചക്കരക്കിഴങ്ങ് (മധുരക്കിഴങ്ങ്) പുഴുങ്ങിയതും. ഓർക്കുമ്പോൾ തന്നെ വായിൽ വെള്ളമൂറും.

മറ്റൊരിടത്ത് ഓറഞ്ച്, മധുരനാരങ്ങ എന്ന നീട്ടിവിളി.

വേറൊരിടത്ത് ഹലുവ, ഒറ്റ നിറത്തിൽ. രൂപത്തിൽ വ്യത്യസ്തതയുള്ള കറുത്ത ഹലുവകൾ. അച്ഛൻ വാങ്ങിക്കൊടുത്ത ഹലുവയുടെ രുചിയും പെട്രോമാക്സിന്റെ അത്ഭുത വെളിച്ചവും ഓർത്തുകൊണ്ടാണ് അവന്റെ നടത്തം.. (ഇന്ന് അതൊന്നും കാണാനില്ലല്ലോ. എന്താണ് കാരണം?)

റോഡിന്റെ ഇരുവശങ്ങളിലും മനുഷ്യമഹാസമുദ്രം, ഒരു മനുഷ്യമതിൽ തന്നെ. പ്രകടനം വീക്ഷിക്കാനായി കാത്തിരിക്കുന്ന ബഹുജനങ്ങൾ. വൈദ്യുതി വെളിച്ചത്തിൽ അവരുടെ കണ്ണുകൾ തിളങ്ങുന്നത് നോക്കി അവൻ നടന്നു. ആകാശത്തിലെ നക്ഷത്രങ്ങൾ ഈ പ്രകടനം ഒളികണ്ണിട്ട് വീക്ഷിക്കാൻ തിടുക്കം കൂട്ടുന്നുണ്ടോ?

ഇതിനിടയിലൂടെ ഇഴഞ്ഞ് നീങ്ങുന്ന പ്രകടനം. മുന്നോട്ട് മാത്രം, തിരിഞ്ഞു നോക്കുന്നില്ല ആരും. എല്ലാവരും മുന്നോട്ട്, മുന്നോട്ട്, മുന്നോട്ട് മാത്രം.

ഐക്യകേരളത്തിലെ ആദ്യ തിരഞ്ഞെടുപ്പ്. കമ്മ്യൂണിസ്റ്റ് പാർട്ടി ഒറ്റക്കക്ഷിയായി അധികാരത്തിലേക്ക്. അതിനോടനുബന്ധിച്ചുള്ള ആഹ്ലാദ പ്രകടനമാണ് നടക്കുന്നത്.

ബ്രിട്ടീഷുകാരും കോൺഗ്രസ്സുകാരും കമ്മ്യൂണിസ്റ്റുകാരെ ഇല്ലാതാക്കാൻ കിണഞ്ഞ് ശ്രമിച്ചിട്ടും പരാജയപ്പെട്ടതിന്റെ തെളിവ്. 'കമ്മ്യൂണിസ്റ്റ് പച്ച' കേരളത്തിൽ പടർന്നു പിടിച്ചതിന്റെ നേർസാക്ഷ്യം.

ഈ മഹാപ്രകടനത്തിൽ ഒരാളായ അവനെ പലരും ശ്രദ്ധിക്കാൻ തുടങ്ങി.

ആരാണിവൻ? 'എവിടെയാ മോന്റെ വീട്?' കൂട്ടത്തിലൊരാൾ ചോദിച്ചു.

'മോന്റെ വീട് എവിടെയാ?' മറ്റൊരാൾ.

'എന്റെ ബീടോ, ദാ, ആട്യാ, ആട.. അവൻ വിരൽ ചൂണ്ടി...

കണ്ണൂർ എന്ന വലിയ ലോകം

ഇന്ത്യയുടെ പടിഞ്ഞാറെ തീരത്തുള്ള ചെറുപ്രദേശം. പണ്ട് കാസർഗോഡ് ചന്ദ്രഗിരിപ്പുഴ മുതൽ കന്യാകുമാരി വരെ നീണ്ടുകിടക്കുന്ന ഭൂവിഭാഗം. പരശുരാമൻ മഴുവെറിഞ്ഞ് കടലിൽ നിന്നും ഉയർത്തിയെന്ന് ഐതിഹ്യം. എന്നാൽ കേരളക്കരയിൽ ആദ്യമായി മനുഷ്യർ എത്തിയതിന് ഐതിഹ്യമില്ല. അതിന് ചരിത്രരേഖകളെ തന്നെ ആശ്രയിക്കണം. ആ ചരിത്രം രേഖപ്പെടുത്തിയത് ഇങ്ങനെയാണ്. "അങ്ങ് ദൂരെ മലകൾക്കും കടലിനുമിടയിൽ പ്രകൃതിരമണീയമായ ഒരു സ്ഥലമുണ്ട്. നമുക്കവിടെ പോയി കുടിവെയ്ക്കാം, എന്നൊന്നും

വിചാരിച്ചല്ല ആദ്യത്തെ കുടിയേറ്റക്കാർ മലയാളക്കരയിലെത്തിയതെന്ന് പറയേണ്ടതില്ല. പ്രത്യേക സ്ഥലങ്ങളെ ലക്ഷ്യമാക്കിക്കൊണ്ടുള്ള കുടിയേറ്റങ്ങളല്ല ചരിത്രാതീത കാലങ്ങളിൽ നടന്നിട്ടുള്ളത്. സഞ്ചാരമെന്നതിനേക്കാൾ മാറിത്താമസിക്കൽ എന്ന സങ്കൽപ്പമാണ് ഈ പ്രക്രിയയ്ക്ക് കൂടുതൽ യോജ്യം.

വെള്ളം, ഭക്ഷണം, പാർപ്പിടം എന്നിവ തേടിയുള്ള കൂടുമാറ്റങ്ങൾക്കിടയിൽ പൂർവ്വ ആസ്ട്രേലോയ്ഡ് വിഭാഗത്തിൽപ്പെട്ട ചില സംഘങ്ങൾ ദക്ഷിണേന്ത്യയുടെ പശ്ചിമതീരത്തിലൂടെ സഞ്ചരിച്ച് അതിന്റെ തേക്കേ അറ്റം വരെ എത്തിയെന്ന് വെച്ചാൽ മതി. പ്രതിവർഷം എഴുന്നൂറ് മീറ്റർ മുതൽ നാല് കിലോമീറ്റർ വരെ വേഗത്തിൽ വികാസമുണ്ടായിരിക്കാമെന്ന് ആധുനിക ഡി.എൻ.എ പഠനങ്ങൾ സൂചിപ്പിക്കുന്നുണ്ട്. ഒരു കൊല്ലം ശരാശരി രണ്ട് കിലോമീറ്റർ മാറിത്താമസിച്ചാൽ മതി, അയ്യായിരം കൊല്ലങ്ങൾ കൊണ്ട് ആഫ്രിക്കയിൽ നിന്നും കേരളത്തിൽ എത്താം.

മലയാളക്കരയിൽ എത്തിയ ചിലർ അവിടെ താമസിക്കുകയും മറ്റു ചിലർ മറ്റിടങ്ങളിലേക്ക് മാറുകയും ചെയ്തിട്ടുണ്ടാകാം. അങ്ങനെ കേരളത്തിലെത്തിയ പിൻഗാമികളുടെ നാടാണ് കേരളം."

(പണ്ടത്തെ മലയാളക്കര - കെ.ടി. രവിവർമ്മ)

1956 നവംബർ ഒന്നിന് ഭാഷാ സംസ്ഥാന രൂപീകരണം. തിരുവിതാംകൂർ, കൊച്ചി സംസ്ഥാനങ്ങളുടെ ഭൂരിഭാഗവും മദ്രാസ് സംസ്ഥാനത്തിന്റെ ഭാഗമായ മലബാർ ജില്ലയും ദക്ഷിണ കർണാടകയുടെ ഒരു ഭാഗവും കൂട്ടിച്ചേർത്ത് ഐക്യകേരളം നിലവിൽ വന്നു. 645 കി.മീ. നീളവും പരമാവധി 130 കി.മീ വീതിയുമുള്ള മലയാളികളുടെ മാതൃഭൂമി.

കണ്ണൂർ കേരളത്തിന്റെ വടക്കേ അറ്റത്തുള്ള ജില്ല (ഇന്ന് കാസർഗോഡാണെന്നത് മറക്കുന്നില്ല.) ധീര ദേശാഭിമാനികളുടെ സ്വന്തം നാട്. സ്വാതന്ത്ര്യസമരങ്ങളുടേയും കർഷക സമരങ്ങളുടേയും ഈറ്റില്ലം. ജന്മിത്തത്തിനെതിരെ സന്ധിയില്ലാ സമരം ചെയ്ത ധീരൻമാരുടെ ജില്ല. ഉപ്പുസത്യഗ്രഹത്തിന്റെ ചരിത്രമുറങ്ങുന്ന പയ്യന്നൂർ, ഉളിയടത്തുകടവ് പുഴയോരം. ഗാന്ധിജിയുടെ പാദസ്പർശത്താൽ പവിത്രമായ ഗാന്ധിമൈതാനം. ഗാന്ധിജിയുടെ ചിതാഭസ്മം ഇന്നും സൂക്ഷിക്കുന്ന പയ്യന്നൂർ ഗാന്ധിസ്മൃതി.

കോൺഗ്രസ് സംഘടനയുടെ മൂന്നാം വാർഷികം 1918ൽ നടന്നത് തലശ്ശേരിയിലാണ്. തുടർന്ന് 1928ൽ ജവഹർലാൽ നെഹ്റുവിന്റെ അദ്ധ്യക്ഷതയിൽ അഖില കേരള രാഷ്ട്രീയ സമ്മേളനം പയ്യന്നൂരിൽ

ചേർന്നു. പൂർണ്ണ സ്വരാജ്യം എന്ന ആശയം ആദ്യമായി അവതരിപ്പിച്ചതും ഈ സമ്മേളനത്തിലായിരുന്നു. അഖിലേന്ത്യാ കോൺഗ്രസ് കമ്മിറ്റിയിൽ പൂർണ്ണ സ്വാതന്ത്ര്യം ആവശ്യപ്പെടുന്ന പ്രമേയം അവതരിപ്പിക്കണം എന്ന ഒരു പ്രമേയം നെഹ്റുവിന്റെ സാന്നിദ്ധ്യത്തിൽ പയ്യന്നൂർ സമ്മേളനം അംഗീകരിക്കുകയും ചെയ്തു.

1930 മാർച്ച് 27ന് ദണ്ഡിയാത്ര ഗാന്ധിജിയുടെ നേതൃത്വത്തിൽ നിയമം ലംഘിച്ച് ഉപ്പ് കുറുക്കി. കെ.കേളപ്പന്റെ നേതൃത്വത്തിൽ 32 അംഗ സംഘം കോഴിക്കോട് നിന്നും കാൽനടയായി പയ്യന്നൂരിലെത്തിയും പയ്യാമ്പലം കടപ്പുറത്ത് മറ്റൊരു സംഘം ദേശാഭിമാനികളും ഉപ്പ് കുറുക്കിയത് സ്വാതന്ത്ര്യസമര കാലഘട്ടത്തിലെ എടുത്തുപറയേണ്ട സംഭവങ്ങളാണ്. ഇന്ത്യൻ സ്വാതന്ത്ര്യസമരത്തിൽ ഉപ്പ്, അമേരിക്കൻ സ്വാതന്ത്ര്യസമരത്തിൽ ചായ, വിയറ്റ്നാം സ്വാതന്ത്ര്യസമരത്തിൽ എലികൾ എന്നിവ വഹിച്ച പങ്ക് ചരിത്രത്താളുകളിലെ ത്രസിപ്പിക്കുന്ന ഏടുകളാണല്ലോ.

നിയമലംഘന പ്രക്ഷോഭം നടക്കുന്ന കാലത്ത് ബ്രിട്ടീഷ് ഭരണകൂടത്തെ ഞെട്ടിച്ച ഒരു സംഭവത്തിന് കണ്ണൂർ സാക്ഷിയായി. കണ്ണൂർ നഗരത്തിലെ സെന്റ് ആഞ്ചലോസ് കോട്ട, പട്ടാള താവളമാണ്. രാപ്പകൽ പട്ടാളം കാവൽ നിൽക്കും. മുന്നിലുള്ള കൊടിമരത്തിൽ ബ്രിട്ടീഷ് ആധിപത്യത്തിന്റെ ചിഹ്നമായ യൂണിയൻ ജാക്ക് പതാക ഇരുപത്തിനാല് മണിക്കൂറും പാറിക്കളിക്കും. ഒരു ദിവസം രാവിലെ പട്ടാളക്കാർ ഉറക്കമുണർന്നപ്പോൾ കൊടിമരത്തിൽ ത്രിവർണ്ണപതാക. പട്ടാളത്തിന്റെ അനുവാദമില്ലാതെ ഒരു ഈച്ചക്ക് പോലും അകത്ത് കടക്കാനാവാത്ത കോട്ടയിൽ ഇതെങ്ങനെ സംഭവിച്ചു? ഭരണകൂടം ഞെട്ടി വിറച്ചു.

കോൺഗ്രസ് കമ്മിറ്റി വളരെ രഹസ്യമായി എടുത്ത തീരുമാനം നടപ്പാക്കാൻ ഒരു യുവാവ് തയ്യാറായി. അർദ്ധരാത്രി വേലിയേറ്റ സമയത്ത് പതാക തന്റെ വയറിന് മുകളിൽ കെട്ടിവെച്ച് പയ്യാമ്പലത്ത് നിന്ന് കടൽ നീന്തി, കോട്ടയ്ക്കകത്ത് കടൽവെള്ളം കടക്കാനായി നിർമ്മിച്ച ഓടയിലൂടെ അകത്ത് പ്രവേശിച്ചു. കാവൽക്കാരുടെ കണ്ണുവെട്ടിച്ച് കൊടിമരത്തിൽ കയറി യൂണിയൻ ജാക്ക് പതാക വലിച്ചുകീറി ത്രിവർണ്ണ പതാക കെട്ടി.

കുറ്റവാളിയെ തേടി പട്ടാളക്കാർ ഓടി നടക്കുമ്പോൾ, അയാൾ ആ ഓടയിൽ പതുങ്ങിക്കിടന്നു. പിറ്റേന്ന് വേലിയേറ്റ സമയത്ത് അതേ ദ്വാരത്തിലൂടെ നീന്തി രക്ഷപെട്ട ആച്ചത് കൃഷ്ണനെ ഇന്ന് അധികമാർക്കും അറിയില്ല. ബ്രിട്ടീഷ് ഭരണകൂടത്തെ വിറപ്പിച്ച

കതിരൂരിനടുത്തുള്ള ചോഴൽ രയരോത്ത് കളരി പ്രസിദ്ധമാണ്. പഴശ്ശിരാജയേയും മാർത്താണ്ഡവർമ്മയേയും പഠിപ്പിച്ച കളരി. തച്ചോളി ഒതേനനെ പൂഴിക്കടകനടി പഠിപ്പിച്ച് പൊന്നിയത്തെ പൊയ്ത്തിന് ഒരുക്കിയതും ഈ കളരിയിലാണ്. 1804ൽ ഈ കളരി ബ്രിട്ടീഷ് ഭരണകൂടം നിരോധിച്ചു.

സഞ്ജയൻ (എം.ആർ. നായർ), വാസന വികൃതി എന്ന ആദ്യ മലയാള ചെറുകഥാ കർത്താവ് വേങ്ങയിൽ കുഞ്ഞിരാമൻ നായനാർ, ആദ്യ ലക്ഷണമൊത്ത നോവൽ ഇന്ദുലേഖയുടെ കർത്താവ് ഒ.ചന്തു മേനോൻ, മഹാകവികളായ കുട്ടമത്ത്, പി.കുഞ്ഞിരാമൻ നായർ തുടങ്ങിയ സാഹിത്യ നായകരുടെ നാടും കണ്ണൂർ തന്നെ. മലബാർ മാന്വലിന്റെ കർത്താവ് വില്യം ലോഗൻ വേങ്ങയിൽ കുഞ്ഞിരാമൻ നായരുടെ അടുത്ത സുഹൃത്തായിരുന്നു.

തിരുവിതാംകൂറിൽ നിന്നും നാടുകടത്തപ്പെട്ട സ്വദേശാഭിമാനി രാമകൃഷ്ണപിള്ള മരണംവരെ ജീവിച്ചതും അന്ത്യവിശ്രമം കൊള്ളുന്നതും കണ്ണൂരിലാണ്.

ഇന്ത്യൻ പാർലമെന്റിലെ ആദ്യ പ്രതിപക്ഷ നേതാവ് എ.കെ. ഗോപാലന്റെ നാടും ഇതാണ്. കേരളത്തിലെ മൂന്ന് മുഖ്യമന്ത്രിമാർക്ക് - കെ.കരുണാകരൻ, ഇ.കെ.നായനാർ, പിണറായി വിജയൻ - ജന്മം നൽകിയ നാടും കണ്ണൂർ ജില്ല തന്നെ.

മൂന്ന് 'C' കൾക്ക് (circus, cake, cricket) പ്രസിദ്ധമായ നാട്, കണ്ണൂരിലെ തലശ്ശേരി. ഏഷ്യയിലെ ഏറ്റവും നീളം കൂടിയ മുഴപ്പിലങ്ങാട് ഡ്രൈവ് ഇൻ ബീച്ചും ഈ ജില്ലയിൽ തന്നെ.

കണ്ണൂർ എന്ന് കേൾക്കുമ്പോൾ ആദ്യം മനസ്സിൽ തെളിയുക തെയ്യക്കോലങ്ങളാണല്ലോ. ദൈവങ്ങളുടെ പ്രതിരൂപങ്ങളല്ല തെയ്യങ്ങൾ. ദൈവമായി രൂപാന്തര പ്രാപ്തിയിലെത്തുന്ന (Metemorphosis) മനുഷ്യരെയാണ് ദൈവങ്ങളായി കാണുന്നത്. പൊതു വരേണ്യവർഗത്തിന്റെ ആരാധനാ കേന്ദ്രങ്ങളാണ് ക്ഷേത്രങ്ങൾ. എന്നാൽ കാവുകളിൽ പ്രത്യക്ഷപ്പെടുന്ന ദേവതകൾ ഭൂരിഭാഗവും മനുഷ്യദൈവങ്ങൾ തന്നെ. നാടുവാഴികളുടെയോ അധികാരവർഗങ്ങളുടെയോ അപ്രീതിക്ക് പാത്രമായി അരുംകൊലയ്ക്ക് വിധേയരായവർ, ചതിയിലൂടെ കൊല്ലപ്പെട്ടവർ, യുദ്ധങ്ങളിൽ പൊരുതി മരിച്ചവരെല്ലാമാണ് ഒരു വിഭാഗം തെയ്യങ്ങൾ.

കണ്ടനാർ, കേളൻ, കതിവനൂർ വീരൻ, തച്ചോളി ഒതേനൻ, നീലിയമ്മ, കാടാങ്കോട്ടുമാക്കം, ആര്യപൂങ്കന്നി തുടങ്ങിയ തെയ്യങ്ങൾ ഇത്തരത്തിലുള്ളതാണ്.

ജില്ലയിലെ പ്രധാനപ്പെട്ട ഒരു താലൂക്കാണ് തളിപ്പറമ്പ്. പണ്ട് ഉത്തരകേരളത്തിലെ മൂഷിക രാജവംശത്തിന്റെ തലസ്ഥാനം. പെരിഞ്ചല്ലൂർ എന്ന് അക്കാലത്ത് അറിയപ്പെട്ടിരുന്ന തളിപ്പറമ്പ്. പെരിഞ്ചല്ലൂർ (തളിപ്പറമ്പ്) രാജരാജേശ്വര ക്ഷേത്രം നിർമ്മിച്ചത് മൂഷിക വംശത്തിലെ പതിനൊന്നാമത്തെ രാജാവ് ശതസോമൻ (സൂതസോമൻ) ആയിരുന്നു. അക്കാലത്ത് രചിച്ച മൂഷികവംശ മഹാകാവ്യം കശ്മീർ സർവ്വകലാശാല പാഠ്യഗ്രന്ഥമായി അംഗീകരിച്ചിട്ടുണ്ടെന്നത് ഇന്നും തളിപ്പറമ്പുകാരുടെ അഭിമാനമാണ്. തുടർന്ന് രാജ്യം ഭരിച്ചത് കോസല രാജവംശം. വടക്ക് ചന്ദ്രഗിരിപ്പുഴ മുതൽ തെക്ക് കോരപ്പുഴ വരെയുള്ള രാജ്യത്തിന്റെ തലസ്ഥാനവും പെരിഞ്ചല്ലൂർ തന്നെയായിരുന്നു. ധാരാളം ക്ഷേത്രങ്ങളുടെ സംഗമ ഭൂമിയാണ് തളിപ്പറമ്പ്. കേരളത്തിലെ നമ്പൂതിരി ഗ്രാമങ്ങളുടെ അഗ്രസ്ഥാനത്ത് തളിപ്പറമ്പ് എന്നുമുണ്ട്.

കാലംമാറി. പിന്നീട് കുടിയേറ്റക്കാരുടെ പറുദീസയായി തളിപ്പറമ്പ്. 1925 മുതൽ തെക്കൻ കേരളത്തിൽ നിന്നുള്ള കുടിയേറ്റം നടന്നതായി ചരിത്രത്തിൽ രേഖപ്പെടുത്തിയിട്ടുണ്ട്. എന്നാൽ അത് സജീവമാകുന്നത് 1950കളോടു കൂടിയാണ്.

കുടിയേറ്റം തളിപ്പറമ്പിന്റെ സാമൂഹ്യ, സാമ്പത്തിക, സാംസ്കാരിക രംഗങ്ങളിൽ പുത്തനുണർവ് നൽകി. ക്ഷേത്രം വകയിലും ജന്മിമാരുടെ കൈവശത്തിലും ഉള്ള വനഭൂമി ചുരുങ്ങിയ വിലയ്ക്കും ചിലപ്പോൾ വെറുതേയും ലഭ്യമായി. കൃഷി യോഗ്യമായ ഈ കുന്നിൻ പ്രദേശങ്ങൾ കുടിയേറ്റക്കാരുടെ കായബലത്താൽ മികച്ച കൃഷിയിടങ്ങളായി.

കുടിയേറ്റത്തിന് മുമ്പ് അത്രയും ജനസാന്ദ്രതയുണ്ടായിരുന്നത് തീരപ്രദേശങ്ങളിലും അതിനോട് ചേർന്ന കരപ്രദേശങ്ങളിലും മാത്രമായിരുന്നു. കരപ്രദേശം കഴിഞ്ഞുള്ള വനപ്രദേശം ആർക്കും വേണ്ടാത്തയിടങ്ങളായിരുന്നു. കാലങ്ങളോളം ആൾപ്പാർപ്പില്ലാതെ, വനവിഭവങ്ങൾ ശേഖരിക്കുന്നവരുടെ ഉപജീവന സ്ഥലം മാത്രമായിരുന്നു അവ. കുടിയേറ്റക്കാർ ഇവിടെ പാർപ്പിടം ഒരുക്കി ജീവിതം തുടങ്ങി.

തളിപ്പറമ്പ് താലൂക്കിലെ ഏഴോം ഗ്രാമം ജൈവശാസ്ത്രപരമായും ചരിത്രപരമായും പ്രധാനപ്പെട്ട ഒരു പ്രദേശമാണ്. ഫ്രാൻസിസ് ബുക്കന്റെ 'കേരളം' എന്ന ഗ്രന്ഥത്തിൽ പറയുന്ന 'കൈപ്പാട്-കായൽ കണ്ടം' ഏഴോം ഗ്രാമത്തിലാണ്. വേലിയേറ്റവും വേലിയിറക്കവും കൂടുതലായി അനുഭവപ്പെടുന്ന, ജൈവ നെൽകൃഷി ചെയ്യുന്ന

കൃഷിഭൂമികളുള്ള കൈപ്പാട് ഏഴോം ഗ്രാമത്തിന്റെ മുഖമുദ്രയാണ്.

കണ്ടോർക്കുട്ട്, പുഞ്ചക്കയമി, ഒടിയൻ, കുട്ടാടൽ, ഒറീസ്, ഓർപാണ്ടി എന്നിവയാണ് നാടൻ നെല്ലിനങ്ങൾ. ശാസ്ത്രീയമായി വികസിപ്പിച്ചെടുത്ത ഏഴോം 1, 2, 3, 4 ഇന്ന് വ്യാപകമായി കൈപ്പാടം കൃഷിക്കുപയോഗിക്കുന്ന നെൽവിത്തിനങ്ങളാണ്.

മാടായിപ്പാറ ചരിത്രസ്മാരകങ്ങളുടേയും പ്രകൃതിയുടേയും സമന്വയ പ്രദേശമാണ്. ഏഴിമലയുടെ കിഴക്ക്, കടൽ തീരത്ത് നിന്നും നൂറ്റമ്പതടിയോളം ഉയരത്തിലുള്ള പരന്ന് കിടക്കുന്ന ഒരു പീഠഭൂമി. ഇതിനടുത്തുള്ള മാടായി അഴിമുഖം അക്കാലത്ത് നാവികരുടെ ഒരു ഇടത്താവളമായിരുന്നു. കോഴിക്കോട് നിന്നും മക്കയിലേക്ക് പോകുന്ന കപ്പൽ, വാസ്കോഡഗാമയും കൂട്ടരും തടഞ്ഞുവെച്ചത് ഇവിടെയാണ്. തങ്ങളുടെ ലിറ്റോ എസ് മഹാൾഡ് എന്ന കപ്പലിലെത്തിയ പറങ്കികൾ, കപ്പൽ കൊള്ളയടിച്ച് നാവികരെയും ജീവനക്കാരെയും യാത്രക്കാരെയും അടച്ചുപൂട്ടി അഗ്നിക്കിരയാക്കിയ ക്രൂര സംഭവം മാടായിയുടെ ചരിത്രത്തിലെ ദുഃഖ അദ്ധ്യായമാണ്.

മതമൈത്രിക്ക് പേരുകേട്ട കണ്ണൂരിലെ, നിരവധി ആരാധനാലയങ്ങളും വളരെ പേരുകേട്ടതാണ്. ചെറുകുന്ന് അന്നപൂർണ്ണേശ്വരി ക്ഷേത്രം, മാടായിക്കാവ്, പവിത്രമോതിരത്തിന് പ്രശസ്തമായ പയ്യന്നൂരിലെ സുബ്രഹ്മണ്യക്ഷേത്രം, തളിപ്പറമ്പ് രാജരാജേശ്വരക്ഷേത്രം, കാഞ്ഞിരങ്ങാട് വൈദ്യനാഥ ക്ഷേത്രം, തൃച്ചംബരം ശ്രീകൃഷ്ണക്ഷേത്രം, കൊട്ടിയൂർ മഹാശിവക്ഷേത്രം, പറശ്ശിനിക്കടവ് മുത്തപ്പൻകാവ് എല്ലാം തളിപ്പറമ്പിന്റെ സ്വന്തം. മാടായിപള്ളി, തലശ്ശേരി ജുമാമസ്ജിദ്, ഓടത്തിൽ പള്ളി, തളിപ്പറമ്പ് വലിയ ജുമാ മസ്ജിദ് തുടങ്ങിയ മുസ്ലീം ആരാധനാലയങ്ങളും പ്രസിദ്ധമാണ്. ഇംഗ്ലീഷുകാർ നിർമ്മിച്ച സെന്റ് ജോൺസ് ഇംഗ്ലീഷ്, പേരാവൂർ, ആലക്കോട്ട്, ചെമ്പേരി തുടങ്ങി ക്രിസ്ത്യൻ പള്ളികളും കണ്ണൂരിന്റെ മതസൗഹാർദ്ദത്തിന് നേർസാക്ഷ്യമാണ്.

മോറാഴ, കയ്യൂർ, കരിവെള്ളൂർ, കാവുമ്പായി, തില്ലങ്കേരി, കണ്ടക്കൈ, മുനയൻകുന്ന്, അങ്ങനെ ഒട്ടേറെ കർഷക സമരങ്ങൾക്കും തളിപ്പറമ്പ് സാക്ഷ്യം വഹിച്ചിട്ടുണ്ട്. കർഷകസംഘം നേതാക്കളെ കണ്ണൂർ സെൻട്രൽ ജയിലിൽ നിന്നും പുറത്തിറക്കി, കണ്ണുകൾ ബയനറ്റുകൊണ്ട് ചൂഴ്ന്നെടുത്ത് വെടിവെച്ച് കൊന്ന പാടിക്കുന്നും ഇവിടെത്തന്നെ. കെ.പി.ആർ. ഗോപാലന്റെ മരണശിക്ഷ മഹാത്മാഗാന്ധി ഇടപെട്ട് ഒഴിവാക്കിയത് ഇന്നും ഇന്നാട്ടുകാർ മറന്നിട്ടില്ല. കർഷകസംഘം നേതാക്കളായ അപ്പു, ചിരുകണ്ടൽ, കുഞ്ഞമ്പുനായർ, അബൂബക്കർ

എന്നിവരെ തൂക്കിലേറ്റിയത് കണ്ണൂർ സെൻട്രൽ ജയിലിലാണ്. തൂക്കി ലേറ്റുന്നതിന് മുമ്പ് കമ്മ്യൂണിസ്റ്റ് പാർട്ടി സെക്രട്ടറി പി.സി. ജോഷി, സുന്ദരയ്യ, കൃഷ്ണപിള്ള എന്നിവർ ഇവരെ സന്ദർശിച്ചത് കണ്ണൂരുകാരുടെ ഓർമ്മയിലെ വികാരപരമായ സംഭവമാണ്.

ഇങ്ങനെയുള്ള ധാരാളം ചരിത്ര സംഭവങ്ങൾക്ക് സാക്ഷിയാണ് കണ്ണൂർ ജില്ലയും അതിലെ തളിപ്പറമ്പും. ഈ താലൂക്കിലെ കയരളം അംശം കണ്ടക്കൈ ദേശത്താണ് ഈയുള്ളവന്റെ ജനനം. അച്ഛന്റേയും അമ്മയുടേയും നാട്ടിൽ നിന്നും കുറച്ചകലെ അമ്മമ്മയുടെ നാട്ടിൽ. ഇന്നും കണ്ടക്കൈ ഗ്രാമത്തിലൂടെ സഞ്ചരിക്കുമ്പോൾ, അന്തരീക്ഷത്തിൽ ലയിച്ച് ചേർന്ന ആ ഗാനശകലം മനസ്സിൽ ഓടിയെത്തും.

'അമ്മ പെങ്ങമ്മാരുടെ താലികൾ
കിണ്ണം കിണ്ടി കോളാമ്പി
കിണറ്റിൽ പോയതിനുത്തരവാദി
കണ്ടക്കൈ അധികാരി
ജന്മിനേതാവധികാരി തന്നുടെ
വികൃത ദുരിത കാട്ടുനീതി
കൊള്ള മർദ്ദനം മാനഭംഗം
ചെയ്തതു പക്ഷികൾ പാടുന്നു.
ഇലകൾ തമ്മിലുരഞ്ഞുണ്ടാകും
ശബ്ദം ചൊൽവതും ഇതുതന്നെ
അരുവിച്ചാലുകൾ നീളെ നീളെ
കൂകി വിളിപ്പതുമിതുതന്നെ
പലനാൾ കള്ളൻ ഒരുനാളറിയും
സജ്ജന വാക്യം ശരിയല്ലേ?'

1948ലെ കോൺഗ്രസ് ഭരണം സൃഷ്ടിച്ച ഭീകരതയുടെ നടുക്കുന്ന ഓർമ്മകൾ! നാട്ടിലെ ആണുങ്ങളെല്ലാം ഒളിവിലാണ്. സ്ത്രീകളും കുട്ടികളും വൃദ്ധരും മാത്രമുള്ള വീടുകളിൽ എം.എസ്.പി.(മലബാർ സ്പെഷ്യൽ പോലീസ്)യുടെ നരനായാട്ട്. അതിലൊരു വീട്ടിൽ ഒരുവളുടെ കടിഞ്ഞൂൽ പ്രസവത്തിനായി മണിക്കൂറുകൾ മാത്രം. വീട്ടുകാരെ പുറത്താക്കി, വീട് പൂട്ടി എം.എസ്.പിക്കാർ സ്ഥലം വിട്ടു. പ്രസവ വേദനയിൽ പുളയുന്ന സ്ത്രീയ്ക്ക് കിണറ്റിൻകരയിലെ പ്ലാവിൻ ചോട്ടിൽ ഒരു പ്രസവമുറി തയ്യാറായി. കീറിയ ചാക്കും, തെങ്ങോലയും പിന്നിക്കീറിയ തുണികളും കൊണ്ട് മറച്ചുണ്ടാക്കിയ മുറി. ആ പ്ലാവിൻ ചോട്ടിൽ, നാടോടി കുടുംബങ്ങളെ അനുസ്മരിപ്പിക്കും വിധം ആദ്യ കൺമണി പിറന്നു. പേറ്റിച്ചിയുടെ സഹായം പോലും ലഭിക്കാതെ

മാനസികമായി തളർന്ന് ഒരു സ്ത്രീ അമ്മയായ നിമിഷം. അമ്മയുടെ ആദ്യ പ്രസവം! കാലം മാറി. ഇന്ന് ആ അധികാരി കുടുംബത്തിൽ പെട്ട പലരും, എം.എസ്.പിക്കാരുടെ കുടുംബാംഗങ്ങളും കമ്മ്യൂണിസ്റ്റ് പാർട്ടിയുടെ പ്രവർത്തകരും സഹയാത്രികരും ആണെന്നത് ചരിത്ര നിയോഗമായിരിക്കാം.

ആ അമ്മയ്ക്ക് പിന്നീട് പിറന്ന ഈ കുട്ടിയ്ക്കും ഉണ്ട് ഒരു പ്രത്യേകത. ഇവന്റെ ജനനത്തോടെ നാല് വ്യത്യസ്ത രാജ്യക്കാരുടെ സംഗമ വേദിയായി ഈ കുടുംബം. അച്ഛനും അമ്മയും ബ്രിട്ടീഷ് ഇന്ത്യയിൽ ജനനം. കൂടപ്പിറപ്പ് ഒരാൾ സ്വതന്ത്ര ഇന്ത്യയിലെ പൗരൻ. മറ്റൊരാൾ ഡൊമീനിയൻ ഇന്ത്യ റിപ്പബ്ലിക്കിലെ അംഗം.

1949 നവംബർ 29ന് ഭരണഘടന അംഗീകരിച്ച് നിയമമാക്കി നമുക്കായി സമർപ്പിക്കപ്പെട്ടെങ്കിലും ഇന്ത്യ പരമാധികാര റിപ്പബ്ലിക്കായത് 1950 ജനുവരി 26നാണ്. ഇന്ത്യൻ നാഷണൽ കോൺഗ്രസ് പൂർണസ്വരാജിനായി സമരം ആരംഭിച്ചതിന്റെ 20-ാം വാർഷിക ദിനമായിരുന്നു അന്ന്. ആ ഓർമ്മ നിലനിർത്താൻ കോൺഗ്രസ് പാർട്ടി എടുത്ത തീരുമാനത്തിന്റെ ഭാഗമായാണ് തീയതി നീട്ടിവെച്ചത്.

ഇന്ത്യൻ ഭരണഘടന 1935ലെ ഇന്ത്യാ ഗവ. നിയമത്തിൽ നിന്ന് സിദ്ധമായിട്ടുള്ള ഒന്നാണ്. ഇന്ത്യാ ഗവ. നിയമം മുഴുവനായി നടപ്പിലാക്കിയില്ല, 1937ൽ അതിന്റെ ഒരു ഭാഗം നടപ്പാക്കി. പ്രസ്തുത നിയമം യുക്താനുസരണം ഭേദപ്പെടുത്തിയാണ് 1947 ആഗസ്റ്റ് 15 മുതൽ ഭരണഘടനയുടെ ആരംഭം കുറിക്കുന്ന 1950 ജനുവരി 26വരെ ഇന്ത്യൻ ഡൊമീനിയൻ റിപ്പബ്ലിക്കിന്റെ ഭരണഘടനയാക്കിയത്. പുതിയ ഭരണഘടനയിൽ 1935ലെ നിയമത്തിൽ നിന്ന് പല വകുപ്പുകളും അതേപടി ഉൾപ്പെടുത്തിയിട്ടുണ്ട്.

ഒരു സമരത്തിന്റെ ഓർമ്മയ്ക്കായി ഭരണഘടനാ സമർപ്പണം നീട്ടിവെച്ചത് അംഗീകരിക്കാൻ അൽപം ബുദ്ധിമുട്ടുണ്ട്. ഭരണഘടനാ സമർപ്പണത്തിന് ശേഷം അങ്ങനെ പൂർണമായും 'ഇന്ത്യൻ ഇന്ത്യയായ' പരമാധികാര റിപ്പബ്ലിക്കിലാണ് ഇവന്റെ ജനനം. കരഞ്ഞുകൊണ്ട്, മുഷ്ടികൾ ചുരുട്ടി ഭൂമിയിൽ പ്രവേശിച്ച അവന്റെ മുഖം കണ്ടപ്പോൾ അമ്മയുടെ കണ്ണുകൾ തിളങ്ങി. പിന്നെ പുഞ്ചിരി വിടർന്നു.

കുട്ടിയുടെ ആദ്യത്തെ കരച്ചിൽ കേൾക്കുമ്പോൾ പുഞ്ചിരിക്കുന്ന ഏകജീവി മനുഷ്യസ്ത്രീ മാത്രം.

കളിയും കാര്യവും

'ഈ മക്കളെക്കൊണ്ട് ഞാൻ തോറ്റു.' (ശ്രദ്ധിക്കണം, മക്കളാണ്, ബഹുവചനം.)

വേനലവധിക്കാലത്ത് അമ്മമാരുടെ പരിദേവനം. മറ്റൊരുവിധത്തിൽ പറഞ്ഞാൽ ദിവസവുമുള്ള സ്നേഹമസൃണമായ ശകാരം.

പണ്ടത്തെ ബാല്യം 'എല്ലുന്തി'യതായിരുന്നു. എങ്കിലും പ്രസരിപ്പ് നിറഞ്ഞതാണ്. എപ്പോഴും ചലിച്ചുകൊണ്ടിരിക്കുന്ന ബാല്യം. ഇന്നത്തേത് അടങ്ങിയൊതുങ്ങിയ 'പിണ്ഡങ്ങളുടേയും'.

അമ്മമാരുടെ ശകാരത്തിന്റെ കാരണം എന്താണ്? കുട്ടികളുടെ കുരുത്തക്കേട് തന്നെ. അടങ്ങിയിരിക്കില്ല, കളി തന്നെ കളി. പകലന്തിയോളം കളികൾ.

എന്നാൽ ഈ കളികളും കളിസ്ഥലങ്ങളും ഭാവി ജീവിതത്തിന് ഉപയോഗപ്രദമായ അനുസരണം, സഹകരണം, എതിർത്തുനിൽക്കൽ, ചോദ്യംചെയ്യൽ അങ്ങനെ എന്തെല്ലാം പഠിപ്പിക്കുന്നു. സ്വാർത്ഥത എന്തെന്നറിയാത്ത, സ്വകാര്യമോ സ്വകാര്യ ദുഃഖങ്ങളോ ഇല്ലാത്ത ബാല്യം.

പ്രകൃതിക്ക് ഹാനിവരുത്താത്ത കളികളും കളി ഉപകരണങ്ങളും. അപ്പൻ തമ്പുരാന്റെ 'ഭൂതരായർ' എന്ന നോവലിലെ കഥാപാത്രം ചോദിച്ചത് പോലെ അന്നത്തെ മലനാടെവിടെ? ഇന്നത്തെ മലയാളികൾ എവിടെ? അന്നത്തെ കളികളും ഇന്നത്തെ സ്പോർട്സും; പഴയ തലമുറയിൽ നിന്നും വരുന്ന ചോദ്യങ്ങൾക്ക് നേരെ നെറ്റി ചുളിക്കരുത്.

അക്കാലത്തെ കുട്ടിക്കളികൾ എല്ലാം അപ്രത്യക്ഷമായി. അല്ല, നമ്മൾ സൗകര്യപൂർവ്വം ഒഴിവാക്കി, അല്ലെങ്കിൽ മറന്നു. എന്തൊക്കെയാണ് ആ കളികൾ? പെൺകുട്ടികൾക്ക് 'കക്ക്' കളി. ദീർഘചതുരാകൃതിയിലുള്ള കളം വരച്ച് മദ്ധ്യത്തിൽ മറ്റൊരു വര തുല്യ ഭാഗങ്ങളാക്കുന്നു. പിന്നീട് കളത്തിൽ കുറുകെയും വരകൾ ഇട്ട് ചതുരക്കളങ്ങൾ ഉണ്ടാക്കുന്നു. പല നിറത്തിലുള്ള പൊട്ടിയ മൺചട്ടി കഷ്ണങ്ങൾ ഓരോരുത്തർക്ക് കൊടുക്കും. അത് കളത്തിലെറിഞ്ഞ് ഒരു കാൽ പുറകോട്ട് മടക്കി മറ്റേക്കാലുകൊണ്ട് തട്ടിത്തെറിപ്പിച്ച്, ഒറ്റക്കാലിൽ കളിക്കുന്ന കളി. പെൺകുട്ടികളുടെ ശരീരവടിവിനും സൗന്ദര്യവർദ്ധനവിനും പ്രയോജനം ചെയ്യുന്ന കക്കുകളി. റിംഗ് എറിയുക, സകിപ്പിംഗ്, കൊത്തംകല്ല് എന്നിങ്ങനെ കളികൾ വേറെയും ധാരാളമുണ്ട്.

ആൺകുട്ടികൾക്ക് ഗോട്ടികളി. ഒരേ വരിയിൽ തുല്യ അകലത്തിൽ മൂന്ന് കുഴികൾ. തള്ളവിരൽ നിലത്തുറപ്പിച്ച് നടുവിരലിൽ ഗോട്ടി ഉറപ്പിച്ച് പിടിച്ച് വിരല് പുറകോട്ട് വലിച്ച് ഗോട്ടിയെ മുന്നോട്ട് തള്ളുന്നു. ഗോട്ടി കുഴിയിൽ വീണാൽ കളിക്കുന്നയാൾ തന്നെ അത് ആവർത്തിക്കുന്നു. സോഡി, ഢുഢുഢു എന്നിങ്ങനെ തടി ഇളക്കി മറിക്കുന്ന കളികൾ വേറെ. ഇന്നത്തെ ക്രിക്കറ്റിനെ ഓർമ്മിപ്പിക്കുന്ന- അല്ല തോൽപ്പിക്കുന്ന - കുട്ടിയും കോലും. ഓലകൊണ്ട് ചെറുപന്തുകളുണ്ടാക്കി, തലപ്പന്തുകളി. വൈക്കോലും ഉണങ്ങിയ വാഴയിലയും കൊണ്ട് ഫുട്ബോൾ ഉണ്ടാക്കി, അതുകൊണ്ടുള്ള മത്സരങ്ങൾ. ഇത്തരം ഫുട്ബോളിലൂടെയാണ് 'ഫുട്ബോൾ രാജാവ്' പെലെ കാൽപന്ത് തട്ടി പഠിച്ചതത്രെ.

കമുങ്ങിന്റെ പാളയും പട്ടയും കൊണ്ടുള്ള ഇന്ധനമില്ലാ വാഹനം കളികളിലെ മുഖ്യഘടകമാണ്. പാളയിൽ ഇരുത്തി പട്ടയിൽ പിടിച്ച് വലിക്കും. മുറ്റം, ഇടവഴി, വയൽവരമ്പ്, അങ്ങനെ യാത്ര ചെയ്ത് തിരിച്ചെത്തുമ്പോൾ ട്രൗസറിന്റെ മൂട് കീറി ചന്തിയിൽ നിന്നും ചോര ഒലിക്കുന്നുണ്ടാകും. പരാതിയും പരിഭവങ്ങളുമില്ലാത്ത മധുരിക്കുന്ന വേദനകൾ. ചോര ഒലിക്കുന്ന ചന്തിയിൽ ആനന്ദം കണ്ടെത്തുന്ന കൂട്ടുകാരികൾക്കിടയിലൂടെ പിന്നെ ഒരോട്ടമാണ്, അമ്മയുടെ അടുത്തേക്ക്.

കളിക്കാൻ തോട്ടിലും കുളങ്ങളിലും പോയാൽ വാഴത്തടികൊണ്ട് ചങ്ങാടമുണ്ടാവും. തോട്ടിലൂടെ തുഴഞ്ഞുള്ള ഒരു ജലയാത്ര. ആറൻമുള വള്ളംകളിയെ ഓർമ്മിപ്പിക്കുന്ന മത്സരങ്ങളും കുറവായിരുന്നില്ല.

മറ്റൊരിടത്ത് കയ്യെഴുത്ത് മാസിക തയ്യാറാക്കുകയായിരിക്കും ചിലർ. സ്വന്തം കവിതകൾ, കഥകൾ, ലേഖനങ്ങൾ എല്ലാംകൊണ്ട് സമ്പന്നമായ മാസിക. വർഷത്തിൽ നാലോ അഞ്ചോ എണ്ണം തയ്യാറാക്കും. വർണ്ണക്കടലാസുകൊണ്ട് പൊതിഞ്ഞ് മനോഹരമാക്കിയ പുറംചട്ട, പേജുകൾ നിറക്കൂട്ടുകളാൽ സമ്പന്നം. കൂട്ടുതലും ഇലച്ചായങ്ങൾ തന്നെയാണ് ഉപയോഗിക്കുക. പാട്ടിനും ലേഖനങ്ങൾക്കും യോജിച്ച വർണപ്രപഞ്ചം, അതും പൂക്കളും ഇലകളും അരച്ചുണ്ടാക്കിയ നിറങ്ങൾ കൊണ്ട് മാത്രം. കൊച്ച് കൊച്ചു തമാശകൾ, പഴഞ്ചൊല്ലുകൾ, മഹത്വചനങ്ങൾ എല്ലാം അതിനുള്ളിലുണ്ടാവും.

ഇതാ എട്ട് വയസ്സുകാരനായ എന്റെ ഒരു കവിത:

മാമ്പഴം മാവിൽ പഴുത്തു നിൽക്കും
കുട്ടികൾ താഴത്തു നോക്കി നിൽക്കും
അണ്ണാനും കാക്കയും കൂടി വന്നു
മറ്റു പലതരം പക്ഷികളും
മാവിന്റെ കൊമ്പത്തിരുന്നുവല്ലോ.
കുട്ടികൾ മാങ്ങയ്ക്കായി കാത്തിരുന്നു.

ഇന്നത്തെപ്പോലെ സാംക്രമിക രോഗങ്ങൾ പക്ഷിമൃഗാദികൾക്കുണ്ടായിരുന്നില്ല എന്നാണ് ഓർമ്മ. ഏതൊക്കെ പഴവർഗങ്ങൾ ഭക്ഷ്യയോഗ്യമാണെന്ന് ആദിവാസികളെ പഠിപ്പിച്ചത് പക്ഷിമൃഗാദികളാണല്ലോ. പക്ഷിമൃഗാദികൾ കഴിക്കുന്ന പഴങ്ങൾ ഭക്ഷ്യയോഗ്യമാണെന്നും ചിലതൊക്കെ മാരക വിഷമാണെന്നും മനസ്സിലാക്കി. ആനമയക്കി ചെടിയുടെ ഭീകരതയും ലഹരിയും കാട്ടാനകളിൽ നിന്നാണല്ലോ ആദിവാസികൾ മനസ്സിലാക്കിയത്.

എല്ലാം പ്രകൃതിയിൽ നിന്ന്, എല്ലാം പ്രകൃതിയിലേക്ക് അതായിരുന്നു കാലം.

ഉപയോഗശേഷം ഭൂമിക്ക് ഭാരമാകുന്നതും ദോഷമാകുന്നതുമായ വസ്തുക്കൾ കുറവായിരുന്നു, അഥവാ തീരെ ഉണ്ടായിരുന്നില്ലെന്ന് പറയാം.

അറിവ് തേടുന്ന കാലം

ദാ... മണി അടിച്ചു... മണി അടിച്ചു... ഓടിക്കോ... കൂട്ടത്തിലൊരുത്തൻ വിളിച്ചു പറഞ്ഞു കൊണ്ടിരിക്കുന്നു. ചിലർ ഏറ്റുപറയുന്നു. പിന്നെ ഒരോട്ടമാണ്, കൂട്ട ഓട്ടം.

യു.പി.സ്കൂൾ എന്ന അക്ഷര ഖനിയിലേക്ക്.. വീട്ടിൽ നിന്നും മൂന്ന് നാല് കിലോമീറ്റർ അപ്പുറമുള്ള മുയ്യം യു.പി.സ്കൂളിലേക്ക്..

വള്ളി ട്രൗസറാണ് വേഷം. പലരുടേയും കോണക ഭാഗം ഒഴികെ ബാക്കിയെല്ലാം തുറന്നു തന്നെ. കീറിയ ട്രൗസറല്ല, മറിച്ച് കീറലുള്ള ട്രൗസറുകളാകുന്നു.

കൂട്ടത്തിൽ മുറിക്കയ്യൻ കുപ്പായവും. ഒലിച്ചിറങ്ങുന്ന മൂക്ക് ഇടക്കിടെ തുടയ്ക്കാനും സ്ലേറ്റ് മായ്ക്കാനുമുള്ള തുണിക്കഷ്ണം പോലെ അത് മുന്നിൽ തൂങ്ങിക്കിടക്കും. കുടുക്കുകൾ നഷ്ടപ്പെട്ട് മറുഭാഗത്തുള്ള തുളകൾ മാത്രമായി ചില വല്യമ്മമാരുടെ കാത് പോലെ അതിങ്ങനെ കിടക്കും. പെൺകുട്ടികളുടെ പാവാടയാണെങ്കിലോ, രണ്ടോ മൂന്നോ പേരുടെ പാവാടകൾ ചേർന്നാലേ ഒരു പാവാടയുടെ പൂർണരൂപത്തിലെത്തുകയുള്ളൂ. ഇട്ടിരിക്കുന്ന ബ്ലൗസും ഇതിന്റെ മറ്റൊരു രൂപം.

മൂല പൊട്ടിയ സ്ലേറ്റ് ഫ്രെയിമിനിടയിലൂടെ വിരൽ കടത്തി, അങ്കച്ചുരിക പോലെ കോർത്തുപിടിച്ചുള്ള യാത്ര, കാണുന്നവരിൽ കൗതുകമുണർത്തും. തിരിച്ചു വരുമ്പോൾ ചിലരുടെ സ്ലേറ്റ് ഫ്രെയിം കഴുത്തിലും, സ്ലേറ്റ് കഷ്ണങ്ങൾ കുപ്പായ കീശയിലുമായിരിക്കും. വീട്ടിലെത്തിയാൽ ഈ കഷ്ണങ്ങൾ ഫ്രെയിമിനുള്ളിൽ രൂപപ്പെടുത്തുന്ന ശ്രമത്തിലായിരിക്കും പലരും.

ആർക്കും ആരോടും പരിഭവമില്ലാതെ, താരതമ്യം ചെയ്യാതെ, ആരും ആരേയും തോൽപ്പിക്കാതെ സന്തോഷത്തോടെയുള്ള നിഷ്കളങ്ക വിദ്യാഭ്യാസക്കാലം.

താളും തകരേം മുമ്മാസം
ചേനേം ചേമ്പും മുമ്മാസം
ചക്കേം മാങ്ങേം മുമ്മാസം
അങ്ങനെ ഇങ്ങനെ മുമ്മാസം

ഇതായിരുന്നു ഭൂരിപക്ഷം പേരുടേയും കുട്ടിക്കാലം.

പത്ത് മണിക്ക് സ്കൂളിലെത്താൻ എട്ട് മണി മുതൽ തന്നെ ഓരോരുത്തരായി വീടുകളിൽ നിന്നും ഇറങ്ങിത്തുടങ്ങും. എല്ലാവരും ഒത്തുചേർന്ന് ദണ്ഡിയാത്രയെ അനുസ്മരിപ്പിക്കുന്ന യാത്രയാവും അത്. വഴിയരികിലുള്ള മുള്ള്, മുരട്, മൂർഖൻ പാമ്പുകൾ, ഈച്ച, പൂച്ച, പട്ടി തുടങ്ങി സർവ്വജീവജാലങ്ങളോടും കുശലം പറഞ്ഞു കൊണ്ടുള്ള യാത്ര.

'ചപ്പിൽ' നിന്നും വളരുന്ന മഷിച്ചെടിയും വെള്ളം ശേഖരിക്കുന്ന വെളുപ്പും ചുവപ്പും നിറത്തിലുള്ള വെള്ളംകുടിച്ചെടിയും സ്ലേറ്റ് മായ്ക്കാനായി ഓരോരുത്തരും ശേഖരിക്കും. നാൽകാലികളിൽ നിന്നും രക്ഷ നേടാൻ കണ്ണുചിമ്മി ഉറങ്ങുന്ന തൊട്ടാവാടിയോട് കാരണം അന്വേഷിക്കും! എട്ടുകാലികളുടെ നെയ്ത്തും ശത്രുക്കളിൽ നിന്ന് രക്ഷ പെടാൻ സ്വന്തം വാല് മുറിച്ചു കളയുന്ന പല്ലികളുടെ സാമർത്ഥ്യവും വാതോരാതെ പറയും. കുയിലിന്റെ കൂട്ടിൽ കാക്കമുട്ടയിടുന്നതിന്റെ കാരണം പക്ഷേ പലർക്കും മനസ്സിലായില്ല.

കമുങ്ങിൻ തോട്ടങ്ങളിൽ അടക്ക പറിക്കുന്ന വിദ്യ ആശ്ചര്യത്തോടെ നോക്കി നിന്ന് സ്കൂളിൽ എത്തിച്ചേരാൻ വൈകിയ ദിവസങ്ങളുമുണ്ട്. വലിയ തോട്ടത്തിലെ നാല് ഭാഗങ്ങളിൽ നിന്നും ഓരോരുത്തർ കമുങ്ങിൽ കയറും. വലിച്ചിടുന്ന അടക്ക ദൂരെ തെറിച്ച് പോകാതിരിക്കാൻ ചാക്കുമായി ചിലർ താഴെ. ചാക്ക് ആട്ടിക്കൊണ്ട് വീഴ്ചയുടെ ആഘാതം അതിലേക്ക് ആവാഹിക്കുന്നവർ. ഒരു മരത്തിൽ നിന്ന് പറിച്ച് കഴിഞ്ഞാൽ അതിൽ കയറിയയാൾ പിന്നീട് അതിന്റെ മുകളിൽ നിന്നും കമുങ്ങിനെ ആട്ടി ഉലക്കും. ആ ഉലച്ചിലിനിടയിൽ അടുത്തുള്ള കമുങ്ങിൻ പട്ടയിൽ അയാൾ പിടിമുറുക്കിയിരിക്കും. പിന്നീട് രണ്ട് കമുങ്ങും ഒന്നിച്ച് ആട്ടുന്നതിനിടയിൽ ഒരു കൂടുമാറ്റം സംഭവിച്ചിരിക്കും. സർക്കസിലെ ട്രപ്പീസ് പോലെ ആദ്യ കമുങ്ങിൽ നിന്നും രണ്ടാമത്തേതിന്റെ മണ്ടയിലേക്ക് അഭ്യാസിയുടെ സ്ഥാനം മാറും. വാനരന്മാരെ അനുസ്മരിപ്പിക്കുന്ന ഈ വിദ്യയുടെ ആവർത്തനം അവസാനത്തെ കമുങ്ങിൻ മണ്ടവരെ തുടരും. തോട്ടത്തിന്റെ നടുക്ക് നാലുപേരും എത്തിക്കഴിഞ്ഞാൽ പിന്നെ കമുങ്ങിൽ നിന്നും ഊർന്ന് ഇറക്കമാണ്. അപ്പോഴും താളാത്മകമായ ഒരു പാട്ട് അവരുടെ

ച്ചുണ്ടിൽ നിന്ന് പുറത്തേക്കെത്തുന്നുണ്ടാവും.

വർഷകാലമായാൽ വയലിൽ കന്ന് പൂട്ടുന്ന ചന്തമാണ്. രണ്ട് കാളകളുടെ മുതുകിൽ ഒരു മരക്കഷ്ണം, അതിൽ നിന്നും നീണ്ട വടി, വടിയുടെ താഴെ അറ്റത്ത് നിലം ഉഴാനുള്ള നുകം, മറ്റേ അറ്റം കർഷകന്റെ കയ്യിലും. നുകം പിടിപ്പിച്ച വടിയിൽ പിടിച്ചുകൊണ്ട് കാളകളെ നിയന്ത്രിച്ച്, അവയെ തലങ്ങും വിലങ്ങും ഓടിച്ച് ഭൂമീദേവിയ്ക്ക് മുകളിൽ നേർരേഖകളാൽ നല്ലൊരു ചിത്രം വരച്ചു ചേർത്തിരിക്കും. കന്നുപൂട്ടി കഴിഞ്ഞതിന് ശേഷമുള്ള കാളകളുടേയും കർഷകന്റേയും വിസ്തരിച്ചുള്ള കുളിയ്ക്ക് പോലും ഒരു കാർഷിക സംസ്ക്കാരവും സൗന്ദര്യവും ഉണ്ട്.

തുടർന്നുള്ള വിത്ത് വിതയ്ക്കൽ, അതിൽ നിന്ന് മുളയ്ക്കുന്ന ഞാറുകൾ. ഞാറ് പറിച്ച് നിരനിരയായി നടുന്ന കല സ്ത്രീകളുടെ മാത്രം സ്വന്തം. അതിനിടയിലുള്ള അവരുടെ നാട്ടിപ്പാട്ട് രസകരവും വിജ്ഞാനപ്രദവും ചരിത്രസ്മരണകൾ ഉണർത്തുന്നതുമാണ്. വീരപുരുഷന്മാരെക്കുറിച്ചും മഹിളാരത്നങ്ങളെക്കുറിച്ചുമുള്ള പാട്ടുകൾ ആവേശമുണർത്തും. ചിലപ്പോൾ വയൽവരമ്പിലെ വഴിയാത്രക്കാരേയും ജന്മിപുത്രന്മാരേയും കളിയാക്കിക്കൊണ്ട് നിമിഷകവിതകളുമുണ്ടാക്കുന്ന ഇവരുടെ കഴിവ് അപാരമാണ്.

ഒരു ഞാറ്റുപാട്ട് അഥവാ നാട്ടിപ്പാട്ടിന്റെ ഏതാനും വരികൾ:

തച്ചോളി ഒതേനൻ കുഞ്ഞോതേനൻ
ലോകനാർകാവിലെ കുഞ്ഞനല്ലോ...
ലോകനാർകാവിലെ അമ്മയാണേ
മുങ്ങിക്കുളിക്കുവാൻ കുളവും കണ്ടു
അരയാൽത്തറയിലിരുന്നു അമ്മ
തച്ചോളീലുണ്ടൊരു പെണ്ണുംപിള്ള
ഓളു കുളിച്ചോണ്ടുവരും നേരത്തു
അമ്മയോടിങ്ങനെ ചോദിച്ചല്ലോ...

നോക്കെത്താ ദൂരത്തോളമുള്ള നേന്ത്രവാഴ കൃഷി ഈ നാടിന്റെ മുഖമുദ്രയാണ്. കുലച്ചുനിൽക്കുന്ന വാഴക്കുലയും അതിന്റെ അറ്റത്ത് പതക്കം പോലെ ഒരു കൂമ്പും. കൂമ്പുകളിലെ പോളകൾക്കിടയിൽ നിന്ന് തേൻ കുടിക്കുന്ന അണ്ണാറക്കണ്ണനും പക്ഷിക്കൂട്ടങ്ങളും തേനീച്ചകളും ഒരു മത്സരം തന്നെ നടത്തും. ചിലപ്പോൾ ഈ കുട്ടിപ്പട്ടാളക്കാരും കൂട്ടത്തിൽ സ്ഥാനം പിടിക്കും.

മുതിരയും ഉഴുന്നും ഇടവിള കൃഷികളാണ്. ഇവ മൂപ്പെത്തിയാൽ പറിച്ചെടുത്ത് കീശ നിറക്കുന്നതും പരസ്പരം പങ്കുവെച്ച് തിന്നുന്നതും

അനുവദനീയമായ ഒരു രീതിയായിരുന്നു. ഇതിലും രസകരമാണ് പച്ചക്കറി കൃഷി. തോട്ടിൽ നിന്നും 'ഏത്തം' ഉപയോഗിച്ച് വെള്ളം ഉയർത്തി, വലിയ ചാലുകളിലൂടെയുള്ള ജലസേചനം. കുട്ടികളുടെ വികൃതിമൂലം ജലസേചനം തടസപ്പെടുകയോ വഴിതിരിച്ചുവിടുകയോ ചെയ്യുന്നത് സാധാരണമാണ്. ആ ചാലുകളിലേക്ക് കടലാസ് തോണി ഇറക്കിയിട്ട് ഓട്ടം. ആരാണ് ആദ്യം മുന്നിലെത്തുക, തോണിയോ അതോ... എന്ന വാശിയോടെ. വെള്ളരി, ഇളവൻ, മത്തൻ, ചീര, കയ്പ, വെണ്ട, പടവലം, കക്കിരി തുടങ്ങിയ പാകമെത്തിയ പച്ച ക്കറികൾ. ചിലത് ഭൂമിദേവിയുടെ അനുഗ്രഹത്തിനായി താഴോട്ടും ചിലത് അനുഗ്രഹം വാങ്ങി മേലോട്ടും വേറെ ചിലത് ഭൂമിദേവിയെ സാഷ്ടാംഗം നമസ്ക്കരിച്ചും നിൽക്കുന്ന മനോഹരമായ കാഴ്ച.

രസകരമായ മറ്റു ചില അനുഭവങ്ങളുമുണ്ട്. വേനൽകാലത്ത് തോട് മുറിച്ചു കടന്നുള്ള എളുപ്പവഴിയാണ് സ്കൂളിലേക്ക്. നിറഞ്ഞുകവിഞ്ഞ് കരകളെ മുഴുവൻ വെള്ളത്തിലാക്കുന്ന തോട് വേനൽക്കാലത്ത് കൊച്ചരുവി മാത്രമായി മാറും. അത് കടക്കുമ്പോഴുള്ള അഭ്യാസം രസകരമാണ്. ഇടതുപാദം കൊണ്ട് വെള്ളം കോരിയെടുത്ത് വലതുകാല് കൊണ്ട് ശക്തിയായി തട്ടും. ആ തട്ടലിലും തലോടലു കളിലും അഞ്ച്-എട്ട് മീറ്റർ വരെ ദൂരേക്ക് വെള്ളം ചീറ്റി ചിതറും. പെൺകുട്ടികളുടെ പാവാട മുഴുവൻ നനയും. കുസൃതി പരിഭവങ്ങളു മായി ഇനി നിങ്ങളോടൊപ്പം വരില്ലെന്ന ശപഥവും വരും. എന്നാൽ ആ ശപഥത്തിന്റെ ആയുസ്സ് അഞ്ച് മിനുട്ട് പോലും ഉണ്ടാകില്ല.

ഈ യാത്രകളിൽ ആൺകുട്ടികൾക്ക് വേറിട്ട ഒരു പന്തയമുണ്ട്. എല്ലാവരും ഒറ്റവരിയിൽ ഒരേ ദിശയിലേക്ക് നോക്കി നിൽക്കും. എന്നിട്ട് മൂത്രം ഒഴിക്കും. ഏറ്റവും ദൂരെ ആരുടെ മൂത്രമെത്തുമോ അവൻ വിജയി. ഈ മത്സരത്തിൽ വിജയി മിക്കപ്പോഴും ഇവൻ തന്നെ. ഇതിന്റെ രഹസ്യം പരസ്യമാക്കാം. വയറ് നിറയെ വെള്ളം കുടിക്കുക, വിജയം സുനിശ്ചിതം. രണ്ട് പതിറ്റാണ്ടിന് ശേഷം ഒരു പ്രതികാരത്തിന് ഈ 'കഴിവ്' ഉപകാരപ്രദമായി. കൊല്ലം 1978, സർക്കാർ ജീവനക്കാർ പണിമുടക്ക് സമരരംഗത്താണ്. സമരത്തി ന്റെ മൂർദ്ധന്യതയിൽ എന്നെയടക്കം കുറേപ്പേരെ അറസ്റ്റ് ചെയ്തു. കോഴിക്കോട് ജില്ലാ ജയിലിലേക്ക് മാറ്റി. ജയിൽ വാർഡന് സമര ത്തോടും സമരക്കാരോടും പുച്ഛമനോഭാവമായിരുന്നു. പെരുമാറ്റമാ ണെങ്കിൽ അസഹനീയം. അയാളെ ഒരു പാഠം പഠിപ്പിക്കാൻ തന്നെ തീരുമാനിച്ചു. നീളത്തിലുള്ള വലിയ കെട്ടിടം. രണ്ട് ഭാഗങ്ങളിലും നിരനിരയായി മുറികൾ. വാതിൽ നല്ല വണ്ണമുള്ള ഇരുമ്പുകമ്പികൾ

കൊണ്ട് ദൃഢമാക്കിയിട്ടുണ്ട്. ഇതിനിടയിൽ നാലടി വീതിയുള്ള ഇടനാഴി. കറണ്ട് പോയാൽ റാന്തൽ വിളക്ക് കത്തിച്ച് വാതിലിൽ നിന്ന് കയ്യെത്താത്ത ദൂരത്തിൽ വയ്ക്കും. ഈ വിളക്ക് പൊട്ടിക്കണം, തീരുമാനിച്ചു. അന്ന് വയറുനിറയെ വെള്ളം കുടിച്ച്, എല്ലാവരും ഉറങ്ങുംവരെ കാത്തിരുന്നു. രണ്ട് ഭാഗത്തുമുള്ള തടവുകാർ ഉറങ്ങിയെന്ന് ബോധ്യമായപ്പോൾ വാതിലിനിടയിലൂടെ ചരിഞ്ഞു നിന്ന് മൂത്രശങ്ക തീർത്തു. പൈപ്പ് പൊട്ടി വെള്ളം ചീറ്റുന്നത് പോലെ മൂത്രം തെറിച്ച് ഒടുവിൽ അത് സംഭവിച്ചു. ചൂടുപിടിച്ച് നിൽക്കുന്ന റാന്തലിന്റെ ചില്ലുഗ്ലാസ് പൊട്ടിച്ചിതറി.

രാവിലെ വാർഡൻ വന്നുള്ള കോലാഹലങ്ങൾ പറയേണ്ടതില്ലല്ലോ. സംഭവത്തിൽ അന്വേഷണവുമുണ്ടായി. ജയിലിനുള്ളിൽ നടക്കുന്ന ചെറിയ തെറ്റുകുറ്റങ്ങൾക്കും അപകടങ്ങൾക്കും ഡ്യൂട്ടിയിലുള്ള വാർഡൻ സമാധാനം പറയണം. വാർഡന്റെ അശ്രദ്ധ മൂലമുണ്ടായെന്ന് പറയപ്പെടുന്ന ഈ സംഭവത്തിന് അയാൾക്ക് ശിക്ഷ കിട്ടി. സുഹൃത്തായ ജയിൽ വെൽഫെയർ ഓഫീസർ ഇതെങ്ങനെ സംഭവിച്ചെന്ന് എന്നോട് ഒരു ദിവസം ചോദിച്ചിരുന്നു. പക്ഷെ കാര്യം ഇപ്പോഴും രഹസ്യമായിത്തന്നെ നിലനിൽക്കുന്നു.

സ്കൂളിലേക്കുള്ള വഴി വീടുകളുടെ അടുക്കളപ്പുറം, മുറ്റം, മതിലുകളില്ലാത്ത പറമ്പ് എന്നിവയിലൂടെയുള്ള ഒറ്റയടിപ്പാതയാണ്. അഴകളിൽ ഉണക്കാനിട്ടിരിക്കുന്ന തുണികൾ പിന്നിമാറ്റിയും വീട്ടുകാരുടെ കുശലങ്ങൾക്ക് മറുപടി നൽകിയും കലപില ശബ്ദത്തോടെയുള്ള യാത്ര. വഴിയരികിലുള്ള ഈ വീടുകളിലെ ആഘോഷങ്ങളിൽ മുഖ്യക്ഷണിതാക്കളും ഈ ആൾക്കൂട്ടം തന്നെ. പ്രത്യേകിച്ചും പിറന്നാൾ ആഘോഷങ്ങൾക്ക്. പിറന്നാളിന്റെ മുഖ്യവിഭവം മാക്കറി -അരിപൊടിച്ച് ശർക്കരയും നാളികേരവും ചേർത്തുള്ള ഒരുതരം പായസം.

സ്കൂളിൽ നിന്നും വരുമ്പോൾ ചില ദിവസങ്ങളിൽ 'മാക്കറി'ക്കുള്ള ക്ഷണം ഏതെങ്കിലും വീടുകളിൽ നിന്നും ഉണ്ടാകും. ചില വീടുകളിലെ മാക്കറികൾക്ക് മധുരം കുറവായിരിക്കും. അതോ പിള്ളേർക്ക് അത്രമതി എന്ന് കരുതി കുറയ്ക്കുന്നതോ!

അങ്ങനെയുള്ള വീടിന്റെ പരിസരത്തുകൂടെ നടക്കുമ്പോൾ മിണ്ടാതെ, മണങ്ങി മണങ്ങി (കുനിഞ്ഞ്) എല്ലാവരും ഒരോട്ടമാണ്. വീട്ടുകാരെ വെറുപ്പിക്കാതെ ഇഷ്ടമില്ലാത്ത ഭക്ഷണം വേണ്ടെന്ന് വയ്ക്കാനുള്ള ഒരുവഴിയാണ് ഈ മണങ്ങി ഓട്ടം.

ഈ യാത്രകളിലൊക്കെ ഭയപ്പെടുത്തുന്ന ഏകജീവി ഓന്താണ്. പാമ്പുകളെയൊന്നും ഇത്രയധികം ഭയമുണ്ടായിരുന്നില്ല. അത്

അജ്ഞതകൊണ്ടായിരിക്കാം. എന്നാൽ ഓന്ത് കുട്ടികളെ നോക്കിനിന്ന് ചോര ഊറ്റി കുടിക്കുമ്പോലും. അതും പൊക്കിളിലൂടെ. അങ്ങനെ ചോര കുടിച്ച് വീർത്താണ് കഴുത്തിൽ തൂങ്ങിക്കിടക്കുന്ന ചുവന്ന മുഴ ഉണ്ടായത് പോലും. ആ മുഴ കാണുമ്പോൾ പേടിയാണ്. ഓന്തിനെ കണ്ടാൽ പൊക്കിൾ ഭാഗം കൈകൊണ്ട് പൊത്തിപ്പിടിച്ച് കൂട്ട ഓട്ടമാണ്. ആ ഓട്ടത്തിനിടെ വീണ് പരിക്കേൽക്കുന്നതും കുറവല്ല.

ഇന്നത്തെപ്പോലെ 'മഴ മഴ കുട കുട' എന്ന പരസ്യങ്ങൾ ഒന്നും അന്നുണ്ടായിരുന്നില്ല. ബ്രാന്റ് അംബ്രല്ല എന്നത് സങ്കൽപ്പത്തിലും ഇല്ല. ഓലക്കുട, അത് വ്യത്യസ്ത തരത്തിലുണ്ട്. നീളൻ കാലുള്ള കുട കുട്ടികൾക്കും മുതിർന്നവർക്കും വെവ്വേറെ വലുപ്പത്തിൽ. തൊപ്പിക്കുട കന്നുപൂട്ടുകാർക്കും കാലിമേയ്ക്കുന്നവർക്കും. കളക്കുട, കുടകളുടെ രാജ്ഞി, അത് കർഷക സ്ത്രീകൾക്ക് സ്വന്തം. ഞാറ് നടുമ്പോഴും കള പറിക്കുമ്പോഴും ശരീരം മൊത്തമായി സംരക്ഷിക്കുന്ന അഞ്ച്-ആറടി വ്യാസമുള്ള കുടയാണത്. കുനിഞ്ഞ് നിന്ന് പണിയെടുക്കുമ്പോൾ പുറത്ത് സ്വതന്ത്രമായി നിന്നുകൊള്ളും. ശീലക്കുട അധ്യാപികമാരുടെ കയ്യിൽ കാണാറുണ്ട്. അദ്ധ്യാപകർക്ക് വളഞ്ഞ കാലുള്ള ശീലക്കുടയാവും. വൈവിദ്ധ്യമേറിയ മറ്റു ചില കുടകൾ കൂടി ഉണ്ട്. വാഴയില, ചേമ്പില, തേക്കില, പാള.. ഇതെല്ലാം ഓരോ ബ്രാന്റുകളാണ്. പാളത്തൊപ്പിയും, പാളക്കുടയും വേറെ ബ്രാന്റ്. ഇതിനൊന്നും സാധ്യത ഇല്ലെങ്കിൽ സ്വന്തം കൈകളും സ്ലേറ്റും തല സംരക്ഷിക്കും. ഇവയിൽ ശീലക്കുട മുതൽ ഓലക്കുട വരെ പരിസ്ഥിതി സംരക്ഷകരാണ്. ശീലക്കുടയുടെ ഇരുമ്പു കമ്പികൾ പുനരുപയോഗത്തിന് ഉപകരിക്കും. ശീല പഞ്ഞികൊണ്ടുള്ള തുണി ആയതിനാൽ ഭൂമിയിൽ ലയിക്കും.

ഏഴ് വർഷത്തെ വിദ്യാസമ്പാദനത്തിനും കുസൃതിത്തരങ്ങൾക്കും വിരാമമിട്ട് ഗുരുജനങ്ങളുടെ അനുഗ്രഹാശിർവാദങ്ങളോടെ പ്രൈമറി സ്കൂളിനോട് വിട പറഞ്ഞു. വിടുതൽ സർട്ടിഫിക്കറ്റുമായി കൊച്ചു ആൾക്കൂട്ടം ഹൈസ്കൂളിലേക്ക്. വീടുകളിൽ നിന്ന് അഞ്ച്-ആറ് കിലോമീറ്റർ അകലെയുള്ള ഹൈസ്കൂളിലേക്ക്. തളിപ്പറമ്പ് മൂത്തേടത്ത് ഹൈസ്കൂൾ.

അങ്ങോട്ടുള്ള യാത്രയും കാൽനടയായി തന്നെ. കുന്നുകളും കുഴികളും കയറ്റങ്ങളും ഇറക്കങ്ങളും വയലും വരമ്പും നിറഞ്ഞ നാട്ടുവഴികളിലൂടെയാണ്. വാഹനയാത്ര, അതെന്താണെന്ന് പോലും ചിന്തിക്കാത്ത കാലം. സ്കൂളിലേക്കുള്ള വഴികൾ മുഴുവൻ കുട്ടികളുടെ കലപില സംഗീതത്താൽ മുഖരിതമായിരിക്കും. റോക്കറ്റ്

വിട്ടതുപോലുള്ള ഇന്നത്തെ കുട്ടികളുടെ വാഹനയാത്ര അന്ന് സ്വപ്ന ത്തിൽ പോലും ഉണ്ടായിരുന്നില്ല. സന്തോഷപ്രദവും വിജ്ഞാനപ്രദ വുമായിരുന്ന അക്കാലത്തെ സ്കൂളിൽ പോക്ക്.

നിറയെ കശുമാവുള്ള (പറങ്കിമാവ്) കുന്നിൻ പ്രദേശം. മൂത്ത് പഴുത്ത് നിൽക്കുന്ന പറങ്കിമാങ്ങകളുടെ തോട്ടം കദളീവനത്തെ തോൽപ്പിക്കും. കണ്ണിനും നാവിനും ആനന്ദം നൽകുന്ന പഴമാണ് കശുമാങ്ങ. ഇളംപ്രായത്തിൽ കടുംപച്ചനിറം. പഴുത്ത് കഴിഞ്ഞാൽ കടുംചുവപ്പ്, അല്ലെങ്കിൽ മഞ്ഞ, ചിലതിന് രണ്ടും കൂടിക്കലർന്ന നിറം. മാങ്ങയിൽ മധുരമുള്ള നീര് ഉണ്ടാവും. ഒരു മാങ്ങയിൽ നിന്ന് അര ഗ്ലാസിലധികം നീര് ലഭിക്കും. നാലഞ്ചെണ്ണം അകത്താക്കിയാൽ നല്ലൊരു ഏമ്പക്കം, ഇനി മതി എന്ന് നമ്മെ ഓർമ്മപ്പെടുത്തും. ധാരാളം വിറ്റമിൻ അടങ്ങിയ പഴമാണ്. നാടൻ മദ്യമുണ്ടാക്കാൻ (റാക്ക്) ഇത് ധാരാളമായി ഉപയോഗിക്കുന്നുണ്ട്. കശുമാങ്ങയുടെ നീര് വസ്ത്രങ്ങളിലായാൽ ഉടൻ അവിടം കറുത്തകറ-പുള്ളിക്കറ- വീഴും. ഏത് വിദഗ്ധ അലക്കിനും അതിനെ മായ്ച്ച് കളയാൻ സാധ്യമല്ല. അതുകൊണ്ടുതന്നെ മാങ്ങാക്കാലം കഴിയുമ്പോഴേക്കും വസ്ത്രങ്ങളിൽ ലോക ഭൂപടം തെളിഞ്ഞിട്ടുണ്ടാകും.

മാങ്ങ തിന്നതിന് ശേഷം ശേഖരിക്കുന്ന അണ്ടി സൂക്ഷിച്ച് വയ്ക്കും. ഒഴിവ് ദിവസങ്ങളിൽ കരിയിലകളും ഓലയും കൂട്ടിയിട്ട് ചുട്ട് തല്ലി പ്പൊളിച്ച് അണ്ടിപ്പരിപ്പെടുത്ത് തിന്നും. ഒരു ദിവസം പറങ്കിമാവിൽ കയറിയപ്പോൾ കൊമ്പ് പൊട്ടി ട്രൗസർ മരക്കൊമ്പിൽ കൊളുത്തി കുറേസമയം 'കപീഷി'നെ ഓർമ്മിപ്പിക്കും വിധം തലകീഴായി തൂങ്ങി ക്കിടന്നു. അപ്പോൾ അതുവഴി വന്ന ഒരു ഏട്ടൻ രക്ഷപെടുത്തിയത് ഇന്നും ഓർക്കുന്നു.

കശുമാവിൻ തോട്ടം കഴിഞ്ഞാൽ നാടൻ മാവുകളുടെ നിരയുള്ള വലിയൊരു പറമ്പുണ്ട്. നാട്ടുമാങ്ങകളുടെ കൂട്ടത്തിൽ വമ്പനാണ് ബപ്പക്കായ് മാങ്ങ. നമ്പ്യാർ മാങ്ങ, പനസാര മാങ്ങ, പുളിയൻ മാങ്ങ എന്ന മധുരമുള്ള ചെറുമാങ്ങ എന്നിങ്ങനെ വഴിയോരങ്ങളിൽ സുലഭമാണ്. നാടൻ മാങ്ങയെക്കുറിച്ച് ധാരാളം പറയാനുണ്ട്. കണ്ണൂർ ജില്ലയിലെ കണ്ണപുരത്താണ് ഏറ്റവും കൂടുതൽ നാട്ടുമാവുകൾ ഉള്ളത്. കണ്ണപുരം പഞ്ചായത്തും ജൈവവൈവിദ്ധ്യ ബോർഡും ഹരിതമി ഷനും ഉത്തരവാദ ടൂറിസം മിഷനും നാട്ടുമാഞ്ചോട്ടിൽ കൂട്ടായ്മയും ചേർന്ന് കണ്ണപുരത്തെ നാട്ടുമാവ് പൈതൃക ഗ്രാമമായി പ്രഖ്യാപിച്ചത് അടുത്ത കാലത്താണ്. രുചി, മണം, രൂപം, നിറം എന്നിവക്കനുസ രിച്ച് നാട്ടുമാങ്ങയ്ക്ക് നാട്ടുകാർ പേരിടുന്നു. അതിമധുരമുള്ളതും, മധുരവും

പുളിയുമുള്ളതും, ചവർപ്പുള്ളതുമായ മാങ്ങകൾ ഉണ്ട്. ഗോട്ടിയുടെ വലുപ്പത്തിലുള്ള ഗോട്ടിമാങ്ങ. തേങ്ങയുടെ വലുപ്പമുള്ള തേങ്ങാമാങ്ങ, കാണാൻ അതിമനോഹരവും കഴിക്കാൻ പറ്റാത്തതുമായ സിന്ദൂരപ്പുളിയൻ, മൊരികട്ടി നാരിപ്പുളിയൻ എന്നിങ്ങനെ സവിശേഷതകൾ പലതാണ് പേരിന് അടിസ്ഥാനം.

അതിമധുരമുള്ള കാട്ടുക്കാച്ചി ഇനത്തിൽപ്പെട്ട 22 ഇനം മാങ്ങകൾ ഉണ്ട്. മഞ്ഞപഞ്ചാര, പുതുക്കൊടി പഞ്ചാര, വെല്ലത്താൻ, വടക്കൻ മധുര, കടുക്കാച്ചി എന്നിവ ചിലതു മാത്രം. തക്കാളി മാങ്ങ, ആപ്പിൾ മാങ്ങ, കരിമീൻ കൊക്കൻ, പെൻഗ്വിൻ സേലൻ, സിന്ദൂര രേഖ, കണ്ണപുരം റെഡ്, ചെമ്പൽ മധുരം, പച്ചമധുരം, തേനണ്ട, കാലപ്പാടി ബബ്ബൂസ്, പവിഴരേഖ, മഞ്ഞക്കൽക്കണ്ടം, സിന്ദരി ഊറൽ, മഞ്ഞബപ്പക്കായി, വെണ്ണീർ പുളിയൻ, കോലൻഡ, മുട്ടിച്ചോപ്പൻ, സുലോചന തുടങ്ങിയവയും നാടൻ മാമ്പഴങ്ങൾ തന്നെ. ഇങ്ങനെ കണ്ണപുരം കറുവക്കാവ് പരിസരത്ത് 372തരം നാട്ടുമാവുകൾ ഉണ്ടെന്ന് നാട്ടുകാർ സാക്ഷ്യപ്പെടുത്തുന്നു. ഈ മാവുകളുടെ സംരക്ഷണത്തിനും പുനരുജ്ജീവനത്തിനും കരിമ്പം (തളിപ്പറമ്പിലുള്ള) ജില്ലാ കൃഷി ഫാമിന്റെ സഹായം ഇവർക്ക് ലഭിക്കുന്നുണ്ട്.

ഇതിൽ ബപ്പക്കായ് മാവ് ഉയരം കുറഞ്ഞ് പടർന്ന് വളരുന്നതാണ്. പച്ചമാങ്ങ നല്ല പുളിയായിരിക്കും. കണ്ണിമാങ്ങ ആകുമ്പോൾ തന്നെ അത് പറിച്ച് തിന്നാൻ തുടങ്ങും. ചുട്ടെടുത്ത വറ്റൽമുളകും ഉപ്പും കൂട്ടി പച്ചമാങ്ങ ചവയ്ക്കുമ്പോഴുള്ള രുചി ലോകത്തിലെ മറ്റൊരു ഭക്ഷ്യപദാർത്ഥത്തിനും ഇല്ല.

കൊയ്ത്ത് കഴിഞ്ഞ വയൽ വരമ്പിലൂടെയുള്ള യാത്ര മറ്റൊരനുഭവമാണ്. കൊയ്ത്തിന് ശേഷം പാടത്ത് ഒഴിഞ്ഞുപോയ നെൽക്കതിർ പെറുക്കിക്കെട്ടുന്ന 'കാലിപറിക്കൽ' നല്ലൊരു കലയാണ്. ലഭിക്കുന്ന നെൽക്കതിർ കൂട്ടിക്കെട്ടി കുലകളാക്കി ഉമ്മറത്തെ കഴുക്കോലിലോ പട്ടികകളിലോ തൂക്കിയിടുന്നത് ഐശ്വര്യത്തിന്റെ ചിഹ്നമായി കരുതുന്നു. അമ്മമാർ കതിർ മണികളാക്കി പുഴുങ്ങിക്കുത്തി അവലുണ്ടാക്കും. ആ അവലിന്റെ രുചി അറിഞ്ഞാവണം കുചേലൻ തന്റെ സതീർത്ഥ്യന് സമ്മാനമായി അവൽ തന്നെ തിരഞ്ഞെടുത്തത്.

ഇങ്ങനെ ഒരു കാലിപറിക്കൽ പഞ്ചാബിലെ ജലന്ധറിലൂടെയുള്ള യാത്രയിലും അനുഭവിച്ചു. ജലന്ധറിൽ നിന്നും നാട്ടിൻപുറങ്ങളിലേക്കൊരു സൈക്കിൾ യാത്ര നടത്തി. നോക്കെത്താദൂരം വരെ പരന്നു കിടക്കുന്ന വയലുകളിൽ നിന്നും ഗോതമ്പ് കതിരുകളും നെൽക്കതിരുകളും ശേഖരിക്കുന്ന കുട്ടികളുടെ നീണ്ടനിരയാണ്. ഒരു ദിവസം

അവരിലൊരാളായുള്ള കുശലം പറച്ചിലും നെല്ല്-ഗോതമ്പ് കതിർ ശേഖരിക്കലും മരിക്കാത്ത ഓർമ്മകൾ തന്നെ.

ഇതൊന്നും ലഭ്യമല്ലാത്ത കാലത്താണ് ആൽത്തറയിലെ സംഭാരത്തെ ആശ്രയിക്കുക.

കാൽനടക്കാർക്കായി ആൽത്തറയിൽ സംഭാരവും വാഴപിണ്ടിപ്പെരക്കും സൗജന്യമായി നൽകുന്ന പതിവ് അക്കാലത്തുണ്ട്. ആൽത്തറയുടെ മുകളിൽ നിൽക്കുന്ന കാരണവർ കോട്ടിയ പാളയിൽ നിന്നും കൈക്കുമ്പിളിലേക്ക് സംഭാരം ഒഴിച്ച് തരും. കൈക്കുമ്പിളിൽ കുടിക്കാനറിയാത്തവർക്ക് ചിരട്ടകളിലും നൽകും. അതിനുശേഷം പെരക്ക്, വാഴപ്പിണ്ടിക്കാമ്പ് മുളകുപൊടിയും ഉപ്പും ചേർത്ത മിശ്രിതം വായ്ക്കുള്ളിലെത്തും മുമ്പെ വായിൽ ഉറവ് സൃഷ്ടിച്ചിരിക്കും. അത്രയ്ക്കും രസമുള്ളതും ആരോഗ്യപ്രദവുമാണ് ഈ പെരക്ക്.

ആൽത്തറയ്ക്ക് സമീപം ചുമടുതാങ്ങികളും ഉണ്ടാകും. സാധന സാമഗ്രികൾ തലച്ചുമടായി നാഴികകളോളം ചുമക്കുന്നവർക്ക് ഒരു അത്താണിയാണ് ഇവിടം. അത്തരം ചുമടുതാങ്ങികൾ ഇന്നും കോഴിക്കോട് പന്നിയങ്കര പോലീസ് സ്റ്റേഷനടുത്ത് കാണാം.

സ്കൂളിലേക്കുള്ള ഈ ദീർഘയാത്ര മഴക്കാലത്ത് ദുരിതമാണ്. കാറ്റത്ത് കുട പറന്ന് പോകും. ചിലപ്പോൾ കുട അകംമറിയും. എല്ലാവർക്കും കുട ഇല്ലാത്ത കാലവുമാണെന്ന് നേരത്തെ പറഞ്ഞല്ലോ. ഉള്ളവരുടെ കുടക്കീഴിൽ മൂന്നും നാലും പേരെങ്കിലുമുണ്ടാവും. നനഞ്ഞ് കുതിർന്ന പുസ്തകങ്ങളും വസ്ത്രങ്ങളുമായി വീട്ടിലെത്തിയാൽ ആദ്യം പുസ്തകങ്ങൾ അടുപ്പിനടുത്തു വെച്ച് ഉണക്കി എടുക്കലാണ്. പിന്നെ വസ്ത്രങ്ങളും. നാളേയ്ക്കുള്ള ഒരുക്കം. ഇന്ന് ഇതൊക്കെ ഓർക്കുമ്പോൾ ഇങ്ങനേയും ഒരു കാലം ഉണ്ടായിരുന്നു എന്ന സത്യം മനസ്സിനെ നൊമ്പരപ്പെടുത്തുന്നു.

ഹൈസ്കൂൾ പഠനത്തിന് വലിയൊരു പ്രത്യേകത ഉണ്ട്. കെ.പി.ആർ.ഗോപാലൻ, ഇ.കെ.നായനാർ, കെ.പി.പി.നമ്പ്യാർ തുടങ്ങിയ പ്രമുഖർ ഇരുന്ന് മിനുസപ്പെടുത്തിയ ബഞ്ചിലായിരുന്നു സ്ഥാനം. ഹൈസ്കൂൾ പഠനശേഷം കൂട്ടിപ്പട്ടാളം വഴി പിരിഞ്ഞു. പണമുള്ളവർ കോളേജിലേക്കും മറ്റ് ചിലർ ടീച്ചേഴ്സ് ട്രെയിനിംഗിനും ചേർന്നു.

എനിക്ക് അഭയം നൽകിയത് പിറ്റ്മാനും റമിംഗ്ട(ക്രിസ്റ്റോഫർ ലാഥം ഷോൾസ്) ണുമാണ്. ബിൽ ഗേറ്റ്സ് അന്ന് ജനിച്ചിട്ടില്ല. ഒരു ജോലി ആഗ്രഹിക്കുന്നവരുടെ ആശ്രയം തലവരയാണ്. അതായത് ഷോർട്ട്ഹാന്റും, ടൈപ്പ്റൈറ്റിംഗും. നാലിഞ്ച് വീതിയും ഒമ്പതിഞ്ച്

നീളവുമുള്ള നോട്ട്ബുക്കിൽ പെൻസിൽ കൊണ്ട് തലവര സൃഷ്ടിക്കു മ്പോൾ മനസ്സിൽ ലഡു പൊട്ടും. ബോംബെ, കൽക്കത്ത, ഡൽഹി എന്ന ലഡു. എന്നെപ്പോലുള്ളവരെ കാത്തിരിക്കുന്ന അന്ന ദാതാക്കൾ. ഇന്ന് ഈ സ്ഥാനത്ത് ഒരേ ഒരാൾ, ബിൽ ഗേറ്റ്സ്.

തലവര കുറച്ച് മാസങ്ങൾ മാത്രമായിരുന്നു. മാസാമാസം കൊടു ക്കേണ്ട പതിനാറ് രൂപ വലിയ സംഖ്യയാണ്. ഫലം, പഠനം പാതിവഴിയിൽ. ഇൻസ്റ്റിറ്റ്യൂട്ടിനോട് വിട പറഞ്ഞു. പിന്നീട് സൗജ ന്യമായി ഹിന്ദി പഠനത്തിലേക്ക് കടന്നു. അങ്ങനെ രജത ജയന്തി ഹിന്ദി പരിചയ പരീക്ഷ പാസായി. ലാൽ ബഹദൂർ ശാസ്ത്രിയുടെ കയ്യൊപ്പോടുകൂടിയ ഒരു സർട്ടഫിക്കറ്റ് കൈപ്പറ്റി.

അർജ്ജുനന് ഊർവ്വശി ശാപം ഉപകാരമായതു പോലെ എന്റെ ബോംബെ വാസക്കാലം ഉപകാരപ്രദമായ ഒരു പഠനമായിരുന്നു. ഇതിനിടയിൽ കേന്ദ്ര സർക്കാരിന്റെ കീഴിലുള്ള ഇൻഡസ്ട്രിയൽ ട്രെയിനിംഗ് ഇൻസ്റ്റിറ്റ്യൂട്ടിലേക്ക് ഒരു അപേക്ഷ അയച്ചു. മാർക്കി ന്റെ ബലത്തിൽ ഏറ്റവും യോഗ്യവും ഉന്നതവുമായ ഒരു ട്രെയ്ഡിൽ പ്രവേശനം ലഭിച്ചു. കൂട്ടത്തിൽ സ്റ്റൈപ്പന്റും സൗജന്യ ഹോസ്റ്റൽ സൗകര്യവും.

രണ്ടു വർഷത്തെ പഠനം. തുടർച്ചയായി 104 ആഴ്ചകൾ. ആഴ്ചയിൽ ആറ് ദിവസവും ഏഴ് മണിക്കൂർ പഠനം. വെക്കേഷൻ എന്തെന്നറി ഞ്ഞിട്ടില്ല അക്കാലത്ത്. ഉന്നത മാർക്കോടെ വൻ വിജയം നേടി. പ്രായം പതിനെട്ടിനടുത്തു. ഔപചാരിക വിദ്യാഭ്യാസം അതോടെ പൂർണ്ണമായി. പിന്നീട് ദാരിദ്ര്യ നിർമ്മാർജ്ജനത്തിനുള്ള ശ്രമമായി രുന്നു.

തുടർന്നുള്ള ജീവിതം ഇ.എം.എസ്സിന്റെ ഭരണവും സമരവും എന്ന സിദ്ധാന്തത്തിൽ അധിഷ്ഠിതമായിരുന്നു. ജോലി, സംഘടനാ പ്രവർ ത്തനം, സമരം, ജയിൽവാസം, കൂട്ടത്തിൽ പഠനവും. ഇന്നും പഠനം തുടരുന്നു, പൂർത്തിയാവാത്ത പഠനം.

ഒരു മോഷണം

പറമ്പിന്റെ തെക്കേമൂലയിലെ പ്ലാവിൽ നിന്നും ഒരു ചക്ക വലിക്കാൻ പറഞ്ഞ് തമ്പുരാൻ ഉമ്മറത്തെ ചാരുകസേരയിൽ മലർന്ന് കിടന്നു. മയക്കത്തിലേക്ക് പ്രവേശിക്കുന്ന സമയം. പെട്ടെന്ന് അതാ ഡും... ശബ്ദം. അൽപം കഴിഞ്ഞ് അതേപോലെ വീണ്ടും ശബ്ദം..ഡും...

ദേഷ്യത്തോടെ തമ്പുരാൻ- 'ന്താ കോരാ, ഒരെണ്ണമല്ലേ ഞാൻ പറഞ്ഞുള്ളൂ. എന്തിനാ രണ്ടെണ്ണം വലിച്ചത്?'

'അയ്യോ തമ്പ്രാ, ഒന്ന് അടിയനാ.'

'ശ്ശുംഭൻ പറഞ്ഞാൽ അനുസരിക്കില്ല.'

അപ്പോൾ ദൈന്യതയോടെ കോരൻ പറഞ്ഞു കൊണ്ടിരുന്നു, 'തമ്പുരാനേ, ഒന്ന് അടിയനാ, അടിയൻ... അടിയൻ... അടിയനാ...'

'ഉം, എന്നാൽ നീ എടുത്തുപോയ്ക്കോ' തമ്പുരാന്റെ ഉത്തരവ്.

താഴെ വീണ കോരന്റെ പ്രാണവേദനയാണ് സംഭവമെന്ന് തമ്പുരാന് മനസ്സിലായി. പക്ഷെ ഒന്നും അറിയാത്തപോലെ, ഉത്തരവാദിത്തം മറന്ന് അദ്ദേഹം അകത്തേക്ക് പോയി.

ഇപ്പോൾ ഈ സംഭവം ഓർക്കാൻ കാരണം ഒരു മോഷണമാണ്, മോഷണം തന്നെ. തോട്ടിൻകരയിൽ വെച്ച് പെട്ടെന്നെടുത്ത തീരുമാനം. രാത്രി എട്ട് മണിയോടെ എല്ലാവരും അടുത്തുള്ള തെങ്ങിൻ തോപ്പിലെത്തി. തെങ്ങിൽ കയറി പരിചയമുള്ള സുഹൃത്ത് തോർത്തുമുണ്ട് തളപ്പാക്കി സാവധാനം തെങ്ങിൻ മണ്ടയിലേക്ക്.

കുറച്ചകലെ നാൽവർ സംഘം കാത്തിരുന്നു.

നല്ല ഇരുട്ട്, പരസ്പരം കാണാൻ വയ്യ. അൽപസമയം കഴിഞ്ഞപ്പോൾ 'ചറപറ' ശബ്ദത്തോടെ കുറേ എണ്ണം നിലം പതിച്ച് പല

ഭാഗങ്ങളിലേക്കും ചിതറിയ ശബ്ദം. ഞങ്ങൾ തെങ്ങിനടുത്തേക്ക് ഓടി. പെട്ടെന്നാണ് അകലെ നിന്ന് ഒരു ടോർച്ച് വെളിച്ചം ശ്രദ്ധയിൽപെട്ടത്. അതിങ്ങോട്ടു തന്നെ.

പരിഭ്രമിച്ച സുഹൃത്ത് അതാ ഡും എന്ന ശബ്ദത്തോടെ താഴേക്ക്. കുറച്ച് സമയം മഹാഭാരതത്തിലെ ദുര്യോധനന്റെ അവസ്ഥയായിരുന്നു. എല്ലാവരും ഒരുതരം സ്ഥലജല വിഭ്രാന്തിയിൽ. മനസ്സാന്നിദ്ധ്യം വീണ്ടെടുക്കുമ്പോഴേക്കും വേദനകൊണ്ട് ഞെരിപിരി കൊള്ളുന്ന സുഹൃത്ത് മുന്നിൽ. ഞങ്ങൾ അവനെ മാറിമാറി ചുമലിലേറ്റി ആസ്പത്രിയിലേക്കോടി. പരിശോധന തുടങ്ങി. ഞങ്ങൾ ചുറ്റിലുമുണ്ട്. മറ്റുള്ളവരോട് പുറത്തുപോകാൻ ഡോക്ടർ പറഞ്ഞു. മുറിയിൽ ഞങ്ങൾ മൂന്നുപേർ മാത്രം. നെഞ്ചത്തും വയറ്റത്തുമുള്ള മോഡേൺ പെയ്ന്റിംഗ് കണ്ടപ്പോൾ ആ യുവ ഡോക്ടർക്ക് കാര്യം മനസ്സിലായതുപോലെ. അയാൾ അൽപസമയം മിണ്ടാതിരുന്നു. തന്റെ പഠനകാലത്തെ ഹോസ്റ്റൽ ജീവിതം ഓർക്കുകയായിരിക്കണം.

അവസാനം ചെവിയിൽ വന്ന് ചോദിച്ചു, 'ഇളനീർ മോഷണം അല്ലേ?'

കേന്ദ്രസർക്കാർ ജീവനക്കാരൻ

പതിനെട്ട് വയസ് തികഞ്ഞിരുന്നില്ല. കേന്ദ്രസർവ്വീസിൽ ഒരു ജോലി തരപ്പെട്ടു.

സന്തോഷിക്കാനൊന്നും ഇല്ല. ഒരു പകരക്കാരൻ. തപാൽ വകുപ്പിൽ ദിവസവേതനക്കാരൻ. അൺട്രെയ്ൻഡ് ടീച്ചർമാരെ പണ്ടുകാലത്ത് സ്കൂളുകളിൽ നിയമിക്കാറുണ്ട്. അതുപോലെ ഒരു അൺട്രെയ്ൻഡ് പോസ്റ്റ് മാസ്റ്റർ.

ഒരു ദിവസം രാവിലെ തന്നെ അച്ഛന് വയറിളക്കം. ജോലിക്ക് പോകാൻ പറ്റാത്ത സാഹചര്യം. എന്നിട്ടും എങ്ങനെയോ കഷ്ടപ്പെട്ട് ഓഫീസിൽ എത്തി.

ഹാജരാകുന്നില്ലെങ്കിൽ പകരക്കാരനെ കണ്ടുപിടിക്കണം. സ്വന്തം ഉത്തരവാദിത്തത്തിൽ ഏർപ്പാട് ചെയ്യുകയും വേണം. അതാണ് നിയമം. കണ്ടെത്തുന്നവർക്കുള്ള കൂലിയും ശമ്പളത്തിൽ നിന്ന് നൽകണം. അത്രയും ദിവസം തനിക്കൊന്നും ഇല്ലെന്നർത്ഥം. പകര ക്കാരൻ എന്തെങ്കിലും തെറ്റ് ചെയ്താൽ അതിന്റെ ശിക്ഷയും സ്വയം ഏറ്റുവാങ്ങണം. ഇങ്ങനെ ഒരു വിഭാഗം പോസ്റ്റൽ വകുപ്പിലുണ്ട്. ഇ.ഡി.ജീവനക്കാർ. എക്സ്ട്രാ ഡിപ്പാർട്ട്മെന്റൽ ഡെലിവറി ഏജന്റു മാർ(EDDA) . വകുപ്പിന് പുറത്ത് വകുപ്പിനു വേണ്ടി വിയർപ്പൊഴുക്കു ന്നവർ. ഇവർ ഇന്ന് രണ്ടരലക്ഷത്തിലധികം വരും. പുതുയുഗത്തിൽ അവരുടെ പേര് ഗ്രാമീൺ ഡാക് സേവക്. പണ്ട് ഗ്രാമങ്ങളിലെ മുഖ്യന്മാരും പണക്കാരും ഇത്തരം ജോലികൾ അധികാരത്തിന്റേയും അഹങ്കാരത്തിന്റേയും മാന്യതയുടേയും ഭാഗമായി സ്വയം ഏറ്റെടുക്കു മായിരുന്നു. ഉന്നതന്മാരുടെ ബന്ധത്തിലേക്ക് ഒരു കണ്ണി അല്ലെങ്കിൽ നാട്ടുകാർക്ക് മേൽ ഒരധികാരം എന്ന നിലയിൽ.

അച്ഛന് പകരക്കാരനെ പെട്ടെന്ന് കിട്ടാത്ത സ്ഥിതിയായിരുന്നു. എന്നാൽ നീ തന്നെ ഏറ്റെടുക്കു എന്ന് അച്ഛൻ. 'ഓ, ഒരു വിഷമവും ഇല്ല.' കൂടെപ്പോയി. അച്ഛൻ പട്ടാളത്തിൽ നിന്നും പിരിഞ്ഞ്, പെൻഷൻ തുക രണ്ടക്കങ്ങളിലെ ആദ്യ ഭാഗങ്ങളിലൊതുങ്ങിയ കാലമാണ്. അപ്പോഴാണ് ഇ.ഡി.പോസ്റ്റ് മാസ്റ്റർ ജോലി കിട്ടിയത്.

ജോലിക്കുള്ള പ്രധാന നിബന്ധന ജീവിക്കാൻ വേറെ ജോലി അല്ലെങ്കിൽ വരുമാനം ഉണ്ട് എന്നതിന് തെളിവ് വേണമെന്നതായിരുന്നു. അതായത് ഈ ജോലികൊണ്ട് ജീവിക്കാൻ സാധ്യമല്ലെന്ന് സർക്കാർ തന്നെ സമ്മതിക്കുന്നു.

പെൻഷൻ ബുക്ക് സമർപ്പിച്ചപ്പോൾ അതുമതി തെളിവ്. ജോലി കിട്ടി.

സാധാരണ പോസ്റ്റോഫീസിന് മുന്നിലുള്ള ബോർഡ് തന്നെ. പോസ്റ്റ് ഓഫീസ് എന്ന് മൂന്നു ഭാഷകളിലും വേണം, പ്രാദേശിക ഭാഷ, ഇംഗ്ലീഷ്, ഹിന്ദി.

ഈ ബോർഡ് വക്കാനുള്ള മുറിയും മറ്റ് ഉപകരണങ്ങളും സ്വന്തമായി കണ്ടെത്തണം. എങ്കിലെന്താ, പേര് സുന്ദരവും മാന്യത ഉള്ളതും, മാസ്റ്റർ, പോസ്റ്റ് മാസ്റ്റർ, സ്റ്റേഷൻ മാസ്റ്റർ, ഹെഡ് മാസ്റ്റർ... കപ്പലിലെ ലക്ഷങ്ങൾ ശമ്പളം വാങ്ങുന്ന മാസ്റ്റർ തസ്തിക തന്നെ. പേരിൽ എല്ലാവരും ഒരുപോലെ. ഇക്കാലത്ത് പേര് മാറ്റുന്ന തിരക്കിലാണല്ലോ ജീവനക്കാർ. ഗ്രാമസേവകൻ വില്ലേജ് എക്സ്റ്റൻഷൻ ഓഫീസറും എഞ്ചിൻ ഡ്രൈവർ ലോക്കോ പൈലറ്റും വാച്ച്മാൻ സെക്യൂരിറ്റി ഗാർഡും പോലീസുകാരൻ സിവിൽ പോലീസ് ഓഫീസറും.. ഇങ്ങനെ പല തസ്തികകളും നല്ലതു തന്നെ. പക്ഷേ പേര് മുറുകെപ്പിടിച്ച് ജോലി ചെയ്യാൻ മടിക്കുന്ന ജീവനക്കാരും സിവിൽ സർവ്വീസിലുണ്ട്.

സർക്കാർ ഓഫീസുകളിലെ ലബോറട്ടറികളിൽ ലാബ് അസിസ്റ്റന്റ് എന്ന ഒരു തസ്തിക ഉണ്ട്. പ്രധാന ജോലി ലാബ് ഉപകരണങ്ങൾ വൃത്തിയാക്കൽ. മേശ ലാബ് ഉപകരണങ്ങളിൽ പെടില്ലെന്ന് ലാബ് അസിസ്റ്റന്റുമാരുടെ വാദം. മേശ തുടയ്ക്കാൻ ക്ലീനർമാരെ വേറെ നിയമിക്കണമെന്നാണ് അവരുടെ ആവശ്യം.

അതിനു വേണ്ടി പുതിയ തസ്തിക സൃഷ്ടിക്കുക എളുപ്പമല്ലല്ലോ. ഓഫീസർ സെക്രട്ടറിയേറ്റിലേക്ക് ഒരു കത്തയച്ചു. ലാബ് അസിസ്റ്റന്റ് തസ്തിക ഇനി മുതൽ ലാബ് ക്ലീനർ എന്നാക്കണമെന്ന്. സംഗതിയുടെ ഗൗരവം മനസ്സിലാക്കിയ ജീവനക്കാർ ഒത്തുതീർപ്പിന് വന്നു. തസ്തികയുടെ പേര് മാറ്റരുത്, ലാബ് ജോലികൾ ഏറ്റെടുക്കാൻ

തയ്യാറാണെന്ന്. ഇങ്ങനെ എന്തെല്ലാം സംഭവങ്ങൾക്ക് പിന്നീടുള്ള ഔദ്യോഗിക ജീവിതം സാക്ഷ്യം വഹിച്ചിരിക്കുന്നു.

പകരക്കാരനാവാനുള്ള അപേക്ഷയുടെ അഞ്ചു കോപ്പികൾ എഴുതിത്തയ്യാറാക്കി അയച്ചു. അനുവാദവും ലഭിച്ചു. പിറ്റേന്ന് മുതൽ 'മാസ്റ്റർ' കസേരയിൽ. അവൻ ഒരു അൺട്രെയ്ൻഡ് പോസ്റ്റ് മാസ്റ്റർ. ന്താ ഒരു ഗമ!

ജൂലായ് മാസം ചുറ്റും കണ്ണെത്താ ദൂരത്തോളം മലവെള്ളമാണ്. വയലുകൾ നിറഞ്ഞ് കവിഞ്ഞു. പറമ്പുകളിൽ പരന്നൊഴുകാൻ തുടങ്ങി. എല്ലാ വഴികളും അടഞ്ഞു. ഒരു ദിവസം തപാലുരുപ്പടികൾ സബ് പോസ്റ്റോഫീസിലെത്തിക്കാൻ അഞ്ചൽക്കാരൻ വന്നില്ല. വെള്ളപ്പൊക്കം തന്നെ കാരണം. ഞാൻ തപാലുരുപ്പടികളും എടുത്ത് പലവഴികളിലൂടെ നടന്ന് സബ് പോസ്റ്റോഫീസിലെത്തിച്ചു. ഓഫീസിലേക്കുള്ള തപാൽസഞ്ചി എടുത്ത് തിരിച്ചും നടന്നു. ആദ്യമായി അഞ്ചൽക്കാരനും ആയി.

അന്ന് പോസ്റ്റ്മാനും വന്നില്ല. പകരക്കാരനില്ലെങ്കിൽ അദ്ദേഹത്തിന്റെ പണിപോയത് തന്നെ. പ്രളയം വരുത്തിയ വിന. അത്യാവശ്യ മണിഓർഡറുകൾ, ഇന്റർവ്യൂ കാർഡുകൾ അങ്ങനെ ഏതാനും ഉരുപ്പടികൾ എടുത്ത് പോവാൻ കഴിയുന്ന സ്ഥലങ്ങളിലേക്ക് വിതരണത്തിന് പുറപ്പെട്ടു. മണിഓർഡർ കൈപ്പറ്റിക്കഴിഞ്ഞ് ഒരു വന്ദ്യവയോധികൻ 'മോൻ ചായകുടിച്ചോളൂ' എന്നും പറഞ്ഞ് നാലണ തന്നത് ഇപ്പോഴും മറന്നിട്ടില്ല.

തപാലുരുപ്പടികളുടെ വിതരണത്തിന് പോയാൽ നാടിന്റെ ഓരോ ഭാഗത്ത് നിന്നും ഒരു സന്ദർശനരേഖ ഒപ്പിട്ട് വാങ്ങണം. അതിനായി ഒരു പുസ്തകം പോസ്റ്റ്മാന്റെ കൈവശം ഉണ്ടാകും. ഓരോ ഭാഗത്തുമുള്ള പ്രധാനിയെ വകുപ്പുതന്നെ തീരുമാനിച്ചിട്ടുണ്ട്. അവരുടെ ഒപ്പ് നിത്യേന ഈ പുസ്തകത്തിൽ വാങ്ങണം. അത് പോസ്റ്റ്മാസ്റ്റർ പരിശോധിക്കണം. തുടർന്ന് പരിശോധനയ്ക്ക് വരുന്ന ഉദ്യോഗസ്ഥനും. ഇന്ന് ഹാജരാകാതിരുന്ന പോസ്റ്റ്മാന് വേണ്ടി അതും ഒപ്പിട്ട് വാങ്ങി. സ്വന്തം ജീവനക്കാരെ വിശ്വാസത്തിലെടുക്കാത്ത ഒരു വകുപ്പ്. പിറ്റേദിവസം ഹാജരായ പോസ്റ്റ്മാൻ തലേദിവസത്തെ ഓഫീസ് രേഖകളിൽ ഒപ്പിട്ട് അദ്ദേഹത്തിന്റെ അവധിയും ഒഴിവാക്കി.

പോസ്റ്റൽ വകുപ്പിന്റെ നിയമവും ഓഫീസർമാരുടെ കാർക്കശ്യവും അറിയുന്നവർക്കേ ഈ സഹായത്തിന്റെ വലുപ്പം ഉൾക്കൊള്ളാനാവൂ.

ഒരു ദിവസം അത് സംഭവിച്ചു. പോസ്റ്റൽ ഇൻസ്പെക്ടർ

പരിശോധനയ്ക്ക് വന്നു. ഇനം തിരിച്ച് സ്റ്റാമ്പുകൾ, പണം, മറ്റ് രേഖകൾ എല്ലാം പരിശോധിച്ചു.

അപ്പോഴാണ് ഒരു പൈസയുടെ സ്റ്റാമ്പ് കൂടുതലാണെന്ന് ശ്രദ്ധയിൽപെട്ടത്. ഒരു പൈസ സ്റ്റാമ്പ് കൂടുതൽ വന്നതെങ്ങനെയെന്ന ചോദ്യത്തിന് ഉത്തരം നൽകാൻ കഴിഞ്ഞില്ല. ഇൻസ്പെക്ടർ റിപ്പോർട്ട് തയ്യാറാക്കി. നാല് ദിവസത്തിന് ശേഷം നോട്ടീസും കൂടെ ഒരു ഓർഡറും വന്നു. 'കൃത്യമായി കണക്കുകൾ സൂക്ഷിക്കാനറിയാത്ത ഇയാളെപ്പോലുള്ളവരെ പകരക്കാരനായി വയ്ക്കരുത്.'

മൂന്ന് മാസവും പത്തൊമ്പത് ദിവസവും നീണ്ടുനിന്ന മാസ്റ്റർ തസ്തികയിൽ നിന്നും അങ്ങനെ മോചിതനാവുന്നു.

പിന്നെ സംസ്ഥാന സർക്കാർ സർവ്വീസിൽ എഞ്ചിനീയർ ആയി സേവനം. ഓഫീസിൽ ഒരു ഇന്റർവ്യൂ നടന്നു. ഡ്രാഫ്റ്റ്മാൻ തസ്തികയിലേക്ക്. മൂന്ന് ഒഴിവുകളാണുള്ളത്. നിയമപ്രകാരം എംപ്ലോയ്മെന്റ് എക്സ്ചേഞ്ച് കാർഡയച്ചത് ഒമ്പത് പേർക്ക്. ഹാജരായത് ഏഴ് പേർ മാത്രം. സമയം പത്തുമണി. 'സാറിനെ കാണാൻ ഒരാള് വന്നിട്ടുണ്ട്'-പ്യൂൺ അറിയിച്ചു. അദ്ദേഹത്തോട് വരാൻ പറഞ്ഞു. ആ മുതിർന്ന പൗരൻ വളരെ ഭവ്യതയോടെ മുന്നിലെ കസേരയിൽ ഇരുന്നിട്ട് കാര്യം പറഞ്ഞു. 'ഇന്റർവ്യൂന് എന്റെ മകളും ഉണ്ട്. പെൻഷൻ പറ്റി വർഷങ്ങൾ കഴിഞ്ഞു. പെൺമക്കളുടെ വിവാഹം പോലും കഴിഞ്ഞില്ല. മകന് ജോലി ഇല്ല. പെൻഷൻ മാത്രമേ ഉള്ളൂ. വേറെ വരുമാനങ്ങൾ ഇല്ല. ഈ ജോലി കിട്ടിയാൽ വലിയ ഉപകാരമായിരിക്കും. സാറ് സഹായിക്കണം.'

ഓഫീസറുടെ മനസ് അലിയുന്നു. എങ്കിലും നേർവഴി വിട്ട് ഇതുവരെ ഒന്നും ചെയ്തിട്ടില്ല. ഇനി ചെയ്യാനും വയ്യ. പക്ഷെ ഇവരെ സഹായിക്കണം. എങ്ങനെ?

ഇന്റർവ്യൂ കഴിഞ്ഞു. വിവരം അറിയിക്കാമെന്ന് എല്ലാവരോടും പറഞ്ഞു.

ലിസ്റ്റ് തയ്യാറാക്കി. ആ മൂന്ന് പേരിൽ ഒരാൾ ആ അച്ഛന്റെ മകളായിരുന്നു.

ഇന്റർവ്യൂ സത്യസന്ധമായി തന്നെയാണ് നടന്നത്. ജാതിയും മറ്റ് ഘടകങ്ങളും തിരിച്ചുള്ള മൂന്ന് ലിസ്റ്റാണുണ്ടായിരുന്നത്. ഓരോന്നിൽ നിന്നും ഓരോരുത്തരെ സെലക്ട് ചെയ്യണം. ഈ കുട്ടി ഉൾപ്പെടുന്ന ലിസ്റ്റിലെ മറ്റ് രണ്ട് പേരും വന്നിരുന്നില്ല. ഇന്നും അതൊരു അത്ഭുതമായി തോന്നുന്നു. ജോലിക്ക് ചേരാൻ മകളേയും കൂട്ടിവന്ന അച്ഛന്റെ

മുഖത്ത് സഹായം ലഭിച്ചതിന്റെ നന്ദി. മുന്നിലിരിക്കുന്ന അദ്ദേഹത്തെ കണ്ടപ്പോൾ മനസ് ഇരുപത് വർഷങ്ങൾക്കപ്പുറത്തേക്ക് പറന്നു. കൊല്ലം 1968, ആ പഴയ ഇ.ഡി. ജീവനക്കാരനിലേക്ക്; ഒരു ഭാവപ്പകർച്ച. പണ്ട് നടന്ന സംഭങ്ങളെല്ലാം അക്കമിട്ട് നിരത്തിയത് പോലെ തെളിഞ്ഞു.

(അക്കൊല്ലം സെപ്തംബറിൽ നടന്ന കേന്ദ്രജീവനക്കാരുടെ അഖിലേന്ത്യാ പണിമുടക്ക്. പണിമുടക്ക് നേരിടാൻ വെടിവെപ്പുണ്ടായി. എട്ട് റയിൽവേ ജീവനക്കാരും ഒരു കേന്ദ്ര സെക്രട്ടറിയേറ്റ് ജീവനക്കാരനുമടക്കം പതിനേഴ് പേരുടെ രക്തസാക്ഷിത്വത്തിന്റെ ഓർമ്മകളും എന്തുകൊണ്ടോ ആ അവസരത്തിൽ മനസ്സിൽ മിന്നിമാഞ്ഞു. കേരളത്തിൽ പണിമുടക്ക് പൂർണ്ണമായിരുന്നു. ഇ.എം.എസ് സർക്കാർ പണിമുടക്ക് നിരോധന ഓർഡിനൻസ് സമരക്കാർക്കെതിരെ പ്രയോഗിച്ചില്ലെന്ന് മാത്രമല്ല സർക്കാരിന്റെ പൂർണ സഹകരണം പണിമുടക്കിന് ലഭിക്കുകയും ചെയ്തു. അതിനെത്തുടർന്ന് കേരള മന്ത്രിസഭ പിരിച്ചുവിടാനും ഗവർണർ ഭരണം ഏർപ്പെടുത്താനും ഡൽഹിയിൽ ചർച്ചകൾ നടന്നു. 1959ലെ സംഭവത്തിന്റെ ആവർത്തനം ഉണ്ടായാൽ നേരിടേണ്ടി വരുന്ന പ്രത്യാഘാതം മനസ്സിലാക്കിയിട്ടോ എന്തോ കേന്ദ്രസർക്കാർ ആ നീക്കം ഉപേക്ഷിച്ചു.)

അൽപ സമയമെടുത്തു സുബോധം വീണ്ടുകിട്ടാൻ. 'നിങ്ങളെ മുൻപരിചയം ഉള്ളതുപോലെ, ' ഞാൻ പറഞ്ഞു. തുടർന്ന് പോസ്റ്റോഫീസിൽ പണ്ട് നടന്ന സംഭവങ്ങളും പറഞ്ഞു. അദ്ദേഹത്തിന്റെ മുഖത്ത് സമ്മിശ്ര വികാരങ്ങൾ, ബ്രിട്ടീഷുകാരന്റെ പിന്തുടർച്ചക്കാരൻ, കണിശക്കാരൻ, കൂട്ടത്തിൽ പോസ്റ്റൽ സർവ്വീസിലെ ഗസറ്റഡ് ഓഫീസറും. അധികാരം മത്തുപിടിച്ച ആ കാലം മനസ്സിൽ തെളിഞ്ഞതു പോലെ. വൈകാരികമായ ആ നിമിഷത്തിൽ അദ്ദേഹം പറഞ്ഞു,

'ഇൻസ്പെക്ടറായി വിരമിച്ചു.' ഗദ്ഗദംപൂണ്ട് നിൽക്കുന്ന അദ്ദേഹത്തിൽ നിന്നും ഇറ്റ് വീണ കണ്ണീർകണങ്ങൾ മേശപ്പുറത്ത് പതിച്ചത് മനസ്സിനെ ഇന്നും നൊമ്പരപ്പെടുത്തുന്നു.

പനക്കാട്ട് ബ്രദേഴ്സ്

ഇന്ന്, ഗ്രാമത്തിൽ പുതുതായി ഒരു റോഡ് നിർമ്മിക്കാൻ എന്തൊക്കെയാണ് മാനദണ്ഡങ്ങൾ? ആദ്യം റോഡിന്റെ ആവശ്യകത ഗ്രാമസഭ അംഗീകരിക്കണം. അതിനുശേഷം ബന്ധപ്പെട്ട വകുപ്പുകളെ അറിയിക്കണം. സ്ഥല പരിശോധന എഞ്ചിനീയർ നടത്തും. ചിലപ്പോൾ വിശദമായ സർവ്വെയും വേണ്ടിവരും.

കുന്നിൻ പ്രദേശമാണെങ്കിൽ ഗ്രേഡിയന്റ് നിശ്ചയിക്കണം. അലൈൻമെന്റ് അംഗീകരിച്ചു കഴിഞ്ഞാൽ ഭരണപരമായ അനുമതി വേണം. അതായത് AS (Administrative Sanction). അട ലഭിച്ചാൽ എസ്റ്റിമേറ്റ് തയ്യാറാക്കി ബന്ധപ്പെട്ട എഞ്ചിനീയർ TS (Technical Sanction) നൽകണം. ഫണ്ട് ലഭിച്ചാൽ ടെണ്ടർ ചെയ്ത് കോൺട്രാക്ടറെ ഏൽപ്പിക്കണം.

എന്നാൽ ഇതിനൊന്നും കാത്തിരിക്കാതെ 'ടീൻ എയ്ജി'ന്റെ ആദ്യ പാദക്കാരായ ഏതാനും ചെറുപ്പക്കാരുടെ നേതൃത്വത്തിൽ മൂന്ന് റോഡുകൾ നിർമ്മിച്ചു.

ഇന്ന് സങ്കൽപ്പിക്കാൻ സാധിക്കുമോ? സാർത്ഥകമായ കൗമാരം. ഹൈസ്കൂൾ പഠന ശേഷം അവർ ഒത്തുകൂടി. ആ കൂട്ടത്തിന് പനക്കാട് ബ്രദേഴ്സ് എന്ന പേരും കൊടുത്തു.

ഊടുവഴികളും ഒറ്റയടിപ്പാതകളും മാത്രമുള്ള ഈ നാട്ടിൽ റോഡ് വേണം, വൈദ്യുതി വേണം, അവർ തീരുമാനിച്ചു. തുടർന്ന് ഊടുവഴികൾ വീതി കൂട്ടാൻ ശ്രമം തുടങ്ങി. പ്രോത്സാഹനവുമായി ഒരു കൂട്ടം മുതിർന്നവരും പണി തുടങ്ങി. എതിർപ്പുകളുമുണ്ടായി. റോഡ് വന്നാൽ കള്ളന്മാർ വരും, ഒരു കൂട്ടർ വാദിച്ചു. ചില ആളുകൾ കൊട്ടുവാളും കുറുവടികളുമായി ഇവരെ നേരിട്ടു. അനുവാദം തന്നവരുടെ

സ്ഥലത്തുകൂടെയുള്ള പണി എളുപ്പമായിരുന്നു. ചില സ്ഥലങ്ങളിൽ രണ്ട് ഭാഗത്തും റോഡ്. നടുക്ക് നൂറോ ഇരുന്നൂറോ മീറ്റർ ദൂരം ഇടവഴികൾ തന്നെ.

ഇവിടങ്ങളിൽ അർദ്ധരാത്രികളിൽ പണി തുടങ്ങും. പുലരുമ്പോൾ നല്ലൊരു റോഡുണ്ടാവും. എന്നാൽ ഉടമസ്ഥൻ വീണ്ടും കിടങ്ങ് കീറും. ഈ പ്രവൃത്തി ആവർത്തിക്കുന്നതിനിടയ്ക്ക് എതിർത്തവരുടെ വീട്ടിൽ ഒരപകടമുണ്ടായി. ഒരാൾ കിണറ്റിൽ വീണു. അവരെ ജീപ്പിൽ ആസ്പത്രിയിലെത്തിക്കാൻ യുവാക്കൾ മുൻകൈ എടുത്തു. രോഗം ഭേദമായി തിരിച്ചെത്തിയപ്പോൾ വീട്ടുകാരുടെ മനോഭാവത്തിൽ മാറ്റം വന്നു. റോഡ് പണികൾ എതിർപ്പില്ലാതെ പൂർത്തീകരിച്ചു.

ഇങ്ങനെ മൂന്ന് റോഡുകൾ പനക്കാട് ബ്രദേഴ്സ് നിർമ്മിച്ചു. മൂന്നും കൂടി എട്ട് ഒമ്പത് കിലോമീറ്ററിലധികം നീളം വരും.

അടുത്തത് വൈദ്യുതി. കോൺട്രിബ്യൂറ്ററി സിസ്റ്റത്തിൽ ആവശ്യക്കാർ പണമെടുത്ത് വൈദ്യുതിയും നാട്ടിലെത്തിച്ചു. പോസ്റ്റിൽ വൈദ്യുതി വിളക്ക് തെളിഞ്ഞ ആ നിമിഷങ്ങൾ ഇന്നും ആവേശമുണർത്തുന്നു.

റോഡും വൈദ്യുതിയും വന്നപ്പോൾ നാട്ടിലെ 'ഒറ്റമുലച്ചി' എന്ന പ്രേതകുമാരി സ്ഥലം വിട്ടു! ആരോഗ്യദൃഢഗാത്രരായ യുവാക്കൾ പോലും വഴിനടക്കാൻ ധൈര്യപ്പെടാത്ത പ്രദേശങ്ങളിലൂടെ സ്ത്രീകളടക്കം രാപ്പകൽ യാത്ര ചെയ്യാൻ തുടങ്ങി.

പനക്കാട് ബ്രദേഴ്സിലെ ചെറുപ്പക്കാരെ നാട്ടുകാർ സ്നേഹിച്ചു. അവർ ഗ്രാമത്തിന്റെ ആരാധനാപാത്രങ്ങളായി.

പനക്കാട് ബ്രദേഴ്സിലെ ചിലർ ഇന്ന് ജീവിച്ചിരിപ്പില്ല. ജീവിച്ചിരിക്കുന്നവർ വിവിധ രാഷ്ട്രീയ-മത ചിന്തകൾക്ക് അടിമപ്പെട്ടവരാണ്.

വർഷങ്ങൾക്ക് ശേഷം റോഡ് സർക്കാർ ഏറ്റെടുത്തു. എഞ്ചിനീയറിംഗിന്റെ ബാലപാഠമറിയാത്ത ചെറുപ്പക്കാർ നിർമ്മിച്ച റോഡിന്റെ അലൈൻമെന്റിൽ ഒരടി പോലും മാറ്റം വരുത്താതെ, അറ്റകുറ്റപ്പണികൾ നടത്താൻ സർക്കാർ അനുവാദം നൽകി.

റോഡ് വഴി വ്യക്തിപരമായി അഭിമാനവും സന്തോഷവും തോന്നിയ ഒരു അവസരം പിന്നീട് ഔദ്യോഗിക ജീവിതത്തിലും ഉണ്ടായി. ഒരു റോഡിന്റെ റീട്ടെയിനിംഗ് വാൾ പുതുക്കിപ്പണിയാനും

റോഡ് റിപ്പയറിനും ഉള്ള എസ്റ്റിമേറ്റിന് അംഗീകാരം ഹാർബർ എഞ്ചിനീയറിംഗ് വകുപ്പിന് ലഭിച്ചു. എന്റെ സബ് ഡിവിഷന് കീഴിൽ ജോലി പൂർത്തീകരിച്ചത് വേറിട്ട അനുഭവമായിരുന്നു.

നാട് വിടുന്നു

ദാരിദ്ര്യത്തിന്റെ കയ്പുനീർ കുടിക്കാനായി വിധിക്കപ്പെട്ട ബാല്യമായിരുന്നു. അന്നം വല്ലപ്പോഴും വരുന്ന ഒരു വിരുന്നുകാരൻ മാത്രം. ഭക്ഷണത്തിന് സ്വന്തമായി പാത്രം കരുതാത്ത അമ്മമാർ. മക്കളുടേയും ഭർത്താവിന്റേയും പാത്രങ്ങളിൽ ബാക്കി വരുന്ന വറ്റിൽ വിശപ്പിന് പരിഹാരം കാണുന്ന സ്ത്രീകൾ.

ലോകത്തിലെ ഏറ്റവും വലിയ ദുഃഖം, ദാരിദ്ര്യ ദുഃഖം തന്നെ. അതിന് ജാതിമത വ്യത്യാസം ഇല്ല. 'വിശപ്പോളമുഗ്രനാം വനജന്തു" വേറെ ഇല്ലെന്ന് അമേരിക്കൻ ഐക്യനാടുകളിലെ ചരിത്രം എഴുതിയ ഹവാർഡ്സീനിന്റെ അഭിപ്രായം ശരിവക്കുന്ന ജീവിതങ്ങൾ.

ഇത് മനസ്സിലാക്കിയ കവികൾ പാടാൻ തുടങ്ങി. 'ഉഴക്കുചോർ കൊണ്ടൊരു വാസരാന്ത്യം കഴിക്കുമഞ്ചാറ് ജനങ്ങളിപ്പോൾ."

ഈ ഉഴക്കു ചോറിനായി വീട്ടിലെ കിണ്ണം, കിണ്ടി, കോളാമ്പി, നിലവിളക്കുകൾ അടക്കം വട്ടപ്പലിശക്കാരുടെ വീടുകളിൽ പണയം വക്കുന്നത് സർവ്വസാധരണമായിരുന്നു. ഇതര ജീവജാലങ്ങളെ അപേക്ഷിച്ച് ഇങ്ങനെ പട്ടിണി മനുഷ്യർക്കിടയിൽ മാത്രം ഉണ്ടാവാൻ എന്താണ് കാരണം? പട്ടിണി മനുഷ്യരുടെ സ്വയം സൃഷ്ടിയാണോ? ഇതിനൊരു പരിഹാരമില്ലേ? ഇത് മനസ്സിലാക്കിയാണോ മഹാത്മാ ഗാന്ധി ഇങ്ങനെ പറഞ്ഞത്. 'This world has enough for everyone's need, but not for everyone's greed.'

കാലം മാറിയപ്പോൾ ദാരിദ്ര്യത്തിന്റെ രൂപവും ഭാവവും മാറിയോ? ഇന്ന് ദാരിദ്ര്യം ആപേക്ഷികമായില്ലേ? പണ്ട് ദാരിദ്ര്യത്തിന് ഒരു അർത്ഥവും ഒരു പരിഹാരവും മാത്രം.

(ഇന്ത്യയിലെ ആദിവാസികൾക്കിടയിൽ മുപ്പത് വർഷക്കാലം

ജീവിച്ച വെറിയർ എൽവിൻ ചൂണ്ടിക്കാണിച്ചതുപോലെ, ദാരിദ്ര്യം നമുക്ക് ചുറ്റും ഉള്ളതുകൊണ്ട് അതെന്താണെന്ന് നാം അറിയുന്നില്ല. തീപിടിച്ച് വീട് നഷ്ടപ്പെട്ട ആദിവാസിക്ക് നാല് രൂപ വീട് നന്നാക്കാൻ വേണം. ഇത് ദാരിദ്ര്യം. ബസ്റ്റാറിൽ തൂക്കിലേറ്റാൻ വിധിക്കപ്പെട്ട മരിയ എന്ന കുറ്റവാളിക്ക് അവസാനം നൽകിയ മീൻകറിയും ചപ്പാത്തിയും പകുതി കഴിച്ച ശേഷം തിരിച്ചുകൊടുത്തു പറഞ്ഞു, 'എന്റെ മകൻ ജയിലിന് പുറത്തുണ്ട്. ഇത് അവന് കൊടുക്കണം. ഇത്രയും സ്വാദുള്ള ഭക്ഷണം അവനിതുവരെ കഴിച്ചിട്ടുണ്ടാവില്ല.' ഇത് ദാരിദ്ര്യത്തിന്റെ മറ്റൊരു രൂപം.

ഇന്ന് ദാരിദ്ര്യം പലവിധത്തിലാണ്. അതുകൊണ്ടു തന്നെ ഇന്നത്തെ ദാരിദ്ര്യം പരിഹരിക്കാൻ ബുദ്ധിമുട്ടുണ്ട്. അഥവാ ഒരു ദാരിദ്ര്യം പരിഹരിക്കപ്പെടുമ്പോൾ അടുത്ത ദാരിദ്ര്യം തലപൊക്കും.

(ഇതര മേഖലയെ അപേക്ഷിച്ച് അപകടം കുറഞ്ഞ ജോലിയാണ് തെങ്ങുകയറ്റം. ഇലക്ട്രിസിറ്റി ജീവനക്കാർ, റോഡ് ട്രാൻസ്പോർട്ട് തൊഴിലാളികൾ, മത്സ്യബന്ധന തൊഴിലാളികൾ, പോലീസ്, ഫയർഫോഴ്സ്, രാജ്യസംരക്ഷണത്തിനായി സമർപ്പിക്കപ്പെട്ട വിവിധ സായുധസേനാ വിഭാഗങ്ങൾ ഇവരുമായി തുലനം ചെയ്യുമ്പോൾ തെങ്ങിൽ നിന്ന് വീണ് അപകടം സംഭവിക്കുന്നത് തുലോം കുറവാണ്. അപകടത്തിൽ പെടുന്നവർ 60 വയസ്സ് കഴിഞ്ഞവരുമാണ്. വിശ്രമ ജീവിതം നയിക്കേണ്ടവർ ജോലി ചെയ്യുമ്പോഴുള്ള അപകടമായി അതിനെ കാണാം. ജോലി ചെയ്യേണ്ടുന്ന ചെറുപ്പക്കാർ തൊഴിലില്ലാ വേതനത്തിനായി സമരത്തിലുമാണ്.

കോളേജിൽ പഠിക്കുന്ന ഒരു കുട്ടി ആഴ്ചയിൽ രണ്ടോ മൂന്നോ ദിവസം ഒരു ദിവസത്തിൽ നാല് തെങ്ങ് എന്ന കണക്കിൽ കയറിയാൽ പഠനത്തിനുള്ള ചെലവ് സ്വന്തം വീട്ടുപരിസരത്ത് നിന്നു തന്നെ ലഭിക്കും. ഇത് സമൂഹം അംഗീകരിക്കാത്ത കാലത്തോളം നാം ദരിദ്രവാസികളായി മറ്റുള്ളവരുടെ മുന്നിൽ കൈ നീട്ടിക്കൊണ്ടിരിക്കും.)

ഒടുവിൽ ഒരു തീരുമാനമെടുത്തു, നാടുവിടുക തന്നെ. വേറെ രക്ഷാമാർഗം ഇല്ല. തനിക്കു മുമ്പ് നാടുവിട്ടവർ പലവഴികളിലും ചിലർ പെരുവഴികളിലും ആയത് ഓർത്തു. ജീവിക്കാനും ജീവിപ്പിക്കാനുമുള്ള ആഗ്രഹമാണ് നാടുവിടുന്നവരിൽ ഭൂരിപക്ഷത്തിന്റേയും. ഒരു ജോലി, വരുമാനം, വയറുനിറയെ ആഹാരം, എനിക്കും കുടുംബാംഗങ്ങൾക്കും ലളിതമായ ആഗ്രഹങ്ങൾ മാത്രമേയുള്ളൂ.

ഇതിൽ നിന്നും വ്യത്യസ്തമായി നാടും വീടും വിട്ട ചിലർ ചരിത്രത്തിൽ സ്ഥാനം പിടിച്ചിട്ടുണ്ട്. ശങ്കരൻ വീടും നാടും വിട്ടത് എട്ടാം വയസ്സിലാണ്; അറിവ് നേടാനായി. ശങ്കരന്റെ ഗുരുവിനെ തേടിയുള്ള യാത്ര അവസാനിച്ചത് അദ്വൈത സിദ്ധാന്തത്തിന്റെ ഉപജ്ഞാതാവായാണ്, ശ്രീ ശങ്കരാചാര്യരായാണ്. സമ്പത്തും അധികാരങ്ങളും ഉപേക്ഷിച്ച് ഇരുപത്തൊമ്പതാം വയസ്സിൽ ഗൗതമൻ കൊട്ടാരം വിട്ടിറങ്ങി. എൺപതാം വയസ്സിൽ നിർവ്വാണം പ്രാപിക്കുമ്പോൾ ലോകത്ത് പുതിയൊരു മതം ഉദയം ചെയ്തിരുന്നു;

നരേന്ദ്രൻ വീട് വിട്ടിറങ്ങുന്നത് കടുത്ത ദാരിദ്ര്യം മൂലമാണ്. അച്ഛന്റെ മരണശേഷം വീട്ടിൽ ഭക്ഷണം ചിലപ്പോൾ മാത്രമായി. ദാരിദ്ര്യത്തിന്റെ നെല്ലിപ്പടി കണ്ടകാലം. പലപ്പോഴും തന്നെ കൂട്ടുകാർ ഭക്ഷണത്തിന് ക്ഷണിച്ചിട്ടുണ്ടെന്ന് പറഞ്ഞ് വീട്ടിൽ നിന്ന് ഇറങ്ങിപ്പോകും. അങ്ങനെയെങ്കിലും അമ്മയ്ക്കും സഹോദരിയ്ക്കും ബാക്കിയുള്ളവർക്കും തന്റെ ഓഹരി കൂടി കഴിച്ച് വിശപ്പ് മാറ്റാമല്ലോ എന്ന ഉദ്ദേശ്യമായിരുന്നു അദ്ദേഹത്തിന്. ആ ദിവസങ്ങളിൽ നരേന്ദ്രന് ഭക്ഷിക്കാൻ വല്ലതും കിട്ടിയാലായി. ചിലപ്പോൾ ഒന്നും ഉണ്ടാവില്ല. നരേന്ദ്രൻ വീട്ടിലെ ദാരിദ്ര്യം അഭിമാനത്തോടെ തന്നെ എല്ലാവരോടും പറയും. മാനസികാവസ്ഥ അങ്ങനെയുള്ള നിലയിലെത്തിയിരുന്നു. ബി.എ. പാസ്സായ നരേന്ദ്രൻ ഒരു ജോലിക്കു വേണ്ടി മുട്ടാത്ത വാതിലുകൾ ഇല്ല. 'ജോലി ഇല്ലാത്തവനാണ് ഒരു ജോലി തരൂ', നരേന്ദ്രൻ ഉച്ചത്തിൽ വിളിച്ച് പറഞ്ഞു നടന്നു.

അവസാനം ജോലി ഒന്നും ലഭിക്കാത്ത നരേന്ദ്രന് ഒരു സത്യം ബോധ്യപ്പെട്ടു. ഈശ്വരൻ ഇല്ല. ദൈവം ഇല്ലെന്ന് പരസ്യമായി പറയാൻ തുടങ്ങി.

അസുഖമായി കിടക്കുന്ന അമ്മയുടെ നിർബന്ധത്തിന് വഴങ്ങി അടുത്തുള്ള കാളീക്ഷേത്രത്തിൽ പോകും. ഇക്കാര്യം പിൽക്കാലത്ത് തന്റെ ഗുരുവായിത്തീർന്ന ശ്രീരാമകൃഷ്ണപരമഹംസരോട് നരേന്ദ്രൻ പറഞ്ഞു.

'നീ ക്ഷേത്രത്തിൽ പോയി എന്തെങ്കിലും ആവശ്യപ്പെട്ടിരുന്നോ?' ഗുരുവിന്റെ ചോദ്യം.

"ഇല്ല. ആവശ്യപ്പെട്ടില്ല.' നരേന്ദ്രന്റെ മറുപടി. ആത്മീയത അർത്ഥശൂന്യമായ ഒരു വികാരം മാത്രമാണെന്നും നരേന്ദ്രൻ അഭിപ്രായപ്പെട്ടു. അപ്പോൾ പരമഹംസർ പറഞ്ഞു, 'നല്ല കാര്യം. അമ്പലത്തിൽ വെച്ച്

നീ എന്തെങ്കിലും ആവശ്യപ്പെട്ടിരുന്നെങ്കിൽ, ഇത് നീയും ഞാനുമായു ള്ള അവസാനത്തെ കൂടിക്കാഴ്ചയായേനെ. നിന്റെ മുഖത്ത് ഒരിക്കലും പിന്നെ ഞാൻ നോക്കുമായിരുന്നില്ല. കാരണം, അർത്ഥിയായ ഒരു മണ്ടന് ജീവിതത്തിന്റെ അടിസ്ഥാന തത്വങ്ങൾ മനസ്സിലാക്കാൻ സാധിക്കില്ല."

ഈ സംഭവം വിവേകാനന്ദന്റെ ജീവിതത്തെ വളരെ ആഴത്തിൽ സ്വാധീനിച്ച ഒന്നായി മാറി. ജീവിതത്തിന്റെ അടിസ്ഥാന തത്വങ്ങൾ മനസ്സിലാക്കാനും, ജീവിക്കാനുമായി അവൻ ഇരുപതാം വയസ്സിൽ വീട് വിട്ടിറങ്ങി.

തളിപ്പറമ്പ്-കരിമ്പം- സമുദ്രനിരപ്പിൽ നിന്നും 56 മീറ്റർ ഉയരമുള്ള ഇടനാട്. അവിടുത്തെ നാട്ടുവഴികളിലൂടെ മാത്രം നടന്ന് ശീലിച്ചവൻ. ഒരു ദിവസം മൃതസഞ്ജീവനിയും തേടി ബോംബെയിലേക്ക് വണ്ടി കയറി. മൂന്നാം ക്ലാസിൽ മരബെഞ്ചിൽ ഒരു സുഖയാത്ര. ഈ വയസ്സി നുള്ളിൽ സഹിക്കാവുന്നതിനപ്പുറമുള്ള കഷ്ടപ്പാടുകളും മാനസിക പ്രയാസങ്ങളും നേരിട്ടു. ഇനി വയ്യ. രക്ഷയ്ക്കായി എല്ലാവരും കാണുന്ന ബോംബെ നഗരം തന്നെ ശരണമെന്നുറച്ചു.

മൂന്നാം ദിവസം വിക്ടോറിയ ടെർമിനലിൽ (ലോകമാന്യതിലക്) വണ്ടി ഇറങ്ങി. പ്ലാറ്റ്ഫോമിലെ സിമന്റ് ബെഞ്ചിൽ അലക്ഷ്യമായി ഇരുന്നപ്പോൾ ഒന്നു മയങ്ങിപ്പോയി.

മനസ്സിന്റെ കണ്ണാടിയിൽ നാട്ടിലെ വയലുകളിലെ വേനൽക്കാല പച്ചക്കറി കൃഷിയെ ഓർമ്മിപ്പിക്കുന്ന രംഗങ്ങൾ. വിവിധ വലുപ്പ ത്തിലും നിറത്തിലുമുള്ള പച്ചക്കറികൾ, വെള്ളരി, മത്തൻ, ഇളവൻ, കക്കിരി, ചേന, വിളവെടുപ്പിന് ശേഷം വയലിൽ വേറെ വേറെ കൂട്ടിയിട്ടതുപോലെ, ഇതാ ഇവിടെ പ്ലാറ്റ്ഫോമിൽ ജനം കൂട്ടം കൂടി നിൽക്കുന്നു. വ്യത്യസ്ത വർണ്ണം, ആകൃതി, പ്രകൃതി, നീളം, വണ്ണം അത്ഭുതം തന്നെ എന്റെ ഇന്ത്യക്കാർ.

ഓരോ വണ്ടി വരുമ്പോഴും പൊട്ടിയ തക്കാളിക്കൊട്ടയിൽ നിന്നും ചിതറി ഉരുളുന്ന തക്കാളി പോലെ ജനം ബോഗികളിൽ നിന്നും ഇറങ്ങി ഓടുന്നു. ഭാവനയിൽ പോലും ഇതുവരെ കാണാത്ത പുതിയൊരു ലോകം. ആരൊക്കെയാണിവർ? എല്ലാവരും ഇന്ത്യ ക്കാർ തന്നെ. പക്ഷെ പല ഇടങ്ങളിൽ നിന്ന്, പല ഭാഷകൾ സംസാ രിക്കുന്ന, പല സംസ്ക്കാരങ്ങളിൽ വളർന്ന ഇന്ത്യക്കാർ. വ്യത്യസ്ത ചരിത്രങ്ങൾ ഉള്ളവർ. വിവിധ പ്രശ്നങ്ങളാൽ വേദന തിന്നുന്നവർ. എല്ലാവരും രക്ഷകനായി കാണുന്നത് ബോംബെയെ തന്നെ. ഈ മിനി ഇന്ത്യയെ.

ഇന്നിതാ ഞാനും അവരിലൊരാളായിത്തീർന്നിരിക്കുന്നു. നാനാത്വത്തിലെ ഏകത്വം എന്ന് പഠിപ്പിച്ചത് ഈ രംഗത്തെക്കുറിച്ചായിരിക്കുമോ?

ബോംബെ... ഭൂമിശാസ്ത്രപരമായി ചിന്തിച്ചാൽ ഈ യാത്ര താഴോട്ടേക്കുള്ളതാണ്. സമുദ്രനിരപ്പിൽ നിന്നും കേവലം പതിനാല് മീറ്റർ മാത്രം ഉയരത്തിലുള്ള പ്രദേശം. മാത്രവുമല്ല ബോംബെയുടെ നാലിൽ ഒരുഭാഗം പൂർണ്ണമായും സമുദ്രനിരപ്പിൽ നിന്നും താഴെയുമാണ്. നമ്മുടെ കുട്ടനാട് പോലെ.

എന്റെ കയ്യിൽ എന്താണ് ഉള്ളത്? അഞ്ചു രേഖകൾ. പത്താം ക്ലാസിലെ ഉന്നതവിജയത്തിന്റെ സാക്ഷ്യപത്രം. മുഴുവൻ മാർക്കും നേടി വിജയിച്ച സർവ്വേയർ സർട്ടിഫിക്കറ്റ്, ലാൽബഹദൂർ ശാസ്ത്രി കയ്യൊപ്പിട്ട് നൽകിയ രജതജയന്തി ഹിന്ദി പരിചയ പരീക്ഷ പാസായ കമനീയമായ മറ്റൊരു സർട്ടിഫിക്കറ്റ് ഇന്ത്യാ ഗവ. വക. പിന്നെ, ടൈപ്പ്റൈറ്റിംഗും ഷോർട്ട്ഹാന്റും അറിയാം എന്ന ഒരു രേഖയും. ഈ മഹാനഗരത്തിൽ ഇതിൽ ഏതെങ്കിലും സഹായമാവുമോ?

സ്റ്റേഷനിൽ നിന്നും ഇറങ്ങി ആദ്യം കണ്ട ബസ്സിൽ കയറി. മലബാർ ഹില്ലിലേക്കാണ് ബസ്. വാൾക്കഷ്വേർ റോഡിലെ അവസാന സ്റ്റോപ്പിലിറങ്ങി. രാജകീയ പ്രൗഢിയോടെ മലബാർ ഹിൽസ്. സുന്ദരിമാരുടെ കഴുത്തിലെ മരതകമാല പോലെ, അറബിക്കടലിന്റെ തീരത്തുകൂടി മലബാർ ഹില്ലിനെ ചുറ്റിയാണ് വാൾക്കഷ്വേർ റോഡ്.

കടൽക്കാറ്റിന്റെ തലോടൽ നേരിട്ടനുഭവിക്കാൻ ഭാഗ്യം ലഭിച്ച അതിസമ്പന്നരാണ് മലബാർ ബിൽസിൽ താമസിക്കുന്നത്. പ്രത്യേക രീതിയിലാണ് ഇവിടുത്തെ കെട്ടിടങ്ങൾ. കുറേ നിലകൾ കടലിനെ അഭിമുഖീകരിച്ചും, അതിന് മുകളിലുള്ളവ കുന്നിനെ അഭിമുഖീകരിച്ചുമാണ് പണിതിട്ടുള്ളത്. കടലും മലയും ഒരേയിടത്ത് നിന്ന് കാണാം കുന്നിന്റെ സ്വാഭാവികതയ്ക്ക് കോട്ടം തട്ടാത്ത നിർമ്മാണ രീതി.

ബോംബെയിൽ ഉയരം കൂടിയ ബോറിവാലി, സമുദ്രനിരപ്പിൽ നിന്നും 468 മീറ്റർ ഉയരമുള്ള ഇവിടെയാണ് സഞ്ജയ്ഗാന്ധി നാഷണൽ പാർക്ക്.

എത്തി മൂന്നാം ദിവസം മലബാർ ഹില്ലിലെ ഡിസൈനേഴ്സ് പ്രൈവറ്റ് ലിമിറ്റഡ് എന്ന സ്ഥാപനത്തിൽ ജോലി ലഭിച്ചു.

അതൊരത്ഭുതമായിരുന്നു, ഇന്നും. സ്ഥാപനങ്ങൾ പരസ്യം ചെയ്ത് ഉദ്യോഗാർത്ഥികളെ ക്ഷണിക്കുന്ന രീതിയല്ല അക്കാലത്ത്. ഉദ്യോഗാർത്ഥികൾ തങ്ങളുടെ വിദ്യാഭ്യാസ യോഗ്യതയും പരിചയവും വിശദമാക്കി പത്രങ്ങളിൽ പരസ്യം ചെയ്യണം. ആവശ്യക്കാർ ഇന്റർവ്യൂന് ക്ഷണിക്കും.

ഭൂസർവ്വേയുടെ നാനാവശങ്ങളും എഞ്ചിനീയറിംഗ് സർവ്വേയും, സിവിൽ എഞ്ചിനീയറിംഗിന്റെ ഏതാനും ഭാഗങ്ങളും ഉൾക്കൊള്ളുന്ന നാലായിരം മണിക്കൂറിലധികം പഠിക്കേണ്ടുന്ന സിലബസായിരുന്നു. ഈ സർട്ടിഫിക്കറ്റിന് ഇത്രയധികം പ്രാധാന്യം ഉണ്ടെന്ന് കരുതിയിരുന്നില്ല. പിന്നീട് സർവ്വേ ഓഫ് ഇന്ത്യയിലേക്കുള്ള വാതിൽ തുറന്നതും ഈ സർട്ടിഫിക്കറ്റ് തന്നെ.

ഇവിടെ വെച്ചാണ് സഖാവ് ബി.ടി. രണദിവെയെ ആദ്യമായി കാണുന്നതും പരിചയപ്പെടുന്നതും. തുടർന്ന് ഏതാനും മാസങ്ങൾ ആ വിപ്ലവകാരിയുടെ ഊഷ്മളമായ സ്നേഹം അനുഭവിക്കാൻ കഴിഞ്ഞത് ജീവിതത്തിലെ മഹാഭാഗ്യമാണ്.

മാസങ്ങൾ കഴിഞ്ഞപ്പോൾ കുറച്ചുപേർ മദ്രാസിലേക്ക് സ്ഥലംമാറി വന്നു. അണ്ണാ ഫ്ളൈഓവറിന്റെ ഇൻവെസ്റ്റിഗേഷൻ സർവ്വേയ്ക്കായായിരുന്നു ആ മാറ്റം. ഏഷ്യയിലെ അക്കാലത്തെ ഏറ്റവും വലിയ ഫ്ളൈ ഓവറിന്റെ നിർമ്മാണം. സമുദ്രനിരപ്പിൽ നിന്നും ഏഴു മീറ്റർ മാത്രം ഉയരമുള്ള മദ്രാസ് നഗരത്തിൽ. ഫുട്പാത്തുകളിൽ നിരനിരയായി കിടന്നുറങ്ങുന്ന മനുഷ്യരുമായി നേരിട്ട് ഇടപെടുന്നതും ഇവിടെ വെച്ചാണ്. പലരുടേയും വാസസ്ഥലം നഷ്ടപ്പെടുന്ന അവസ്ഥയായിരുന്നു. ജമിനി ജംഗ്ഷനിലും മ്യൂസിക് അക്കാദമിയുടേയും സ്റ്റെല്ലാ മേരീസ് കോളേജിന്റേയും പരിസരത്തുമുള്ള എല്ലാ ഫുട്പാത്തുകളും രാത്രിയായാൽ അതിദരിദ്രരുടെ കൊട്ടാരങ്ങളായി മാറുന്നു. അതിജീവനത്തിന്റെ വേറിട്ട രൂപങ്ങൾ.

ഹോട്ടലുകൾ അതിരാവിലെ തുറക്കും. പാൽക്കാരൻ കറവയുള്ള പശുക്കളേയും എരുമകളേയും ഒരു ചെറിയ കെട്ട് 'വൈക്കോൽ കന്നുക്കുട്ടി'യും കൊണ്ട് കടയുടെ മുന്നിലെത്തി പ്രത്യേക ശബ്ദമുണ്ടാക്കും. കടക്കാരൻ പാൽപാത്രവും അകിടു കഴുകാനുള്ള വെള്ളവുമായി വരും. പാൽ നേരിട്ട് അവരുടെ പാത്രത്തിലേക്ക് കറന്ന് കൊടുക്കും.

ഒരു ദിവസം ഫുട്പാത്തിലെ രാജാക്കന്മാരുടെ പള്ളിയുറക്കം അൽപം നീണ്ടുപോയി. എരുമ തന്റെ മൂത്രവും ചാണകവും കൊണ്ട് അഭിഷേകം ചെയ്ത് അവരെ ഉണർത്തി. വർഷങ്ങൾ കഴിഞ്ഞിട്ടും ഇത്തരം സംഭവങ്ങൾ മനസ്സിൽ തെളിഞ്ഞു തന്നെ നിൽക്കുന്നു.

രസകരമായ മറ്റൊന്നാണ് ദോശ ചുട്ടെടുക്കൽ. നാലടി നീളവും രണ്ടരയടി വീതിയുമുള്ള കട്ടി കൂടിയ ഇരുമ്പ് തകിടാണ് ദോശക്കല്ല്. ഇത് അടുപ്പിന് മുകളിൽ എപ്പോഴും ചൂടായിട്ടിരിക്കും. ഒരു ഈർക്കിൽ ചൂലെടുത്ത് ബക്കറ്റിലെ വെള്ളത്തിൽ മുക്കി തകിടിന് മുകളിൽ ശക്തിയായി കുടയും. വെള്ളം എല്ലായിടത്തും തുല്യ അളവിൽ എത്തുന്നത് കുശിനിക്കാരന്റെ കരവിരുത്.

ദോശമാവ് ഒരു ബൗളിലെടുത്ത് ഓരോ ഭാഗത്തും വ്യത്യസ്ത അളവിലും രൂപത്തിലും കനത്തിലും ഒഴിച്ച് ഈ പാത്രം കൊണ്ടു തന്നെ പരത്തുന്നു. ചുട്ടെടുക്കുന്ന ഓരോ ദോശയും മസാലദോശ, നെയ്റോസ്റ്റ്, സ്പെഷ്യൽ ദോശ, സാദാ ദോശ എന്നിങ്ങനെ വിവിധ പേരുകളിൽ ആവശ്യക്കാരുടെ മുന്നിലെത്തുന്നു.

എഞ്ചിനീയറിംഗ് സർവ്വേ ഇന്നത്തെപ്പോലെ എളുപ്പമല്ല അന്ന്. ഓരോ സർവ്വേയ്ക്കും വ്യത്യസ്ത ഉപകരണങ്ങളുടെ കൂട്ടം തന്നെയുണ്ട്. ഇന്ന് ടോട്ടൽ സ്റ്റേഷൻ എന്ന ഒറ്റ ഉപകരണം കൊണ്ട് എല്ലാം നടക്കും. കൃത്യതയുറപ്പാണെന്ന് മാത്രമല്ല സൗകര്യപ്രദവുമാണ്.

സർവ്വേ കഴിഞ്ഞ് ക്ഷീണിക്കുന്ന അവസരങ്ങളിൽ സ്റ്റെല്ലാമേരീസ് കോളജിന്റെ പൂന്തോട്ടത്തിലാണ് വിശ്രമിക്കാറ്. അത് അനുവദനീയവുമായിരുന്നു. എന്നാൽ ഒരു ദിവസം അതിനൊരു മാറ്റം വന്നു. വിശ്രമത്തിന് ശിക്ഷയെന്നായി. അന്ന് അവിടെ വിശ്രമിക്കുമ്പോൾ പോലീസ് വന്ന് സ്റ്റേഷനിലേക്ക് കൂട്ടിക്കൊണ്ടുപോയി. പെൺകുട്ടികളുടെ കോളേജിൽ കഴിഞ്ഞ ദിവസം ആൺകുട്ടികൾ വന്ന് ശല്യമുണ്ടാക്കിയിരുന്നുവത്രെ. കുഴപ്പമുണ്ടാക്കാൻ വന്ന 'കോളജ് കുമാരനെ' കൈകാര്യം ചെയ്യാൻ തയ്യാറെടുത്ത പോലീസുകാർക്ക് ഒടുവിൽ സത്യം മനസ്സിലായി. ക്ഷമാപണത്തോടെ താമസസ്ഥലത്തെത്തിച്ചു.

മലയാളികളുടെ അഭിമാനമായ അനശ്വര നടൻ സത്യൻമാഷ്. അദ്ദേഹത്തെ കാണാനും പരിചയപ്പെടാനും ജെമിനി സ്റ്റുഡിയോയിൽ സൗകര്യം ചെയ്തു തന്ന നാട്ടുകാരനേയും മറക്കാൻ കഴിയില്ല.

അങ്ങനെയിരിക്കെ ഒരു ദിവസം വീട്ടിൽ നിന്നും ഒരു കത്ത്. ആദ്യത്തെ പരീക്ഷയിൽ തന്നെ ജയിച്ച് പബ്ലിക്ക് സർവ്വീസ് കമ്മീഷനിലൂടെ ഉദ്യോഗത്തിന് അർഹത നേടിയ വിവരമാണ് കത്തിൽ. ആ സന്തോഷം വിവരിക്കുന്നില്ല. രണ്ട് ദിവസം കഴിഞ്ഞ് സഹപ്രവർത്തകരോടും സുഹൃത്തുക്കളോടും യാത്ര പറഞ്ഞ് വീട്ടിലേക്ക് പുറപ്പെട്ടു.

എൻ.ജി.ഒ

'എടീ, എടീ, ' അനവസരത്തിലുള്ള അച്ഛന്റെ വിളി കേട്ട് അമ്മ അത്ഭുതപ്പെട്ടു. അച്ഛന്റെ മുഖത്താവട്ടെ അഭിമാനത്തിന്റെ പുഞ്ചിരി.

ഇതെന്തു പറ്റി? സ്നേഹം കൂടുമ്പോഴാണ് അച്ഛന്റെ എടീ വിളി പതിവ്. അല്ലാത്തപ്പോൾ എടീയുടെ മുന്നിലോ പിന്നിലോ നാട്ടിൻ പുറത്തെ മറ്റു ചില പദങ്ങൾ സ്വാഭാവികം.

'നിങ്ങൾക്കെന്തുപറ്റി മനുഷ്യാ. എന്താ നിങ്ങൾക്ക്?'

'എടീ നമ്മുടെ കുഞ്ഞിമോന് ജോലി കിട്ടി. ഗവർമ്മെന്റ് ജോലി.'

അത് അങ്ങനെയാ. നാട്ടിൽ നിന്നും മോനെക്കുറിച്ച് നല്ലത് കേട്ടാൽ ഉടനെ അമ്മയോട് 'എന്റെ മോൻ' അല്ലെങ്കിൽ 'നമ്മുടെ മോൻ' എന്ന് പറയും. അല്ലാത്ത അവസരങ്ങളിൽ നിന്റെ മോൻ, നിന്റെ മക്കൾ ആവും. അച്ഛൻ അമ്മയെ നിരായുധയാക്കുന്ന പദപ്ര യോഗങ്ങൾ.

കൂട്ടത്തിൽ ഈ പഴഞ്ചൊല്ലും ഉണ്ടാകും. 'ഉം...ഉമ്മ പോറ്റിയ കോഴികളും. അമ്മ പോറ്റിയ മക്കളും.'

ഉമ്മയുടെ കോഴികൾ വീടിന്റെ അകത്തളങ്ങളിൽ നിന്നും പുറത്തി റങ്ങാതെ വീട് മുഴുവൻ മലിനപ്പെടുത്തും. അമ്മയുടെ മക്കൾ വീട്ടിൽ അടങ്ങി ഒതുങ്ങി നിൽക്കാതെ നാട്ടിൽ അലഞ്ഞുനടക്കും. ഇതാണ് വിപക്ഷ.

'എന്താ മനുഷ്യാ എന്താണ്?' രാവിലെ വീട്ടിൽ നിന്നും പുറത്തി റങ്ങിയാൽ ഉച്ചഭക്ഷണത്തിന് മാത്രം വീട്ടിലെത്തുന്ന ഇദ്ദേഹത്തിന് എന്തുപറ്റി?

'പി.എസ്സീന്ന് മോന് രജിസ്റ്റേഡ് കത്തുണ്ട്. ജോലിക്കുള്ള ഓർഡറാ. പോസ്റ്റ്മേൻ ഇപ്പോൾ വരും. നല്ല ചായ കൊടുക്കണം. ദാ പലഹാരം ഞാൻ കൊണ്ടു വന്നിട്ടുണ്ട്.' അച്ഛൻ പൊതി അമ്മയുടെ കയ്യിൽ കൊടുത്തു. 'ഇപ്പോൾ പീടേ്യലുണ്ട്. വേഗം വരും. എടീ കുഞ്ഞിമോന് ജോലി കിട്ടി. സർക്കാർ ജോലി.' അച്ഛൻ പറഞ്ഞു കൊണ്ടിരുന്നു.'

പെട്ടെന്ന് അമ്മ, 'അതിലെന്താ ഇത്ര അത്ഭുതം? എന്റെ മോന് ജോലി കിട്ടില്ലെന്ന് ഞാൻ പറഞ്ഞിരുന്നോ? നിങ്ങളല്ലേ എപ്പോഴും പറയാറ്. തെക്കുവടക്ക് നടക്കുന്ന ഇവനെന്ത് ജോലി കിട്ടാനാ എന്ന്.' അമ്മ വിട്ടു കൊടുക്കാൻ ഭാവമില്ല.

'എന്തൊക്കെ നിങ്ങൾ പറഞ്ഞു. വെറുതെ സമയം കളയുന്നവൻ, സ്വന്തം കാര്യം ശ്രദ്ധിക്കാത്തവൻ, നാടു നന്നാക്കാൻ നടക്കുന്നവൻ. എന്നിട്ടിപ്പോൾ...' ഒരു അർദ്ധവിരാമത്തിൽ അമ്മ നിർത്തി.

'ടീച്ചർമാർ പറഞ്ഞു അവനെ കോളേജിലയക്കാൻ. അന്ന് അവരോട് പറഞ്ഞു മോന് പഠിക്കാൻ ഇഷ്ടമില്ലാന്ന്. നെഞ്ച് പൊട്ടിയാ അന്ന് ആ നുണ പറഞ്ഞത്. അത് നുണയാണെന്ന് അവനും അറിയാമെന്ന് വൈകിയാ മനസ്സിലാക്കിയത്.' ഒരു നെടു വീർപ്പോടെ അമ്മ ആശ്വസിച്ചു. 'ഈ കുഗ്രാമത്തിൽ നിന്നും പി.എസ്. സിയിലൂടെ ആദ്യ ജോലി കിട്ടിയത് നമ്മുടെ മോന്.'

നാട്ടിൻപുറത്ത് ജോലി എന്നാൽ ആദ്യം പട്ടാളം, അല്ലെങ്കിൽ ടൈപ്പും ഷോർട്ട്ഹാന്റും പഠിച്ച് നാടുവിടൽ. പണമുള്ളവർ ടി.ടി.സി പാസ്സായി കാശ് കൊടുത്ത് ടീച്ചർമാരാകും. ഇന്നിതാ അതിനൊരു മാറ്റം. സർക്കാർ ജോലി നമുക്കും പ്രാപ്യമാണെന്ന ബോധം യുവാക്കളിലുണ്ടായിത്തുടങ്ങി. അന്നുവരെ ലൈബ്രറി പ്രവർത്തനം, രക്തദാനം, റോഡ് വെട്ടൽ, കെ.എസ്സ്.വൈ.എഫ് മുദ്രാവാക്യം വിളി എന്നിങ്ങനെയൊക്കെ ജീവിതത്തിന്റെ ഭാഗമാക്കിയവന് ഒരു സാമൂഹികാംഗീകാരം ലഭിച്ചു. നാട്ടിൽ ഒരു സർക്കാർ ജോലി.

അന്ന് വീട്ടിലൊരുത്സവമായിരുന്നു. പരസ്പരം വഴക്കിട്ടിരുന്ന അച്ഛനും അമ്മയും സ്നേഹിക്കാനും സ്നേഹിക്കപ്പെടാനും സാധിക്കുമെന്ന് അറിഞ്ഞ ദിവസം. സന്തോഷത്തിന്റെ ദിവസം.

കവർ പൊട്ടിച്ചു. ജോലി കൽപ്പറ്റയിൽ. അന്നുവരെ വയനാട് എന്നു മാത്രം കേട്ടിട്ടുള്ള നാട്ടിൽ മറ്റൊരു പേരിലൊരു സ്ഥലം. മനസ്സൊന്ന് പുറകോട്ട് പാഞ്ഞു. ആദ്യ അപേക്ഷയാണ് പി.എസ്.സിക്ക്. രണ്ട് ഗസറ്റഡ് ഓഫീസർമാരിൽ നിന്നും സ്വഭാവ സർട്ടിഫിക്കറ്റ്

വാങ്ങണം. അതിന് ബ്ലോക്കാഫീസിലും കൃഷി ഗവേഷണ കേന്ദ്ര ത്തിലും പോയി. ഇന്നിതാ ആദ്യ ലിസ്റ്റിൽ ഒന്നാമനായി. അൽപം തലക്കനം കൂടിയോ?

നിന്റെ ജോലി എടുത്തല്ല ഞാൻ ജീവിക്കുന്നത് എന്ന ഇന്നത്തെ തൊഴിലാളികളുടെ മനസ്ഥിതിയല്ല അന്ന്. എന്തു പണി കിട്ടിയാലും അത് എനിക്കും എന്റെ കുടുംബത്തിനും വേണ്ടിയാണ്, ഇതാണെന്റെ ജീവിതമാർഗം എന്ന വിചാരമുള്ള കാലം. ജോലി ദൈവസന്നിധി എന്ന് ഉരുവിടുന്ന കാലം.

സന്തോഷവും അഭിമാനവും സഹപാഠികളോടും സുഹൃത്തുക്കളോ ടും പങ്കിട്ട് പിറ്റേ ദിവസം നിയമന ഉത്തരവുമായി യാത്രയായി.

കൽപ്പറ്റയിലേക്കുള്ള യാത്ര ദുഷ്കരമാണെന്ന് വീട്ടുകാരും നാട്ടുകാരും ഓർമ്മപ്പെടുത്തി. ചിലർ മൂന്നാല് ദിവസത്തെ തീവണ്ടി യാത്രയുടെ ബുദ്ധിമുട്ടും നിരത്തി. ഇതിനൊരു കാരണമുണ്ട്. കൽപ്പറ്റ എന്ന വയനാടൻ ഗ്രാമം അന്ന് സുപരിചിതമായിരുന്നില്ല. എന്നാൽ കൽക്കത്ത അങ്ങനെയല്ല. യുവാക്കൾ ജോലിക്കായി നാടുവിടുന്ന കാലമായതുകൊണ്ട് കൽപ്പറ്റ എന്നത് കൽക്കത്തയായി പലരും തെറ്റിദ്ധരിച്ചു.

പിന്നീടുണ്ടായ രസകരമായ ഒരു സംഭവം ഈ തെറ്റിദ്ധാരണയെ സാധൂകരിക്കുകയും ചെയ്തു. ആദ്യം ഇരിട്ടിയിലേക്ക്, അവിടുന്ന് മാനന്തവാടി, പിന്നെ കൽപ്പറ്റ. ഇത്രയും വിവരങ്ങളാണ് യാത്രയ്ക്ക് കൈവശമുള്ളത്. രാവിലെ ആറുമണിക്കാണ് തളിപ്പറമ്പിൽ നിന്നും ബസ്. ഇരുമ്പുപെട്ടിയിൽ വസ്ത്രങ്ങളും മറ്റ് അത്യാവശ്യ സാധനങ്ങളും നിറച്ചു. പട്ടാളക്കാരനായിരുന്ന അച്ഛന്റെ പഴയൊരു കമ്പിളിയും കൂടെ കരുതി. പെട്ടിയും തൂക്കി അതിരാവിലെ തളിപ്പറമ്പിലേക്ക്, അഞ്ച് കിലോമീറ്റർ നടന്നു. കശുമാവിൻ തോട്ടങ്ങൾക്കിടയിലൂടെയുള്ള വീതി കുറഞ്ഞ തളിപ്പറമ്പ്-ഇരിട്ടി റോഡ്. (റോഡുകൾ തരംതിരി ച്ച് മോടികൂട്ടുന്ന പതിവ് അന്നില്ല. ഇന്നാണെങ്കിൽ അന്തർദേശീയ ദേശീയപാത, സംസ്ഥാനപാത, ജില്ലാ റോഡ്, വില്ലേജ് റോഡ് എന്നിവയ്ക്കൊക്കെ പ്രത്യേക നിർമ്മാണ രീതികളും പരിരക്ഷകളും ഉണ്ട്.)

റോഡിൽ ഇരുവശത്തും കറുപ്പും വെളുപ്പും നിറത്തിൽ വിശാലമായ പാറക്കൂട്ടങ്ങളാണ്. പലതരം പാറകൾ. കറുത്ത് നെയ് ഒലിക്കു ന്നതുപോലെ തോന്നിപ്പിക്കുന്ന നെയ്പ്പാറ. പാലുകാച്ചിപ്പാറ, ദൂരെ നിന്ന് നോക്കുമ്പോൾ പാറയ്ക്ക് മുകളിൽ പാല് ഒലിക്കുന്നതു പോലെ തോന്നും. മരുഭൂമിയിലെ മരീചിക പോലെ പ്രകൃതിയുടെ വികൃതി.

പാറയ്ക്ക് മുകളിൽ പച്ചനിറത്തിൽ പതിഞ്ഞു നിൽക്കുന്ന പാറമുള്ള് അഥവാ ക്ലാരിമുള്ള്. അറിയാതെ ചവിട്ടിയാൽ ശരശയ്യയുടെ അനുഭവമായിരിക്കും. അതിനിടയിൽ രണ്ട്-രണ്ടര അടി ഉയരത്തിൽ വളർന്നു നിൽക്കുന്ന നെയ്പ്പുല്ല്. പുരകൾ കെട്ടിമേയാൻ ഈ പുല്ലാണ് ഉപയോഗിക്കുന്നത്.

ചില പാറമടക്കുകൾക്കിടയിൽ ക്ലാരിപ്പുല്ല് (കിടാരിപ്പുല്ല്) വളരും. തുഞ്ചത്ത് മുൾമുനപോലെ ഉണ്ടെങ്കിലും കന്നുകാലികൾക്ക് ഏറെ ഇഷ്ടപ്പെട്ട ഭക്ഷണമാണ് ക്ലാരിപ്പുല്ല്. എയ്യൻ പുല്ലെന്നും പറയുന്ന ഇത് ശ്രദ്ധയോടെ അരിഞ്ഞെടുത്ത് ചെറുകറ്റകളാക്കുന്നത് സ്ത്രീകളുടെ മാത്രം പ്രത്യേക കരവിരുതാണ്. ഈ പുല്ലുകൾക്കിടയിൽ തല ഉയർത്തി കശുമാവിൻ കൂട്ടങ്ങൾ. എല്ലാംകൂടി കണ്ണിന് ആനന്ദവും മനസിന് കുളിർമ്മയും നൽകുന്ന പ്രകൃതിയുടെ വരദാനം.

പുൽമേട്ടിൽ നാൽക്കാലികളെ കൂട്ടത്തോടെ പറമ്പിലേക്ക് നയിക്കുന്ന ചെക്കന്മാർ. കാലിച്ചെറുക്കന്മാരുടെ ഹോ, ഹോയി ശബ്ദങ്ങൾ അന്തരീക്ഷത്തിൽ ഉയർന്ന് കേൾക്കാം. വർഷങ്ങളായി കേൾക്കുന്ന ആ ശബ്ദങ്ങൾ നാൽക്കാലികൾക്ക് തങ്ങളുടെ യജമാനന്മാരെ തിരിച്ചറിയാനുള്ള വഴിയാണ്. തിരിച്ച് തിരിച്ച് കാലികളെ വരുതിയിലാക്കാനാനുള്ള വഴിയുമാണ്. നാൽക്കാലികൾ റോഡിലൂടെ നടക്കുമ്പോഴുള്ള ശബ്ദം പോലീസുകാരുടെ റൂട്ട് മാർച്ചിനെ ഓർമ്മപ്പെടുത്തും. തലശ്ശേരി പോലീസ് സ്റ്റേഷൻ നക്സലൈറ്റ് ആക്രമണം പരാജയപ്പെടാനുള്ള പ്രധാന കാരണം, റോഡിൽ ഉറങ്ങിക്കിടക്കുന്ന നാൽക്കാലികൾ പെട്ടെന്ന് ഉണർന്ന് ഓടിയതാണെന്നത് അക്കാലത്തെ പ്രാധാന്യം ലഭിച്ച വാർത്തയാണ്.

കാലിച്ചെറുക്കന്മാരുടെയെല്ലാം തലയിൽ ഒരു ഓലക്കുട (തലക്കുട, തൊപ്പിക്കുട എന്നൊക്കെ പേരുണ്ട്)ഉണ്ടാവും. ആ കുടയ്ക്കുള്ളിലാണ് അവരുടെ ഭക്ഷണം. തീയിൽ വാട്ടിയ വാഴയിലയിൽ ഭക്ഷണം പൊതിഞ്ഞ് കുടയുടെ തൊപ്പിക്കുള്ളിലാണ് സൂക്ഷിക്കുക. കാലികളുടെ പിറകെ ഓടുമ്പോഴും ഭക്ഷണപ്പൊതിയുടെ കനം തൊപ്പിക്കുട പാറിപ്പോകാതെ സംരക്ഷിക്കും. ഇടതുകയ്യിലെ തൂക്കുപാത്രങ്ങളിൽ ചായവെള്ളവും കഞ്ഞിയുമുണ്ടാവും. വലതുകയ്യിൽ നീളമുള്ള വടി. ഉടുത്തിരിക്കുന്നത് മുട്ടോളമെത്തുന്ന തോർത്ത്. കയ്യില്ലാത്ത ബനിയൻ കഷ്ണം. ഇതാണ് ഒറ്റ നോട്ടത്തിൽ കാലിച്ചെറുക്കൻ.

സ്കൂളിൽ പോകാൻ ഭാഗ്യം ലഭിക്കാത്ത ഈ ഹതഭാഗ്യർ തങ്ങളുടെ പ്രതിഷേധം പലപ്പോഴും മിണ്ടാപ്രാണികളോടായിരിക്കും തീർക്കുക. അതിന് കയ്യിലുള്ള വടിയും സഹായിക്കും.

കുണ്ടും കുഴിയും നിറഞ്ഞ റോഡ്. മഴക്കാലമായാൽ റോഡും തോടായി മാറും. അതിലൂടെയുള്ള യാത്രയിൽ പ്രതിഷേധിച്ച് വാഹനങ്ങൾ പലവിധ അപശബ്ദങ്ങൾ പുറപ്പെടുവിക്കും. കരകരശബ്ദവും എഞ്ചിന്റെ ഞെരക്കങ്ങളും മൂളലുകളും, ആസ്വദിക്കുന്നവർക്ക് അത് താളാത്മകമായ സംഗീതമായി തോന്നാം. ബസിന്റെ ഗിയർ മാറ്റാൻ ഇടക്കിടെ ക്ലീനറുടെ സഹായം ഡ്രൈവർക്കാവശ്യമായി വരും. രണ്ടു കൈകൊണ്ടും ഗിയർ വലിക്കുമ്പോൾ ആധുനിക ഒളിമ്പിക്സിലെ വെയിറ്റ്‌ലിഫ്റ്ററുടെ മുഖഭാവമായിരിക്കും ക്ലീനർക്ക്.

അങ്ങനെ താളങ്ങൾ നിറഞ്ഞ യാത്ര, അതിനെ പലപ്പോഴും സംഗീതമയമാക്കുന്നത് ഒരു മൂളിപ്പാട്ടിലൂടെയായിരിക്കും. കോരിച്ചൊരിയുന്ന മഴ ഏത് പാട്ടിനും പാട്ടുകാരനും സംഗീതമൊരുക്കുന്നത് എല്ലാവർക്കും അനുഭവമാണല്ലോ.

അങ്ങനെ വളവും തിരിവും കയറ്റങ്ങളും ഇറക്കങ്ങളും മൂളലും മുരളലും ആസ്വദിച്ചുകൊണ്ടിരിക്കുമ്പോൾ ബസ് ഇരിട്ടിയിൽ എത്തിയതറിഞ്ഞില്ല. അൽപ്പസമയത്തെ കാത്തിരിപ്പ്. ജയിംസ് ബോണ്ട് സിനിമയിലെ കാറോട്ടം അനുസ്മരിപ്പിക്കുംവിധം, പരസ്പരം കാണാത്ത വിധത്തിൽ സ്റ്റാൻഡിൽ പൊടിയും പുകയും നിറയുന്നു. കിതച്ചും കൊണ്ട് ഒരു ബസ് സ്റ്റാൻഡിന്റെ വടക്ക് ഭാഗത്ത് വന്നു നിന്നു.

ക്ലീനറുടെ വിളി, 'മാ...നന്തവാടി മാ...നന്തവാടി'. ആളുകൾ ഓടിക്കൂടുന്നു. ക്ലീനറുടെ തള്ള് പുറത്ത് കിട്ടിയാൽ ഉറപ്പ്, ' ബസിൽ ഇടംകിട്ടും. സീറ്റ് കിട്ടി. ക്ഷീണം മൂലം പെട്ടെന്ന് മയങ്ങിപ്പോയി.

1970 ഫെബ്രുവരി 11ലെ ആ പത്രം. മുൻ പേജ് തുറന്നു വെച്ചിട്ടുണ്ട്.

വയനാട്ടിൽ വീണ്ടും നക്സൽ ആക്രമണം. ആറ് വീട് ആക്രമിച്ചു. രണ്ടുപേരെ കൊന്നു. പുൽപ്പള്ളിയിലെ പിടികിട്ടാപ്പുള്ളിയായ വർഗ്ഗീസിന്റെ നേതൃത്വത്തിലാണ് കൊള്ളയും കൊലയും നടന്നതെന്ന് കരുതുന്നു.

'വടക്കൻ വയനാട്ടിലെ തൃശ്ശിലേരിയിലും തിരുനെല്ലിയിലും നക്സൽബാരികൾ സംഘടിതമായി നടത്തിയ ആക്രമണത്തിൽ രണ്ടുപേർ കൊല്ലപ്പെടുകയും ആഭരണങ്ങളും തോക്കുകളും തട്ടിക്കൊണ്ടുപോവുകയും ചെയ്തു. തൃശ്ശിലേരി ആനപ്പാറയിലെ വാസുദേവ അഡിഗ എന്ന കൃഷിക്കാരനും തിരുനെല്ലിയിലെ കച്ചവടക്കാരനായ വരമംഗലത്ത് ചേക്കുവുമാണ് വധിക്കപ്പെട്ടത്.

എന്തിനാണ് വർഗ്ഗീസ് ഇത് ചെയ്തത്? കള്ളനാഴി കൊണ്ട് അളന്നും നെല്ലും പതിരും കൂട്ടിക്കലർത്തിയും കൂലികൊടുത്ത്

പണിക്കാരെ പറ്റിക്കുന്ന ജന്മിമാർ.

അവർക്കെതിരെയുള്ള മുദ്രാവാക്യമല്ലേ ആ കേൾക്കുന്നത്.

'ഒരു തുണ്ടം കപ്പക്കും
ഒരു കണ്ടം പൊകലക്കും
ഇനി ഞങ്ങളെ കിട്ടില്ല
കാവല് കെടക്കാൻ കിട്ടൂല്ല.
കൊയ്ത്തു മെതിക്കാൻ കിട്ടൂല്ല
പതമ്പു വേണ്ടാ വല്ലിവേണ്ടാ
ഞങ്ങളുടെ മണ്ണ് ഞങ്ങൾക്ക്'

വയനാട്ടിലെ ജനങ്ങളുടെ ഈണത്തിലുള്ള മുദ്രാവാക്യം, കർണ്ണപുടങ്ങൾ ഭേദിക്കുമാറുച്ചത്തിൽ. മയക്കമുണർന്നപ്പോൾ വിശാലമായ വയൽ. അതിന് നടുവിലൂടെ റോഡ്. വയലിൽ പണി എടുക്കുന്ന പണിയരുടെ നാട്ടിപ്പാട്ടിന്റെ ശീലുകൾ നാട്ടിലെ നാട്ടിപ്പാട്ടിനെ തോൽപ്പിച്ചുവോ!

'പെയ്യറു പെയ്യറു പെയ്യറു മായേ
അടേച്ച കുത്തിയും പെയ്യറു
ആനെ കുളിപ്പാണും വെള്ളം കാണി
കുതിരെ കുളിപ്പാണും വെള്ളം കാണി
ആച്ചാം ആറാറി പെയ്യറു
പൂമി പോരാരി പെയ്യറു
പാപ്പെ കുളിപ്പാണും വെള്ളം കാണി
പാപ്പാത്തി കുളിപ്പാണും വെള്ളം കാണി
പെയ്യറു പെയ്യറു പെയ്യറു മായേ
അടേച്ച കുത്തിയും പെയ്യറു'
(ആനക്ക് കുളിക്കാനും വെള്ളിമില്ല.
കുതിരക്ക് കുളിക്കാനും വെള്ളമില്ല.
തമ്പ്രാന് കുളിപ്പാനും വെള്ളമില്ല
തമ്പ്രാട്ടിക്ക് കുളിപ്പാനും വെള്ളമില്ല.
ആകാശം ഇളക്കി പെയ്യൂ
ഭൂമി നിറയെ പെയ്യൂ)

മനസ്സുരുകിയുള്ള അവരുടെ പ്രാർത്ഥനയുടെ ഫലമായി മഴ പെയ്തു. കൃഷിപ്പണി തുടങ്ങി. നെൽകൃഷിയുടെ കൂടെ വാഴയും പച്ചക്കറികളും കൃഷി ചെയ്യാൻ തുടങ്ങി. കൊയ്യാറായ നെൽവയലും, കൊത്താനായ വാഴയും.

അവർ പാട്ട് തുടർന്നു.

'പെണ്ണുങ്ങ കയ്യില് എന്തുണ്ട്
പിന്നാട്ട് എരുമന കൊമ്പുണ്ട്
കൊമ്പുകൊത്തിപ്പാലമിട്ടു
പാലത്തിനക്കരെ വായെ കുലച്ചു
വായെ കുലച്ചു തെക്കോട്ട് വീനുങ്ങു
തെക്കിനി തമ്പിരാൻ കൊത്ത്യോണ്ട് പോയി.'

കുലച്ച് പാകമായ കുല തമ്പുരാന്റെ ആൾക്കാർ വന്ന് കൊത്തിക്കൊണ്ടു പോയി.

ചങ്ങമ്പുഴയുടെ 'വാഴക്കുല'യുടെ തനിയാവർത്തനം.

'മലയപ്പുലയനാം മാടത്തിൻ മുറ്റത്തു
മഴ വന്ന നാളൊരു വാഴ നട്ടു.
കൊലവരാറായില്ലതിനു മുമ്പെതന്നെ
കൊതിയന്റെ നാക്കത്തു വെള്ളം വന്നു.'

അവസാനം കുല മൂത്തപ്പോൾ ജന്മിയുടെ ആൾക്കാർ വന്ന് കൊത്തിക്കൊണ്ടു പോയി.

തെക്കോട്ടു വീണ വാഴക്കുലയോടൊപ്പം ബസ് വലിയൊരു കുഴിയിലും വീണു.

മയക്കത്തിൽ നിന്നും ഉണർന്നപ്പോൾ ബസ് മാനന്തവാടി സ്റ്റാൻഡിൽ. യാത്രക്കാരെല്ലാം ഇറങ്ങിയിരുന്നു.

കൽപ്പറ്റയിലേക്കുള്ള ബസിന് കുറച്ചധികം സമയം കാത്തിരിക്കേണ്ടി വന്നു.

മുന്നിൽ ചെറിയൊരു പെട്ടിക്കട. അവിടെ മൂന്ന് കാലുള്ള ബഞ്ച്. ബഞ്ചിൽ രണ്ടു പേർ ഇരിക്കുന്നുണ്ട്. അതിലൊരാളുടെ കാല് ബെഞ്ചിന്റെ നാലാം കാലായി ബാലൻസ് ചെയ്തിട്ടുണ്ട്. വയനാട്ടിലെ ആദിവാസികളാണെന്ന് ഒറ്റ നോട്ടത്തിൽ മനസ്സിലായി. ഈ നാടിന്റെ യഥാർത്ഥ അവകാശികൾ. അവരുടെ ഭൂമി അളന്ന് തിട്ടപ്പെടുത്താനുള്ള റീസർവ്വേ ഓഫീസ് കൽപ്പറ്റയിലാണ്. അവിടെ ജോലിയിൽ പ്രവേശിക്കാനുള്ള യാത്ര. അതുകൊണ്ടുതന്നെ അവരെ കണ്ടപ്പോൾ ഒരട്ടപ്പം തോന്നി.

ബെഞ്ചിനടുത്തേക്ക് നിന്നു. അവരിലൊരാൾ പറഞ്ഞു,

'ഊടെ ഇളച്ചോ'

കാര്യം പിടികിട്ടിയില്ല. എങ്കിലും പറഞ്ഞ ആൾ എഴുന്നേറ്റ് ബെഞ്ച് ചൂണ്ടിക്കാണിച്ചപ്പോൾ മനസ്സിലായി. ബെഞ്ചിന്റെ നാലാം കാലായി വലതുകാൽ അമർത്തിച്ചവുട്ടി അവിടെ ഇരുന്നു.

'എന്താ നിങ്ങടെ പേര്?'

'കരിയൻ, മാരൻ.' രണ്ടുപേരും ഒന്നിച്ചാണ് പറഞ്ഞത്. അവരോട് പലതും ചോദിച്ചു. പറഞ്ഞത് ഒന്നും മനസ്സിലായില്ല.

സാരമില്ല, ഇനിയുള്ള നാളിൽ ഭാഷയോടൊപ്പം ഇവരേയും പഠിക്കാമല്ലോ.

കൽപ്പറ്റയിലേക്കുള്ള ബസ് എത്തി. മണിക്കൂറുകൾക്കുള്ളിൽ അവിടെയെത്തും. വയനാടിനെക്കുറിച്ചുള്ള ചിന്ത, പണ്ടെങ്ങോ വായിച്ച ഒരു പുസ്തകത്തിലെ ഏടിലേക്ക് മനസ്സിനെ കൂട്ടിക്കൊണ്ടു പോയി.

അങ്കറുമാലെ, ഇങ്കറുമാലെ ചമ്പാമാലെ (അപ്പുറം മല, ഇപ്പുറം മല, ചമ്പാ മല)... ഈ മലമ്പ്രദേശത്ത് എന്തൊക്കെയുണ്ട്? വയലിലേക്ക് നൂണ്ട് കയറിയ കാട്. ഈട്ടിയും വൻതേക്കും കരിമരുതും ഇലവും വേങ്ങയും ഇരുമുള്ളും കാട്ടുനാരകവും കാട്ടുനെല്ലിയും കാട്ടാലംപരട്ടിയും പുന്നയും പേഴും കമ്പകവും പ്ലാശും ചേരും എല്ലാം ഉണ്ട്. ശതാവരിയും കാട്ടിഞ്ചിയും കാട്ടുപടവലവും നറുനീണ്ടിയും ഇഞ്ചവള്ളിയും മലന്തുടലിയും പടർന്നു കിടക്കുന്ന കാട്. പുലിയും കരടിയും മുള്ളൻപന്നിയും കാട്ടുപോത്തും കാട്ടുപന്നിയും ഈനാമ്പേച്ചിയും വെരുകും ഉടുമ്പും പാമ്പും കീരിയും സഹജീവികളായ കാട്. കൂട്ടത്തിൽ കോഴയും കലമാനും കൂരനും കുറുനരിയും കാട്ടാനക്കൂട്ടവും മിണ്ടിയും പറഞ്ഞും ഇരപിടിച്ചും കളിച്ചും മദിച്ചും നടക്കുന്ന കാട്. തുമ്പികളുടെ, പൂമ്പാറ്റകളുടെ, ചീവീടുകളുടെ കാട്. ഉറുമ്പും ചിതലും നൂറുനൂറായിരം സൂക്ഷ്മ ജീവികളുടെ കാട്. ഈ കാടാണ് ആദിവാസികളുടെ നാട്.

ഈ നാട്ടിലാണ് ഇനി കുറേക്കാലം ജീവിക്കേണ്ടത്. ഇനി ഈ നാട്ടുകാരെ കുറിച്ച് പഠിക്കാനും ഇവർക്ക് അർഹതപ്പെട്ട ഭൂമി പതിച്ചുനൽകാനും ശ്രമിക്കണം എന്ന് മനസ് മന്ത്രിച്ചു.

ബസ് സ്റ്റാൻഡിൽ എത്തി. യാത്രക്കാർ കൂട്ടത്തോടെ ഇറങ്ങി. സ്റ്റാൻഡിന് കിഴക്കുഭാഗത്ത് കൂറ്റൻ കരിങ്കൽ മല. പടിഞ്ഞാറും തെക്കും ഭാഗത്ത് കാപ്പിത്തോട്ടങ്ങൾ. അതിനിടയിൽ ചെമ്മണ്ണ് നിറഞ്ഞ ചെറിയ ബസ് സ്റ്റാൻഡ്. റോഡിലിറങ്ങി ആദ്യം കണ്ട പീടികയിൽ കയറി വഴി ചോദിച്ചു. തളിപ്പറമ്പുകാരനാണെന്നറിഞ്ഞപ്പോൾ ഒരടുപ്പം. തളിപ്പറമ്പിലെ ചെമ്പോട്ടികളിൽ ചിലരാണ് ഇവിടുത്തെ പ്രമുഖ ചെമ്പു പാത്ര കച്ചവടക്കാർ.

ഓഫീസിലേക്ക് രണ്ട് കിലോമീറ്ററിലധികം ദൂരമുണ്ട്. പൊതു റോഡിൽ നിന്നും അകലെ ആയതുകൊണ്ട് ടാക്സി ജീപ്പുകളെ

ആശ്രയിക്കണം. അതിന് കാശില്ല. നടന്നു. നട്ടുച്ചയ്ക്കുള്ള വയനാടൻ വെയിലും കൊണ്ട്, ആദ്യ വയനാടൻ കാൽനടയാത്ര. ആദ്യമായി ചന്ദ്രനിൽ കാലുകുത്തിയ നീൽ ആംസ്ട്രോംഗിനെ മനസ്സിൽ ധ്യാനിച്ചുംകൊണ്ട് ഒരു നടത്തം.

പിന്നീട് എത്രയെത്ര കാൽനട പ്രചരണ ജാഥകളുടെ ഭാഗമായി. അപ്പോഴും മാച്ചിയും മാളുവും പാടുന്ന ആ പാട്ട്, ചെവിയിൽ മൂളിക്കൊണ്ടിരുന്നു.

'കുരുണ്ടാ, കുരുണ്ടാ കരിമൂപ്പാ
മൂപ്പന മകളു ചെലുവുരു
പൊണ്ണുണ കയ്യിലും താലം
താലത്തും കുണ്ടിലു വിത്തു
വിത്തു പൊറുക്കാം കോയി
കോയിനെ കാപ്പാം തേവരു'

(കരുത്തിരുണ്ട കരിമൂപ്പ, മൂപ്പന്റെ മകളുടെ വീട് നല്ല വീട്. അവളുടെ കയ്യിൽ താലം. താലത്തിന്റെ കുഴിയിൽ വിത്തുകൾ. വിത്തു കൊത്തിപ്പെറുക്കുന്ന കോഴി. കോഴിയെ കാക്കാൻ വരുന്ന ദേവർ. = കരിമൂപ്പനായ രാവിന്റെ മകളുടെ മനോഹരമായ വീട്. ആകാശത്താലത്തിലെ വിത്തുകൾ നക്ഷത്രങ്ങൾ - ആദിവാസികളുടെ മനോഹരമായ ഭാവനകൾ.)

നടന്ന് ഓഫീസിലെത്തി. 1972 ഒക്ടോബർ 20. സി.പി.ഐ(എം) സംസ്ഥാന സെക്രട്ടറി സി.എച്ച്.കണാരന്റെ മരണം കൽപ്പറ്റയിൽ ദുഃഖപൂർണ്ണമായ അന്തരീക്ഷം സൃഷ്ടിച്ചിരുന്നു. അദ്ദേഹത്തോടുള്ള ആദരസൂചകമായി ഇന്ന് ജോലിയിൽ പ്രവേശിക്കേണ്ടെന്ന് തീരുമാനിച്ചു. എന്നാൽ ഓഫീസിലുള്ളവർ നിർബന്ധിച്ച് ജോയ്നിംഗ് റിപ്പോർട്ട് എഴുതിച്ചു. ഒപ്പിട്ട് ഓഫീസർക്ക് കൊടുക്കുമ്പോൾ നെഞ്ചത്ത് സ്ഥാനം പിടിച്ച കറുത്ത ബാഡ്ജും സഖാവിന്റെ ഫോട്ടോയും കല്യാശ്ശേരിക്കാരനായ ഓഫീസർക്ക് ഇഷ്ടപ്പെടുമോ എന്നൊന്നും ചിന്തിച്ചില്ല.

അങ്ങനെ കേരളാ ഗവ. സർവ്വീസിൽ, സർവ്വേ ആന്റ് ലാൻഡ് റെക്കോർഡ് വകുപ്പിൽ 100-210 രൂപ ശമ്പള സ്കെയിലിൽ ഡ്രാഫ്റ്റ്സ്മാൻ തസ്തികയിൽ ജോലിയിൽ പ്രവേശിച്ചു. മാസശമ്പളം 185 രൂപ. വാർഷിക ഇൻക്രിമെന്റ് ആറ് രൂപ.

ഇന്ന് മുതൽ ഞാൻ എൻ.ജി.ഒ യൂണിയൻ അംഗമാണ്. എന്തുകൊണ്ടാണ് എൻ.ജി.ഒ. യൂണിയനിൽ തന്നെ അംഗത്വം എടുത്തത്? അതും ആദ്യ ദിവസം തന്നെ. പ്രധാന കാരണങ്ങളിൽ ഒന്ന് ഇതാണ്: സർവ്വീസ് സംഘടനയുടെ അംഗീകാരത്തിന് അന്നുവരെ

നിലവിലുണ്ടായിരുന്ന മാനദണ്ഡങ്ങളിൽ നിന്ന് വ്യത്യസ്തമായാണ് യൂണിയന്റെ രൂപീകരണവും തുടർന്ന് ലഭിച്ച അംഗീകാരവും.

'പണിമുടക്കിന് ആഹ്വാനം ചെയ്യുകയോ പണിമുടക്കങ്ങളിൽ പങ്കെടുക്കുകയോ ചെയ്യില്ല." എന്ന വ്യവസ്ഥ ഉൾപ്പെടുത്താതെ കേരളത്തിലാദ്യമായി അംഗീകാരം ലഭിക്കുന്ന സർവ്വീസ് സംഘടന യാണ് 1962ൽ രൂപീകൃതമായ കേരള എൻ.ജി.ഒ യൂണിയൻ. കൂടാതെ യൂണിയനുമായി 1971 മുതൽക്ക് തന്നെ ബന്ധമുണ്ട്.

1971 ഫെബ്രുവരി 10 മുതൽ 12 ദിവസം നീണ്ടുനിന്ന പണിമുടക്ക് യൂണിയന്റെ നേതൃത്വത്തിലായിരുന്നു. അന്ന് പബ്ലിക് ഹെൽത്ത് എഞ്ചിനീയറിംഗ് വകുപ്പിൽ (ഇന്നത്തെ വാട്ടർ അതോറിറ്റി) ദിവസ വേതന ജീവനക്കാരനായിരുന്നു ഞാൻ. ശുദ്ധജല വിതരണത്തിനാ യുള്ള ഇൻവെസ്റ്റിഗേഷൻ സർവ്വേയായിരുന്നു. ഏഴുപേരടങ്ങിയ ഒരു ടീം. അന്ന് സമര ഫണ്ടിലേക്ക് രണ്ട് ദിവസത്തെ കൂലി സംഭാവന ചെയ്തത് ഇന്നും അഭിമാനത്തോടെ ഓർക്കുന്നു.

മൂന്ന് മാസത്തെ ജോലിക്ക് ശേഷം എല്ലാവരേയും പിരിച്ചുവിട്ടു. ഇനിയെന്ത് എന്ന ചോദ്യത്തിനുത്തരം, പ്ലംബിംഗ് ജോലി കരാറെ ടുക്കുക എന്നതായിരുന്നു. എഞ്ചിനീയറിംഗിൽ സർട്ടിഫിക്കറ്റുള്ള തൊഴിൽരഹിതർ ചെറു ഗ്രൂപ്പുകളായി രജിസ്റ്റർ ചെയ്താൽ PHED യിൽ കോൺട്രാക്ട് എടുക്കാൻ അക്കാലത്ത് അവസരമുണ്ടായിരുന്നു. ആ ഏഴംഗ സംഘം രജിസ്റ്റർ ചെയ്തു. എന്നാൽ ആളോഹരി വിഹിതമായ ആയിരം രൂപ ഇല്ലാത്തതിനാൽ ഗ്രൂപ്പിൽ അംഗമാകാൻ കഴിഞ്ഞില്ല.

അവരുടെ കൂടെ, ദിവസക്കൂലിക്കാരനായി ജോലി തുടർന്നു. ജലവി തരണ പൈപ്പ് ലൈൻ ഇടാനായി 60-90 സെന്റീമീറ്റർ ആഴത്തിൽ കിടങ്ങുകൾ കീറുകയായിരുന്നു ആദ്യ ജോലി. തുടർന്ന് ജി.ഐ. പൈപ്പുകൾ ത്രെഡ് ചെയ്ത് ഷെല്ലാക്ക് തേച്ച ചണനൂല് ചുറ്റി യോജി പ്പിക്കണം. അതി കഠിനമായിരുന്നു ജോലി. എന്നാൽ വിശപ്പിന്റെ വിളി ജോലി എളുപ്പമാക്കി. വിവിധ വ്യാസമുള്ള പൈപ്പുകൾക്ക് വ്യ ത്യസ്ത ഡൈ ഉപയോഗിക്കണം. പി.വി.സി പൈപ്പുകൾ അക്കാലത്ത് ഉണ്ടായിരുന്നില്ല.

അഞ്ചാറു മാസം ആ ജോലി തുടർന്നു. ജോലി പൂർത്തീകരിച്ചിട്ടും വകുപ്പിൽ നിന്നും യഥാസമയം പണം ലഭിക്കാത്തതിനാൽ ആ കൂട്ടായ്മയും വഴിപിരിഞ്ഞു.

വീണ്ടും തൊഴിൽരഹിതൻ. തുടർന്ന് നാട് വിട്ടു. ഇന്നിതാ എല്ലാം മറക്കാനായി സ്ഥിരം സർക്കാർ ജോലി.

ഒരു വലിയ ഹാളിലാണ് ഓഫീസ്. ഓഫീസർ അടക്കം അറുപതോളം ജീവനക്കാരും ഫീൽഡ് ജോലിക്കാർ വേറെയും. ഹാളിന്റെ മൂലയിൽ, ട്യൂബ് ലൈറ്റിന്റെ പ്രകാശത്തിൽ, മസ്‌ലിൻ തുണി കൊണ്ട് വിരിയിട്ടതുപോലെ തോന്നിക്കുന്ന മേശ ചൂണ്ടിക്കാട്ടി പ്യൂൺ പറഞ്ഞു, 'അതാ, അതാണ് സാറിന്റെ സീറ്റ്.'

മേശയ്ക്കരികിലെത്തി. തൊട്ടപ്പോഴാണറിയുന്നത്, കൊഴിഞ്ഞുപോയ കാലത്തിന്റെ ശേഷിപ്പുകൾ എത്ര സുന്ദരമായാണ് പ്രകൃതി സൂക്ഷിച്ച് വെച്ചതെന്ന്. ആദ്യാക്ഷരം പഠിപ്പിച്ച എഴുത്തച്ഛനും, പൂഴി വിരിച്ചിട്ട പലകയും മനസിൽ ഓടിയെത്തി. മേശപ്പുറത്തെ പൊടിപടലങ്ങളുടെ കനം അത്രയ്ക്കുണ്ടായിരുന്നു. മേശവലിപ്പ് തുറന്നപ്പോൾ പഴയൊരു മാസിക കയ്യിൽ കിട്ടി. കടലാസ് കീറി മേശ തുടക്കാൻ തുടങ്ങിയപ്പോഴാണ് അതിലെ ഒരു ചെറു കവിത ശ്രദ്ധയിൽപെട്ടത്.

ഒരു എൻ.ജി.ഒ. യുടെ ദുഃഖം തളംകെട്ടി നിൽക്കുന്ന കവിത. ഹൃദയരക്തം കൊണ്ട് എഴുതിയതു തന്നെ, സംശയം ഇല്ല.

എൻ.ജി.ഒമാരുടേയും അദ്ധ്യാപകരുടേയും യഥാർത്ഥ മാനസികാവസ്ഥ വ്യക്തമാക്കുന്ന ഈ കവിത അഞ്ച് പതിറ്റാണ്ടിന് ശേഷവും മനസിൽ നിന്ന് മായുന്നില്ല. ഇന്നത്തെ തലമുറയ്ക്ക് അവിശ്വസനീയമായി തോന്നാവുന്ന ഈ കവിത ശ്രദ്ധിക്കൂ.

'ഹരിശ്രീ മന്ത്രം പെയ്യുന്നുള്ളിന്റെയുള്ളിൽ നിത്യ-
ഹരിതാഭമാം ജ്ഞാനപ്പൂവനമൊരുക്കിയ
ഗുരുനാഥാ! നീ പൊറുത്തീടുക ഞാനെൻ തുവൽ
വെറുതെ വയ്ക്കുന്നെങ്കിൽ - ഒരു വാക്കിതു കേൾക്കൂ
ഞാനൊരെൻ ജി ഓ; നിത്യ ദുഃഖമാണെൻ ജീവന്റെ
വീണയിൽ മുഴങ്ങി നിൽക്കുന്ന നൊമ്പരഗീതം
ഇത്തിരി സമാശ്വാസത്തെളിനീരന്വേഷിച്ചി
ട്ടിത്രനാൾ വേഴാമ്പലിൻ മാതിരി ഇരുന്നു ഞാൻ
വിണ്ണിന്റെ ഭണ്ഡാരത്തിലുണ്ടു കാർമുകിൽ വൃന്ദ-
മെന്നിട്ടുമെനിക്കിറ്റു ദാഹനീർ ലഭിച്ചില്ല.
ധരണീ ദേവിക്കൊപ്പമെത്തിയെൻ ക്ഷമാശീലം
എരിതീജ്വാലക്കുള്ളിൽ തന്നെയാണെന്നിട്ടും ഞാൻ-
(എന്നെയക്ഷരം പഠിപ്പിച്ചോരങ്ങയും ഞാനും-
മെന്തൊരു വിധി! രണ്ടുപേരുമിന്നെൻ ജി ഒമാർ.
അടുത്തുൺ മരുപ്പറമ്പടുത്തു ഭവി നിന്നു-
മിടക്കാലാശ്വാസത്തിന്നർത്ഥിക്കുമദ്ധ്യാപകൻ)
ഇനിയും സഹിക്കുവാൻ മേലാ, നൊമ്പര ഭാര-

മിനിയും തളർന്ന പാദങ്ങളാൽ താങ്ങാൻ വയ്യ
ഒരു പൊന്നുഷസ്സിന്റെ പൂക്കണി കാണാൻ ഗാഢ
മുറങ്ങിത്തുടങ്ങുമെൻ ഉലിക താഴ്ത്തിടട്ടെ.'

അക്കാലത്ത് സംസ്ഥാന സർക്കാർ ജീവനക്കാരുടെ സാമ്പത്തിക സ്ഥിതി പരിതാപകരമായിരുന്നു. സംഘടിത തൊഴിൽ മേഖലയിൽ ഏറ്റവും കുറഞ്ഞ വേതനം വാങ്ങുന്നവരായിരുന്നു സംസ്ഥാന സർക്കാർ ജീവനക്കാർ. പൊതുമേഖലാ സ്ഥാപനങ്ങളിലും സ്വകാര്യ വ്യവസായശാലകളിലും മെച്ചപ്പെട്ട വേതനം ലഭിച്ചിരുന്നു. ബോണസ്സും മറ്റ് ആനുകൂല്യങ്ങളും അവരുടെ അവകാശങ്ങളിൽ പെട്ടിരുന്നു.

സർവ്വീസിൽ പ്രവേശിച്ച് രണ്ടു മാസവും പത്തൊമ്പത് ദിവസവും പൂർത്തിയാകുന്നു. അപ്പോഴാണ് ആദ്യത്തെ പണിമുടക്ക്. സംസ്ഥാന സർക്കാർ ജീവനക്കാരുടെ സമരചരിത്രത്തിൽ പുത്തൻ ഇതിഹാസം രചിക്കപ്പെട്ട പണിമുടക്ക്. 1973 ജനുവരി 10 മുതൽ 54 ദിവസം നീണ്ടു നിന്ന സമരം. സേവന വേതന വ്യവസ്ഥകൾ പരിഷ്കരിക്കുക, ആവശ്യാധിഷ്ഠിത മിനിമം വേതനം ലഭ്യമാക്കുക, പൊതുമേഖലാ ജീവനക്കാർക്ക് കേന്ദ്ര സർക്കാർ ജീവനക്കാർക്ക് സമാനമായ വേതന വർദ്ധനവ് നടപ്പാക്കുക. അത് നടപ്പാക്കുന്നത് വരെ നൂറുരൂപ ഇടക്കാലാശ്വാസം അനുവദിക്കുക. ഇതായിരുന്നു പ്രധാന ആവശ്യങ്ങൾ. നൂറ് രൂപ ഇടക്കാലാശ്വാസം എന്ന ആവശ്യത്തിനെതിരെയുള്ള വാദമുഖങ്ങളെ നേരിടാൻ ജീവിതച്ചെലവിന്റെ കണക്കുകൾ യൂണിയൻ പ്രസിദ്ധീകരിച്ചു. ഇന്നത്തെ സാഹചര്യത്തിൽ തികച്ചും അവിശ്വസനീയം. ഒരു സന്തുഷ്ട കുടുംബം മുന്നോട്ട് കൊണ്ടുപോവാൻ ദിവസം ഏറ്റവും ചുരുങ്ങിയ ചെലവ് വ്യക്തമാക്കുന്ന കണക്ക് ഇങ്ങനെയായിരുന്നു:

അരി-2 ലിറ്റർ@ 1.60	=3.20
കപ്പ-2 കി.ഗ്രാം@ 0.4	=0.80
ശർക്കര, കാപ്പിപ്പൊടി	=0.50
പലവ്യഞ്ജനം	=1.10
മത്സ്യം/പച്ചക്കറി	=0.50
മണ്ണെണ്ണ	=0.25
വീട്ടുവാടക	=1.00
വിറക്	=0.50

പാൽ-1/4 കുപ്പി	=0.25
സോപ്പ്/സോഡക്കാരം	=0.50
പത്രം	=0.15
ബസ് ചാർജ്ജ്	=0.30

എല്ലാം ചേർന്ന് 9.05 രൂപ.

ഒരു മാസത്തേക്ക് 271.50 രൂപ ചെലവ് വരും. സാമൂഹ്യ കുടുംബ ബാധ്യതകൾ വേറേയും ഉണ്ട്.

താഴെക്കിടയിലുള്ള ജീവനക്കാർക്ക് ഇതിന്റെ പകുതി ശമ്പളമേ ലഭിക്കുന്നുണ്ടായിരുന്നുള്ളൂ. അതുകൊണ്ട് നൂറു രൂപ ഇടക്കാലാശ്വാസം അന്യായമല്ലെന്ന് സർക്കാരിനൊഴികെ മറ്റ് എല്ലാവർക്കും ബോധ്യപ്പെട്ടു.

സമരം തുടങ്ങി. സമരനാളുകളിൽ അക്ഷരാർത്ഥത്തിൽ ഭരണം നിശ്ചലമായി.

1973 മാർച്ച് അഞ്ചിന് സമരം നിരുപാധികം പിൻവലിച്ചു. ആളിക്കത്തുന്നതും അമർന്ന് കത്തുന്നതും തീ തന്നെയാണെന്ന് അധികാരവർഗ്ഗത്തെ ഓർമ്മപ്പെടുത്തിക്കൊണ്ട് ജീവനക്കാർ ജോലിയിൽ പ്രവേശിച്ചു. പിരിച്ചുവിടപ്പെട്ടവരും സസ്പൻഡ് ചെയ്യപ്പെട്ടവരുമായി നൂറ് കണക്കിന് ജീവനക്കാർ അന്ന് സർവ്വീസിന് പുറത്തായിരുന്നു. അവരുടെ സംരക്ഷണം യൂണിയൻ ഏറ്റെടുത്തു. ജോലിയിൽ പ്രവേശിച്ചവർ സ്വമനസ്സാലെ ശമ്പളത്തിന്റെ പകുതി തുക മാസങ്ങളോളം സംഘടനയ്ക്ക് നൽകി. ഈ തുക കൊണ്ട് പുറത്ത് നിൽക്കുന്ന ജീവനക്കാരെയും കുടുംബാംഗങ്ങളേയും സംരക്ഷിച്ചു. കൂട്ടത്തിൽ സമരം മൂലമുണ്ടായ കേസുകളും യഥാവിധി നടത്തിപ്പോന്നു.

ഒരു സമരമുഖത്തും ഇന്നോളം സംഭവിച്ചിട്ടില്ലാത്ത പലതും ആ പണിമുടക്ക് ഘട്ടത്തിൽ സംഭവിച്ചു. ഭരണാധികാരികളെ വെല്ലുന്ന പിരിച്ചുവിടൽ നയം കരിങ്കാലികളായ ചില ജീവനക്കാരും തുടങ്ങി. പണിമുടക്കിയ ഭാര്യയെ ഒരാൾ തന്റെ ജീവിതത്തിൽ നിന്നും ഒഴിവാക്കിയ വേദനാജനകമായ സംഭവവും അക്കാലത്തുണ്ടായി.

യുവാവായ ഒരു യൂണിയൻ നേതാവ് അവരെ ജീവിത സഖിയാക്കിയത് സത്യസന്ധതയുടേയും ആത്മാർത്ഥതയുടേയും തെളിവായി, ജീവനക്കാരുടെ സമര ചരിത്രത്തിന്റെ ഭാഗമായി എന്നെന്നും നിലനിൽക്കും.

ഈ സമരം സർവ്വീസ് സംഘടനാ ചരിത്രത്തിൽ പുതിയൊരധ്യായം കൂടി എഴുതിച്ചേർത്തു. ജീവനക്കാരുടെ സംഘടനകളുടെ ഒരു

ഫെഡറേഷൻ രൂപീകരിക്കപ്പെട്ടു. 1973 ഒക്ടോബർ 12ന് അത് സംബ ന്ധിച്ച യോഗം നടന്നു. ഫെഡറേഷൻ ഓഫ് സ്റ്റേറ്റ് എംപ്ലോയീസ് ആൻഡ് ടീച്ചേഴ്സ് ഓർഗനൈസേഷൻ എന്ന സംഘടന (FSETO) പിറന്നു. പിന്നീട് ഈ സംഘടനയുടെ നേതൃത്വത്തിലാണ് ജീവന ക്കാരുടെ പൊതുപരിപാടികൾ നടപ്പിലാക്കപ്പെട്ടത്.

കേരള സർവ്വീസ് ചട്ടങ്ങളിലും (KSR) കേരള സ്റ്റേറ്റ് ആൻഡ് സബോർഡിനേറ്റ് സർവ്വീസ് (KSSR) ചട്ടങ്ങളിലും, കേരള വിദ്യാ ഭ്യാസ ചട്ടങ്ങളിലും (KER) ഡയസ്നോൺ ഉൾപ്പെടുത്തിക്കൊണ്ട് ഭേദഗതി വരുത്തി. കേരള രാഷ്ട്രീയ സമവാക്യങ്ങളിലും സമൂലമായ ഒരു മാറ്റത്തിന് ഈ സമരം കാരണമായി. എൽഡിഎഫും യുഡിഎഫും എന്ന രണ്ട് പ്രമുഖ രാഷ്ട്രീയ ചേരി നിലവിൽ വന്നു. സമരത്തെ ഭരണപരവും രാഷ്ട്രീയവുമായി നേരിട്ട സി.പി.ഐ പിന്നീട് എൽഡിഎഫിനൊപ്പം ചേർന്നു.

എഫ്.എസ്.ഇ.ടി.ഒയുടെ ആദ്യ ജില്ലാ സമ്മേളനത്തിന് ബേപ്പൂർ വേദിയായി. 1974ൽ നടന്ന സമ്മേളനത്തിന് ബേപ്പൂർ തിരഞ്ഞെടു ക്കാൻ സംഘടനാ നേതൃത്വം തീരുമാനിച്ചത്, സംഘടനാ പ്രവർത്ത നത്തിന് എനിക്ക് ലഭിച്ച വലിയൊരംഗീകാരമായിരുന്നു. കുരിരുട്ടിൽ എൻ.ജി.ഒ അദ്ധ്യാപകരുടെ പട്ടക്കുറ്റൻ പ്രകടനം എന്ന് സമരത്തെ എതിർത്ത 'മ' പത്രങ്ങൾ പോലും അച്ച് നിരത്തിയത് സംഘടനയ്ക്ക് ലഭിച്ച ആദരവും അംഗീകാരവും തന്നെ.

1978 ജൂൺ മാസം കൽക്കത്തെയിൽ അഖിലേന്ത്യാ ഫെഡറേഷൻ ദേശീയ സമ്മേളനവും നടന്നു. വൈകിയാണെങ്കിലും എഫ്.എസ്.ഇ. ടി.ഒയുടെ ഭാഗമായ കെ.ജി.ഒ.എ. (കേരള ഗസറ്റഡ് ഓഫീസേഴ്സ് അസോസിയേഷൻ) അഖിലേന്ത്യാ ഫെഡറേഷനിലും തങ്ങളുടെ സാന്നിദ്ധ്യം കൊണ്ട് പ്രശംസ പിടിച്ചു പറ്റി. തുടർന്നുള്ള വർഷങ്ങ ളിലും എണ്ണമറ്റ സമരങ്ങൾ, പണിമുടക്കങ്ങൾ. നാടിന്റെ പൊതു പ്രശ്നങ്ങൾക്കും സഹോദര പ്രസ്ഥാനങ്ങളിലെ തൊഴിലാളി ക്ഷേ മത്തിനുമായി യൂണിയൻ നേതൃത്വം കൊടുത്ത സമരങ്ങൾ ചരിത്ര ത്തിൽ രേഖപ്പെടുത്തിയിട്ടുണ്ട്.

വളരെ വ്യത്യസ്തമായൊരു സമരം മലപ്പുറം ജില്ലയിൽ നടന്നു. സിവിൽസ്റ്റേഷൻ രൂപീകരണത്തിന് ശേഷവും ജില്ലയിലെ സർവ്വേ ഓഫീസുകൾ സിവിൽ സ്റ്റേഷനിലേക്ക് മാറ്റാൻ 'വാടക' മുതലാ ളിമാരായ ലീഗുകാർ സമ്മതിച്ചില്ല. അവർ സർക്കാരിൽ സമ്മർദ്ദം ചെലുത്തി, ഉയർന്ന വാടക ഈടാക്കി, ഓഫീസുകൾ അവരവരുടെ കെട്ടിടങ്ങളിൽ തന്നെ നിലനിർത്തി. ഇതിനെതിരെ ജില്ലയിലെ

ജീവനക്കാർ ആഴ്ചകളോളം പണിമുടക്കി.

'മലപ്പുറത്തെ സർവ്വേ ഓഫീസ്, കലക്ട്രേറ്റിൽ സ്ഥാപിക്കാൻ, ഞങ്ങൾ നടത്തും സമരത്തെ, സഹായിക്കൂ നാട്ടാരെ-' ഇതായിരുന്നു മുദ്രാവാക്യം. അതെ, ഈ ഒരൊറ്റ ആവശ്യത്തിന് ഒരു പണിമുടക്ക്. പൊതുജനത്തിന് സൗകര്യവും സർക്കാരിന് സാമ്പത്തിക നേട്ടവും ഉണ്ടാക്കുന്ന ഈ സമരത്തിലും ജീവനക്കാർ 'ഡൈസ്നോൺ' നേരിട്ടു. ഈ സമരക്കാലത്ത് ഞാൻ പൊന്നാനി ഹാർബർ എഞ്ചിനീയറിംഗ് ഓഫീസിലായിരുന്നു. അതുകൊണ്ടുതന്നെ ഈ സമരത്തിലും പങ്കെടുത്തു.

അല്ലെടോ നമ്മുടെ മോൻ പറഞ്ഞത് ശരിയാണല്ലേ

'സമരം കഴിഞ്ഞില്ലേ? മോൻ ഇനി എപ്പഴാ നാട്ടിലേക്ക് വരുന്നത്? കാണാൻ കൊതിയാകുന്നു' അമ്മയുടെ കത്ത്.

മഴ കഴിഞ്ഞിട്ടും മരം പെയ്യുന്ന അവസ്ഥയിലാണ് സർവ്വീസ് രംഗം. സർവ്വീസിന് പുറത്തു നിൽക്കുന്നവരുടേയും സസ്പൻഷനിൽ നിൽക്കുന്നവരുടേയും പ്രശ്നങ്ങൾ ഒരുവശത്ത്. മറുവശത്ത് സമരകാലത്തുണ്ടായ കേസുകളുടെ ബാഹുല്യം.

എങ്കിലും മറുപടി അയച്ചു. 'അടുത്ത ആഴ്ച അമ്മയെ കാണാൻ വരും. ഉറപ്പ്.'

കത്ത് അച്ഛന്റെ കയ്യിലാണ് കിട്ടിയത് എന്ന് വ്യക്തം. നാട്ടിൽ ബസിറങ്ങി വീട്ടിലേക്ക് നടക്കുമ്പോൾ കാണുന്നവരുടെ മുഖത്തെല്ലാം ഒരു മ്ലാനത. എന്തുപറ്റി? ഒന്നും മനസ്സിലായില്ല. കൂട്ടത്തിലൊരാൾ ചോദിച്ചു, 'ജോലി പോയി അല്ലേ?' എന്താ അയാളങ്ങനെ ചോദിച്ചത്?

മുന്നോട്ട് നടക്കുമ്പോൾ കൂട്ടത്തിലൊരാൾ പറയുന്നത് കേട്ടു. 'കമ്മ്യൂണിസ്റ്റുകാരന് ആരെങ്കിലും സർക്കാർ ജോലി കൊടുക്കുമോ?' വേറൊരാൾ പറയുന്നുണ്ട്, 'കൽക്കത്തയിൽ നിന്നും ലീവിന് വരാൻ മാത്രം സമയമായോ പോയിട്ട്?' കൽപ്പറ്റ എന്നത് കൽക്കത്ത എന്ന് തെറ്റിദ്ധരിച്ചതാകാം അയാൾ. എന്തു ചെയ്യാം.

വീട്ടിലെത്തിയപ്പോൾ ക്ഷോഭിച്ച് പിറുപിറുക്കുന്ന അച്ഛനാണ് മുന്നിൽ.

'ഞാനപ്പഴേ പറഞ്ഞതാ നിന്റെ മോന് പണി കിട്ടില്ലാന്ന്. ദാ, ഇപ്പോൾ കിട്ടിയ പണിയും സമരം ചെയ്തു കളഞ്ഞു കുളിച്ച് വലിഞ്ഞു കയറി വന്നിരിക്കുന്നു.' അച്ഛന് ക്ഷോഭം വർദ്ധിക്കയാണ്.

വിവരംകെട്ട ആ മനുഷ്യന്റെ വർത്തമാനം കേട്ട് അച്ഛൻ അമ്മയെ വീണ്ടും ശകാരം തുടങ്ങിയോ?

'അച്ഛാ, ഇന്നലെവരെ ഞാൻ അച്ഛന്റെ പേരിലാണ് അറിയപ്പെട്ടു ന്നത്. ഇനിമുതൽ അച്ഛൻ ഈ മകന്റെ പേരിലാണ് അറിയപ്പെടുക. അച്ഛൻ ഇതംഗീകരിക്കണം.'

പറഞ്ഞത് അൽപം കൂടിപ്പോയോ? അച്ഛൻ ദേഷ്യപ്പെട്ട് പുറത്തേ ക്ക് പോയി. ചായപ്പീടികയിൽ കക്ഷി ഇരിപ്പുണ്ട്.

'നിങ്ങളെന്താ പറഞ്ഞത്, മകന് ജോലി ഇല്ലെന്നോ? അവൻ ജോലിയിൽ തന്നെയാണ്. ലീവിൽ വന്നതാ.' വീണ്ടും വാക്ക് തർക്കം കൊഴുത്തു.

കൂട്ടത്തിലൊരാൾ വിളിച്ചു പറഞ്ഞു, 'പണ്ട് ഇയാളെ ഒരു യൂസ്‌ലെ സ്സാണെന്ന് ഇയാളുടെ ആൾക്കാർ തന്നെ പരസ്യമായി പറഞ്ഞ തോർമ്മയില്ലേ? ബൂത്ത് ഏജന്റായിരിക്കുമ്പോൾ അയാളുടെ വോട്ട് മറ്റൊരാൾ ചെയ്തത് ശ്രദ്ധിക്കാതെ കുത്തിയിരുന്ന യൂസ്‌ലെസ്സ്.'

അത്തരം അശ്രദ്ധയാണ് ഇതും. ഇയാൾ കൽപ്പറ്റ എന്നത് കൽക്കത്ത എന്ന് തെറ്റിദ്ധരിച്ചു. കൂട്ടത്തിൽ സമരം ചെയ്തവരെയെല്ലാം പിരിച്ചുവിടുന്നു എന്ന പ്രചരണവും. എല്ലാത്തിനും കാരണം അതാണ്, ഇന്നും നമ്മുടെ ഇടയിൽ ഇത്തരം യൂസ്‌ലെസ്സുകൾ ധാരാളം ഉണ്ടല്ലോ.

വീട്ടിലെത്തിയ അച്ഛൻ 'എന്നാലും കുഞ്ഞുമോൻ അങ്ങനെ പറഞ്ഞില്ലേ, പറഞ്ഞില്ലേ' എന്ന് ഉരുവിടുന്നുണ്ടായിരുന്നു.

രാത്രി അച്ഛൻ അമ്മയോട് പറയുന്നത് കേട്ടു, 'അല്ലെടോ..... നമ്മുടെ കുഞ്ഞിമോൻ പറഞ്ഞത് ശരിയാണല്ലേ? ഇനി മുതൽ മക്കളി ലൂടെ നമ്മൾ അറിയപ്പെടണം. അതെ, മക്കളിലൂടെ, ഈ മകനിലൂടെ.' അച്ഛന്റെ മനസിൽ അഭിമാനം. സന്തോഷാധിക്യത്താൽ സമാധാന മായി ആ പിതാവ് ഉറക്കത്തിലേക്ക് കടന്നു.

തുടരുന്ന യാത്ര
ബേപ്പൂരിലേക്ക്

'പച്ചയാം വിരിപ്പിട്ട സഹ്യനിൽ തലവെച്ചും
സ്വച്ഛാബ്ധി മണൽത്തിട്ട പദോപദാനം പൂണ്ടു.
പള്ളികൊണ്ടീടുന്ന നിൻ പാർശ്വയുഗത്തെ കാത്തു-
കൊള്ളുന്നു കുമാരിയും ഗോകർണ്ണേശനുമമ്മേ
ആഴിവീചികളനുവേലം വെൺനുരകളാൽ
തോഴികൾ പോലെ തവ ചാരുതൃപ്പദങ്ങളിൽ
തൂവെള്ളി ചിലമ്പുകൾ അണിയിക്കുന്നു, തൃപ്തി
കൈവരാതഴിക്കുന്നു പിന്നേയും തുടരുന്നു-'

അതെ, ഈ യാത്രയും തുടരുകയാണ്. 1974 ജനുവരി 14 തണുപ്പുള്ള പ്രഭാതത്തിൽ കൽപ്പറ്റയിലെ എൻ.ജി.ഒ ഹോമിനോട് യാത്ര പറഞ്ഞു. സർക്കാർ ജോലിയുടെ സുരക്ഷിതത്വവും വയനാടിന്റെ പ്രകൃതി സൗന്ദര്യവും മനസിനും ശരീരത്തിനും പുതിയ അനുഭവം ആയിരുന്നു.

കഴിഞ്ഞ ദിവസം തുറമുഖ വകുപ്പിലേക്കുള്ള നിയമന ഉത്തരവ് പോസ്റ്റ്മാൻ ഓഫീസിൽ കൊണ്ടുവന്നു. ഓഫീസിൽ എല്ലാവർക്കും അത്ഭുതവും സന്തോഷവും ചിലർക്ക് മാത്രം അസൂയയും. ഇരുപത്തിമൂന്ന് വയസിനിടയിൽ സർക്കാർ ജോലി വീണ്ടും വീണ്ടും. അതാണ് അസൂയയ്ക്ക് കാരണം.

മലയിൽ നിന്നും കടൽക്കരയിലേക്ക് ഒരു മാറ്റം. കേരളത്തിലെ മൈനർ തുറമുഖങ്ങളുടെ വികസനത്തിനായി മാസ്റ്റർ പ്ലാൻ തയ്യാറാക്കാനുള്ള അവസരമാണ് ലഭിച്ചിരിക്കുന്നത്. പഠിച്ച വിഷയങ്ങൾ

ഫലപ്രദമായി പ്രയോഗിക്കാനുള്ള സാഹചര്യമാണ് ഒത്തുവന്നത്. സന്തോഷത്തിന് വേറെ കാരണങ്ങൾ വേണ്ടല്ലോ.

വയനാട്, സമുദ്രനിരപ്പിൽ നിന്നും 2100 മീറ്റർ ഉയരമുള്ള മലനാട്. ഒരു കാലത്ത് പ്രകൃതി സ്വയം ശീതോഷ്ണ ക്രമീകരണം നടത്തിയ നാട്. സമുദ്രനിരപ്പിൽ നിന്ന് ഇതിലേറെ ഉയർന്ന ഡാർജലിംഗ്, ഷിംല, ഊട്ടി, മണാലി, കോടായി കൊനാ തുടങ്ങിയ പ്രദേശങ്ങളെയെല്ലാം വെല്ലുന്ന കാലാവസ്ഥ. ഒരു സുഖവാസകേന്ദ്രം. നോക്കെത്താ ദൂരത്തോളം പരന്നു കിടക്കുന്ന വയലും, വിളഞ്ഞു നിൽക്കുന്ന നെൽക്കതിരുകളുംകൊണ്ട് സമ്പന്നമായ 'വയൽനാട്'. പഞ്ചാബിലെ ഗോതമ്പ് വയലുകളെ തോൽപ്പിക്കുന്ന സ്വർണ്ണ വർണ്ണം.

വയലുകൾ പിന്നീടെപ്പോഴോ കവുങ്ങ് കൃഷിക്കും വാഴകൃഷിക്കും വഴിമാറിയത് വയനാട്ടുകാർ ശ്രദ്ധിച്ചില്ല. പറമ്പുകളിൽ ഒന്ന് ഒന്നര മീറ്റർ ഉയരത്തിൽ വളരുന്ന തേയിലച്ചെടികൾ ഭൂമിദേവിയെ പച്ചപ്പുതപ്പിനാൽ സംരക്ഷിക്കുന്നു.

പൂത്ത് നിൽക്കുന്ന കാപ്പി മരങ്ങൾ, കണ്ണിന് ആനന്ദവും കർഷകരുടെ സ്വപ്ന സാക്ഷാൽക്കാരവും. ഓറഞ്ച് തോട്ടങ്ങൾ, ഇരുണ്ട ആകാശത്തിലെ തിളങ്ങുന്ന നക്ഷത്രങ്ങളെപ്പോലെ വർണ്ണശോഭ നൽകി ഓറഞ്ചുകൾ പഴുത്തു നിൽക്കുന്നു. ഔഷധച്ചെടികളും കാട്ടുചെടികളും നിറഞ്ഞ ചെറുകുന്നുകൾ. ആനപ്പാറയെന്നറിയപ്പെടുന്ന ഉയർന്ന് തല ഉയർത്തി നിൽക്കുന്ന കരിമ്പാറക്കൂട്ടങ്ങൾ. ഇവയുടെ നേരവകാശികളായ അർദ്ധനഗ്നകളായ ആദിവാസികൾ, ഈ നാടിന്റെ സ്വന്തം ജനത. ഭൂമുഖത്ത് ആദ്യം വാസം തുടങ്ങിയവരുടെ പിൻമുറക്കാർ. ഇന്നും സ്വന്തം ഭൂമിയിൽ അന്യരായവർ.

ഇന്ന് കാപ്പിയുടെ വില ഇടിഞ്ഞു. കൃഷിക്കാർ കാപ്പിച്ചെടികളുടെ 'കൊല' നടത്തുന്ന സമയം. ഒടുവിൽ കാപ്പിമരത്തിന്റെ വൈവിധ്യത്തെ പുതിയതരം കാഴ്ച വസ്തുക്കളാക്കി സ്വീകരണമുറികൾക്ക് അഴക് നൽകുന്നു. മറ്റൊരു മരത്തിനും ലഭിക്കാത്ത അംഗീകാരം! മരവും മരക്കൊമ്പും വേരുകളും യാതൊരു മാറ്റവും വരുത്താതെ, തനതായ സ്വഭാവത്തിലും തരത്തിലും കരകൗശലക്കാർ തങ്ങളുടെ വിരുത് തെളിയിക്കുന്നു. പാഴ് വസ്തു ആകേണ്ടുന്ന മരത്തടികൾക്ക് പുതിയ രൂപവും അതിൽ നിന്നൊരു വരുമാനവും.

പ്രകൃതിദത്തമായ വിനോദസഞ്ചാര ഇടങ്ങളാൽ സമ്പന്നമായ ഭൂപ്രദേശം. മീൻമുട്ടി, സൂചിപ്പാറ, ചേരാലയം വെള്ളച്ചാട്ടങ്ങൾ. എടക്കൽഗുഹയും പൂക്കോട് തടാകവും. കാശ്മീരിലെ ദാൽ തടാകം പോലെ സമുദ്രനിരപ്പിൽ നിന്നും ഉയർന്നു നിൽക്കുന്ന

വെള്ളമുണ്ടയിലേയും പൂക്കോട്ടിലേയും ശുദ്ധജലതടാകങ്ങൾ.

പൂക്കോട് തടാകത്തിന്റെ നവീകരണ പ്രവർത്തനം നടത്തിയത് ഹാർബർ എഞ്ചിനീയറിംഗ് വകുപ്പായിരുന്നു. അന്ന് ഞാനായിരുന്നു എഞ്ചിനീയർ. മണ്ണ് മാന്തി തടാകത്തിന്റെ ആഴം കൂട്ടി. പ്രകൃതിദത്ത സൗന്ദര്യം നിലനിർത്തി സൗന്ദര്യവൽക്കരണം, ശുദ്ധജല മത്സ്യവളർത്തു കേന്ദ്രം തുടങ്ങിയ പല പ്രവൃത്തികളും ഇവിടെ നടപ്പിലാക്കി.

വയനാട്ടിലെ അട്ടകളുടെ സാമ്രാജ്യത്തിലേക്ക് കടന്നപ്പോഴുണ്ടായ അനുഭവം ജീവിതത്തിൽ മറക്കില്ല. അട്ട കടിച്ച മുറിവായിൽ ഉപ്പിട്ട് അട്ടയിൽ നിന്ന് മുക്തി നേടിയ അനവധി സന്ദർഭങ്ങൾ ഉണ്ടായിട്ടുണ്ട്.

അന്നൊരു ദിവസം ഔദ്യോഗിക യാത്രയിൽ വാഹനം ബ്രേക്ക്ഡൗണായി. റിപ്പയറിംഗിനായുള്ള കാത്തിരുപ്പ് റോഡ് വക്കിലാണ്. വൈത്തിരിക്കടുത്ത് ആളും പീടികകളും ഇല്ലാത്ത സ്ഥലം. കുറേ സമയം കഴിഞ്ഞപ്പോൾ അടുത്തുള്ള ഒരു വീട്ടുകാരുടെ ക്ഷണം സ്വീകരിച്ച് അവരുടെ വീട്ടിലേക്ക് പോയി.

സ്വീകരണമുറിയിൽ രണ്ടു ചെറുപാറക്കഷ്ണങ്ങൾ ശ്രദ്ധാപൂർവ്വം ഭംഗിയായി സൂക്ഷിച്ചത് കണ്ടു. ഇതിനെന്താ പ്രത്യേകത എന്ന ചോദ്യം ഞാൻ ഉന്നയിച്ചു. ഉത്തരം അത്ഭുതപ്പെടുത്തി. ബേപ്പൂർ പുലിമുട്ട് കാണാൻ പോയതിന്റെ ഓർമ്മയ്ക്ക് അവിടുന്ന് കൊണ്ടു വന്നതാണെന്ന്. ആ പുലിമുട്ട് നിർമ്മാണത്തിന്റെ ഒരു എഞ്ചിനീയറാണ് തങ്ങളുടെ മുന്നിലെന്നറിഞ്ഞപ്പോൾ സ്വീകരണം സ്നേഹാദരങ്ങൾക്ക് വഴി മാറി. ഒന്നും മറന്നിട്ടില്ല.

ഹാർബർ എഞ്ചിനീയറിംഗ് വകുപ്പിന്റെ ബോർഡ് വെച്ച വാഹനത്തിൽ കൽപ്പറ്റ, വൈത്തിരി ഭാഗങ്ങളിലൂടെ യാത്ര ചെയ്യുമ്പോൾ, വയനാട്ടിലും തുറമുഖമോ എന്ന നിഷ്കളങ്കമായ ചോദ്യം ഉന്നയിച്ച നാട്ടുകാരേയും എങ്ങനെ മറക്കും.

ആദ്യത്തെ സർക്കാർ സ്ഥിരം ജോലിയുടേയും എൻ.ജി.ഒ അദ്ധ്യാപകരുടെ സമരത്തിൽ ആദ്യമായി പങ്കെടുത്തതിന്റെയും ഓർമ്മകൾ മനസ്സിന്റെ മൂലയിൽ സൂക്ഷിച്ച കൊണ്ട് ബേപ്പൂരിലേക്ക് യാത്ര..

ബേപ്പൂർ എന്ന കടലോര ഗ്രാമത്തെക്കുറിച്ച് ഓർത്തു. നാവിക ഭൂപടത്തിൽ നൂറ്റാണ്ടുകൾക്ക് മുമ്പുതന്നെ ഒരിടം കണ്ടെത്തിയ നാട്. ഉരു നിർമ്മാണത്തിന് ലോകം മാതൃകയാക്കിയ കടൽത്തീര ഗ്രാമം. ചേരമാൻ പെരുമാളിന് മക്കയിലേക്കുള്ള യാത്രക്ക് നൗക നിർമ്മിച്ച തച്ചന്മാരുടെ കേന്ദ്രം. പെരുമൺ, കടലുണ്ടി റെയിൽവേ ദുരന്തങ്ങളിൽ

രക്ഷകരായെത്തിയ ലോകപ്രശസ്ത ഖലാസിമാരുടെ അധിവാസ സ്ഥലം. ആഴക്കടൽ മുങ്ങൽ വിദഗ്ധരുടെ പ്രദേശം. ബേപ്പൂരിന്റെ സവിശേഷതകൾ തീരുന്നില്ല. ജന്മംകൊണ്ടും കർമ്മംകൊണ്ടും ഒരു നൂറ്റാണ്ട് പൂർത്തീകരിച്ച് ലോകത്തോട് വിടപറഞ്ഞ സ്വാതന്ത്ര്യസമരസേനാനി ഇ. മൊയ്തു മൗലവി അവസാന നാളുകളിൽ ബേപ്പൂരിലായിരുന്നു എന്നതും ചരിത്രത്തിന്റെ ഭാഗം.

വിദേശികൾ ആദ്യമായി കടൽമാർഗ്ഗം ഇവിടെയാണ് എത്തിയത്. റോം, ചൈന, സിറിയ, അറബിനാട്ടുകാർ, അങ്ങനെ വിവിധ ദേശക്കാർ ഈ നാട്ടിലെത്തി. രണ്ടായിരം വർഷങ്ങൾക്ക് മുമ്പുതന്നെ ഈ നാട്ടിൽ കപ്പൽ (ഉരു) നിർമ്മാണം തുടങ്ങിയിരുന്നു. 1805ൽ ട്രഫാൾഗർ യുദ്ധത്തിൽ നെപ്പോളിയൻ ബോണപ്പാർട്ടിനെ തോൽപ്പിച്ച ഹൊറേഷ്യോ നെൽസൺ ചക്രവർത്തിയുടെ ഫ്ളാഗ്ഷിപ്പ് ബേപ്പൂരിൽ നിർമ്മിച്ചതായിരുന്നു എന്ന് രേഖകൾ വ്യക്തമാക്കുന്നു.

ഇവിടെ നിന്നാണ് പിൽക്കാലത്ത് ഞാൻ സ്വന്തം ജീവിതസഖിയെ കണ്ടെത്തിയത് എന്നത് തികച്ചും യാദൃശ്ചികം മാത്രം.

എല്ലാത്തിനുമുപരി വൈക്കം മുഹമ്മദ് ബഷീറിനെ സഹർഷം സ്വീകരിച്ച് സുൽത്താനായി വാഴിച്ച നാട്. വായിച്ചും കേട്ടുമറിഞ്ഞ ബേപ്പൂരിലേക്ക് കണ്ടറിയാനും കൊണ്ടറിയാനും അനുഭവിക്കാനും ഉള്ള യാത്രയാണ്.

***

ബസ് വൈത്തിരിയിൽ എത്തി നിന്നു. വലതു വശത്ത് റോഡരികിൽ കരിന്തണ്ടന്റെ ആത്മാവിനെ ചങ്ങലക്കിട്ട വൃക്ഷവും ചങ്ങലക്കൂട്ടങ്ങളും. ബ്രിട്ടീഷുകാരുടെ മറ്റൊരു ക്രൂരത. ആരാണ് കരിന്തണ്ടൻ? ബ്രിട്ടീഷുകാരന് വഴികാട്ടിയായിരുന്ന പണിയ യുവാവ്. ചുരം റോഡിന്റെ സൂത്രധാരൻ. മൂന്ന് മലകളെ ചുറ്റിയുള്ള ചുരം റോഡിന്റെ യഥാർത്ഥ അവകാശി. പതിനേഴാം നൂറ്റാണ്ടിൽ ചുരത്തിന്റെ അടിവാരത്ത് താമസിച്ച മണ്ണിന്റെ മകൻ. ബ്രിട്ടീഷ് എഞ്ചിനീയർമാർക്ക് റോഡുണ്ടാക്കാൻ മല തടസ്സമായപ്പോൾ, സർവ്വേക്ക് വഴികാട്ടിയവൻ. ദിവസേന കന്നുകാലികളെ മേയ്ക്കാൻ മലമുകളിൽ കൊണ്ടുപോയി തിരിച്ചുവരും. ഇതു ശ്രദ്ധിച്ച ബ്രിട്ടീഷ് എഞ്ചിനീയർ നാട്ടുകാരറിയാതെ കരിന്തണ്ടന്റെ സഹായം തേടി. എളുപ്പത്തിൽ കയറാവുന്ന മലമടക്കുകൾക്കിടയിലൂടെ മൃഗങ്ങൾ മലമുകളിലേക്ക് ഓടിക്കയറുന്നത് കരിന്തണ്ടൻ എഞ്ചിനീയർക്ക്

കാണിച്ച കൊടുത്തു. അതുവഴി ഏറ്റവും ലളിതമായ ഒരു അലൈൻമെന്റ് എഞ്ചിനീയർമാർ തയ്യാറാക്കി. ലോകം കാൽക്കീഴിലാക്കിയ ബ്രിട്ടീഷുകാർ, ഒരു സാധാരണക്കാരന്റെ സഹായം സ്വീകരിച്ചത് പുറംലോകം അറിയാതിരിക്കാൻ അവർ കരിന്തണ്ടനെ ചതിച്ച് കൊന്നു എന്നാണ് പറയപ്പെടുന്നത്.

തുടർന്ന് ചുരം റോഡിൽ ഉണ്ടായിക്കൊണ്ടിരിക്കുന്ന അപകടങ്ങൾ കരിന്തണ്ടന്റെ ആത്മാവ് അലഞ്ഞു നടക്കുന്നത് മൂലമാണെന്ന് വ്യാഖ്യാനിക്കപ്പെട്ടു. ആത്മാവിനെ ആവാഹിച്ച് ഒരു മരത്തിൽ ചങ്ങലയിട്ട് ബന്ധിച്ചു. ഈ ചങ്ങലയും മരവും മാത്രമാണ് ഇന്ന് ആ പണിയ യുവാവിന്റെ സ്മാരകമായി നിലനിൽക്കുന്നത്.

***

കോഴിക്കോട് പട്ടണത്തിൽ നിന്നും പത്ത് കിലോമീറ്റർ തെക്ക് മാറിയാണ് ബേപ്പൂർ. ഈ കടലോര ഗ്രാമത്തിൽ വികസനം എത്തിനോക്കിയിട്ടില്ല. ബേപ്പൂരിന്റെ അഭിമാനവും അവകാശവുമായ തുറമുഖം പണിതീരാത്ത വീടായി തന്നെ നിൽക്കുന്നു.

പത്ത് കിലോമീറ്റർ ബസ് യാത്രക്ക് 35 പൈസ. അത്രയും ദൂരം യാത്ര ചെയ്യാൻ ചിലപ്പോൾ ഒരു മണിക്കൂർ വേണ്ടി വരും. കുപ്പിക്കഴുത്ത് എന്നറിയപ്പെടുന്ന മീഞ്ചന്ത റയിൽവേ ഗേറ്റ് ബേപ്പൂരിന്റെ വികസന സാധ്യതകളുടെ വഴി മുടക്കുന്നു. ഇന്ന് മേൽപ്പാലം വന്നു. 15-20 മിനിറ്റുകൊണ്ട് പട്ടണത്തിലെത്താം.

1981ൽ ഈ യുവ എഞ്ചിനീയർ പതിനേഴ് ദിവസം കൊണ്ട് ഇൻവെസ്റ്റിഗേഷൻ പൂർത്തീകരിച്ച ഒരു റോഡ് - ബേപ്പൂർ-കോതി-വെങ്ങാലിയിലേക്ക് കടൽ തീരത്തു കൂടി- ഇന്നും കോഴിക്കോട് കോർപ്പറേഷന്റെ മാസ്റ്റർ പ്ലാനിൽ ഉറങ്ങിക്കിടക്കുന്നുണ്ട്. ബേപ്പൂർ തുറമുഖത്ത് നിന്നും വെങ്ങാലി നാഷണൽ ഹൈവേയിലേക്കുള്ള റോഡിന് നാല് വരിയിലായി 80അടി വീതിയാണ് കണക്കാക്കിയത്. നടുക്കുള്ള ഡിവൈഡറിൽ നല്ല പൂന്തോട്ടം. കോതിയിൽ ഒരു പാലം. ചെറുവണ്ണൂർ ഹൈവേയിൽ നിന്നും ബേപ്പൂരിലേക്കുള്ള റോഡ് വീതി കൂട്ടി ഈ റോഡുമായി ബന്ധിപ്പിക്കും.

തുറമുഖ വികസനത്തിന്റെ ഭാഗമായി അംഗീകരിച്ച ഈ റോഡ് ഇന്നും ചുവപ്പുനാടയ്ക്കുള്ളിൽ തന്നെ. ഈ റോഡ് യഥാസമയം പൂർത്തിയായിരുന്നുവെങ്കിൽ ബേപ്പൂരിന് അപമാനമായ മറാട് കലാപം

ഉണ്ടാകുമായിരുന്നില്ല. ശാസ്ത്രീയമായ ഗതാഗത സൗകര്യവും വൈദ്യുതിയും നാട്ടിലെ ഭൂതപ്രേത പിശാചുക്കളേയും മനുഷ്യരുടെ ദുഷ്ചിന്തകളേയും നാടുകടത്തുമല്ലോ.

അക്കാലത്തെ ഡയറിക്കുറിപ്പുകൾ മറിച്ചു നോക്കുമ്പോൾ പലതും അവിശ്വസനീയവും ചിലത് രസകരവും ആണ്. ബേപ്പൂരിലെ ലൈറ്റ്ഹൗസ് ചാലിയത്താണ്. അത് പ്രകാശിക്കാൻ തുടങ്ങും മുമ്പുതന്നെ കടലോരവാസികൾ സമരരംഗത്ത് എത്തിയിരുന്നു. തങ്ങളുടെ 'പ്രകൃതിവിളികളെ' നേരിടാനുള്ള സ്വകാര്യത ലൈറ്റ്ഹൗസിന്റെ വെളിച്ചത്തിൽ നഷ്ടമാകും, പ്രത്യേകിച്ചും സ്ത്രീകളുടെ, ഇതായിരുന്നു അവരുടെ ഭയം. കാലക്രമേണ ജനം ലൈറ്റ്ഹൗസിനെ സ്വീകരിച്ച് തുടങ്ങി.

പിന്നീട് പുതിയ പ്രശ്നങ്ങൾ ഉടലെടുത്തു. പൊന്നാനി മുതൽ കാസർഗോഡ് വരെയുള്ള കടലോര മത്സ്യഗ്രാമങ്ങളിൽ ശുദ്ധജല വിതരണത്തിന് സർക്കാർ പ്രത്യേക ഫണ്ട് അനുവദിച്ചു. ഗ്രാമങ്ങളിൽ വാട്ടർ ടാങ്കുകൾ 15-20 മീറ്റർ ഉയരത്തിൽ നിർമ്മാണം പൂർത്തിയാക്കി. തിരൂർ ഉണ്യാൽ കടപ്പുറത്തെ സ്ത്രീകൾ പ്രതിഷേധവുമായി രംഗത്തുവന്നു. അവർ പരാതി എഴുതി നൽകി. പിന്നീട് പരപ്പനങ്ങാടി താനൂർ എന്നിവിടങ്ങളിലെ പെണ്ണുങ്ങളും വാട്ടർ ടാങ്ക് തങ്ങളുടെ കുളിയുടെ സ്വകാര്യത ഇല്ലാതാക്കുന്നു എന്ന് പരാതിയായെത്തി. വാട്ടർ ടാങ്കിന് മുകളിൽ സ്ഥാനം പിടിക്കുന്ന യുവാക്കൾ അവരുടെ നഗ്നത ആസ്വദിക്കുന്നു, ഇതാണ് പരാതിയുടെ മുഖ്യകാരണം.

ഓലകൊണ്ട് ചുറ്റും മറച്ച കുളിമുറി. കീറിയ ചാക്കിൻ കഷ്ണം കൊണ്ട് വാതിലും. മേൽക്കൂര ഇല്ല. ഒരു കാലത്ത് തെങ്ങുകയറ്റക്കാരുടെ മാത്രം വിനോദമായിരുന്നു ഈ ഒളിഞ്ഞുനോട്ടം. അത് സ്ത്രീകൾ സ്വയം പരിഹരിക്കും. തെങ്ങിൽ ആളില്ലാ സമയം കൃത്യ നിർവ്വഹണം നടത്തും. ഇന്ന് അതുപോലെയല്ല. ഏത് സമയത്തും ടാങ്കിന് മുകളിൽ യുവാക്കളുണ്ടാവും. ഒടുവിൽ ടാങ്കിലേക്കുള്ള കോണിപ്പടികൾ പ്രത്യേകതരം അടപ്പുണ്ടാക്കി പൂട്ടാനുള്ള സംവിധാനം ഒരുക്കി പ്രശ്നം പരിഹരിച്ചു.

കുളിസീൻ ആസ്വദിക്കുന്നത് അമേരിക്കൻ പട്ടാളക്കാരുടേയും വിനോദമായിരുന്നു. ക്യൂബൻ സ്ത്രീകളും മലയാളി മങ്കമാരെപ്പോലെ തോടുകളിലും കുളങ്ങളിലും പരസ്യമായി കുളിക്കുന്നവരായിരുന്നു. യാങ്കിപ്പട വിമാനങ്ങളിൽ നിന്നും സാറ്റ്ലൈറ്റുകളിലൂടേയും കുളിസീൻ റെക്കോർഡ് ചെയ്യുന്നത് ക്യൂബൻ ഭരണാധികാരികളുടെ ശ്രദ്ധയിൽ പെട്ടു. ഒടുവിൽ സ്ത്രീകളുടെ പരസ്യമായ കുളി നിയമം മൂലം വിലക്കി.

വീണ്ടും ബേപ്പൂരിലേക്കുള്ള വഴിയിൽ. ഇടുങ്ങിയ റോഡിലൂടെയുള്ള

യാത്രക്കായി ഏതാനും ബസുകൾ മാത്രം. വാഹനങ്ങൾ നന്നേ കുറവ്. അയൽ നാട്ടുകാർ അടക്കം ഡ്രൈവിംഗ് പഠിക്കുന്നത് ബേപ്പൂർ റോഡിലാണെന്ന സത്യം ഇന്നത്തെ തലമുറക്ക് വിശ്വസിക്കാൻ പ്രയാസമായിരിക്കും.

തുറമുഖം വർഷത്തിൽ അഞ്ചാറു മാസം മാത്രമായിരിക്കും പ്രവർത്തനം. അതും ഗുജറാത്തിലെ ഉപ്പിനും, അറേബ്യയിലെ ഈന്തപ്പഴത്തിനുമായി കാത്തിരിക്കണം.

മത്സ്യബന്ധന തുറമുഖവും അതുപോലെ തന്നെ. യഥാവിധി മത്സ്യമിറക്കാനോ ശാസ്ത്രീയമായ സംസ്ക്കരണത്തിനോ സൗകര്യം ഇല്ല. ഓരോരുത്തരും തോന്നുന്ന സ്ഥലത്ത് തോന്നിയതു പോലെ മത്സ്യമിറക്കും. അസൗകര്യങ്ങളുടേയും വൃത്തിഹീനതയുടേയും നേർകാഴ്ചകൾ.

ബേപ്പൂരിൽ വ്യവസായശാലകൾ ഒന്നും ഇല്ല. ഫറോക്കിലേയും ചെറുവണ്ണൂരിലേയും ഓട്ടുകമ്പനികളും തിരുവണ്ണൂർ കോട്ടൺമില്ലും കോംട്രസ്റ്റ് നെയ്ത്തുശാലയും മറ്റുമാണ് പുരുഷന്മാരുടെ തൊഴിൽ മേഖല. ഇവിടുത്തെ പ്രധാന കാർഷിക വിളയാണ് നാളികേരം. ചകിരിപ്പാടങ്ങൾ ബേപ്പൂരിന്റെ പല ഭാഗങ്ങളിലും ഉണ്ട്. കൂടുതലും സ്ത്രീകളാണ് ജോലിക്കാർ. അവരുടെ കരവിരുതിൽ പിറവി എടുക്കുന്ന ബേപ്പൂർ ചൂടിക്ക് 'വ്യാപാരനിലവാര' പംക്തിയിൽ പ്രത്യേക സ്ഥാനം ഉണ്ട്. മത്സ്യബന്ധന മേഖലയിലും സ്ത്രീകളുടെ പങ്ക് വലുതാണ്. ചെമ്മീൻ തോല് പൊളിക്കലും ചെറുമത്സ്യങ്ങൾ കടപ്പുറത്ത് ഉണക്കി എടുക്കലും സ്ത്രീകളുടെ കുത്തക തന്നെ. സാമ്പത്തിക ചൂഷണത്തിന് പുറമേ ലൈംഗിക ചൂഷണത്തിനും അതിക്രമങ്ങൾക്കും സ്ത്രീകളും കുട്ടികളും ഇരയാകാറുണ്ട്.

സ്ത്രീകളുടെ തൊഴിൽ മേഖല എന്തായാലും എവിടെ ആയാലും, ലൈംഗിക ചൂഷണം പലവിധത്തിലും നടക്കുന്നു. അത് സർക്കാർ കൃഷിത്തോട്ടങ്ങളിലും, ചായ-കാപ്പി തോട്ടങ്ങളിലും, തീപ്പെട്ടി വ്യവസായ മേഖലയിലും മത്സ്യമേഖലയിലും നിർബാധം നടന്നിരുന്നു.

ചൂടി, ഓട്, നാളികേരം, മത്സ്യം എന്നിങ്ങനെയുള്ള ഉൽപ്പന്നങ്ങൾ ഉരു, കൊട്ട്യ, വസ്സം എന്നിങ്ങനെ വിവിധ പേരുകളിലറിയപ്പെടുന്ന ജലവാഹനങ്ങളിൽ കയറ്റിയാണ് ഇന്ത്യയുടേയും ലോകത്തിന്റെയും വിവിധ ഭാഗങ്ങളിലേക്ക് അയക്കുന്നത്. ബേപ്പൂരിന്റെ തനതായ വ്യവസായമാണ് ഉരു നിർമ്മാണം. ഇതിനോടനുബന്ധിച്ച് ചെറുകിട ഇരുമ്പു വ്യവസായശാലകളും ഇവിടെ ഉണ്ട്. ധാരാളം ആശാരിമാ(തച്ചന്മാർ)മാരും ഇരുമ്പു പണിക്കാരും ഈ നാടിന് സ്വന്തമായുണ്ട്. ഒരു

മീഡിയം സൈസ് ഉരു (1500 ടൺ ഭാരം ഉൾക്കൊള്ളുന്നത്) നിർമ്മാണത്തിന് ഇന്നത്തെ എട്ട്-പത്ത് കോടി രൂപ വരും. 500 ക്യൂബിക് അടി തേക്ക്, 7500 ക്യൂ. അടി തമ്പകം, ആഞ്ഞിലി മരങ്ങളും വേണം. രണ്ട് ടൺ ഇരുമ്പാണി, 100 കിലോ പിച്ചള സാമഗ്രികളും ആവശ്യമാണ്. പുന്നയെണ്ണ, പിണ്ണെണ്ണ തുടങ്ങിയ പലതരം എണ്ണയിൽ മുക്കി മയപ്പെടുത്തിയ കൽപ്പാത്ത് (പരുത്തി നൂല് നാലഞ്ച് പിരി ഒന്നിച്ചുള്ളത്) പലകകൾ തമ്മിലുള്ള വിടവിൽ അടിച്ചിറക്കും. നിർമ്മാണം കഴിഞ്ഞ ഉരുവിന്റെ അകവും പുറവും പൂർണ്ണമായും ഇത്തരം എണ്ണകൾ കൊണ്ട് തേച്ച് മിനുക്കും. പഴുതുകൾ ഒന്നും ഇല്ലെന്ന് ബോധ്യപ്പെട്ടാലേ നീറ്റിലിറക്കുകയുള്ളൂ. 75 വർഷത്തെ ഗ്യാരണ്ടിയോടെയുള്ള നിർമ്മാണം, ഇന്നും ഇതേ പ്രക്രിയയിലൂടെ തന്നെയാണ്.

കരയിൽവെച്ച് നിർമ്മാണം പൂർത്തിയാക്കിയ ഉരു നീറ്റിലിറക്കുന്നത് ഖലാസിമാരാണ്.

മോഡേൺ എഞ്ചിനീയറിംഗിനെ തോൽപ്പിക്കുന്ന കൈക്കരുത്തും മെയ്ക്കരുത്തും; ഏതാനും ഉരുളൻ മരത്തടികളും പുള്ളികളും വയർ റോപ്പുകളും കൊണ്ട് എത്രവലിയ ഉരുക്കളായാലും ഈ ഖലാസിമാർ നിസ്സാരമായി കൈകാര്യം ചെയ്യും. ആധുനിക വിഞ്ചുകളെ വെല്ലുന്ന ഡവ്വറുകൾ ഖലാസിമാരുടെ ജോലി വളരെ ലഘൂകരിക്കും. കപ്പലുകൾക്കും ബോട്ടുകൾക്കും ആവശ്യമായ നങ്കൂരനിർമ്മാണത്തിന് വൈദഗ്ദ്ധ്യം നേടിയവരാണ് ഇവിടുത്തെ ഇരുമ്പുപണിക്കാർ. 50 കിലോ മുതൽ 2000 കിലോ വരെയുള്ള വിവിധതരം നങ്കൂരങ്ങൾ ഇവിടെ നിർമ്മിക്കുന്നുണ്ട്.

സുസംഘടിതമായ ഒരു തൊഴിലാളി പ്രസ്ഥാനം ബേപ്പൂരിന് സ്വന്തമായുണ്ട്. അതിന് നേതൃത്വം കൊടുക്കാൻ ആത്മാർത്ഥതയും സത്യസന്ധതയുമുള്ള നേതാക്കളും. കൃഷ്ണപിള്ളയുടെ സാന്നിദ്ധ്യംകൊണ്ട് അനുഗ്രഹീതരായിരുന്നു കോഴിക്കോട്ടെ തൊഴിലാളിവർഗ്ഗം.

ശക്തമായ തൊഴിൽ സമരങ്ങൾ നടത്തുന്ന കാലത്താണ് ബേപ്പൂരിൽ കാല് കുത്തുന്നത്. എല്ലാ ദിവസങ്ങളിലും വൈകുന്നേരങ്ങളിൽ ഈ സമരകേന്ദ്രങ്ങൾ സന്ദർശിക്കുക എന്നത് സ്ഥിരം പരിപാടി ആയിരുന്നു.

ഫിഷിംഗ് ഹാർബർ മുതൽ കടപ്പുറം ഭാഗം വരെയുള്ള ഇരുമ്പ് പണിശാലക്ക് മുന്നിലും മത്സ്യം ശുചീകരണ കയറ്റുമതി ശാലകൾക്ക് മുന്നിലും സ്ത്രീകളും പുരുഷന്മാരുമടങ്ങുന്ന തൊഴിലാളികളുടെ മുദ്രാവാക്യങ്ങൾ ഉയർന്ന് കേൾക്കും. അവരുടെ കൂടെ ഇരുന്ന് അവരിലൊരാളാവാൻ കഴിഞ്ഞതോടെ ഈ തൊഴിലാളികളുമായുള്ള

സ്നേഹബന്ധങ്ങൾക്ക് ദൃഢതയേറി.

പിന്നീട് സർക്കാർ ജീവനക്കാരുടെ മേഖലയിൽ നടന്ന സമരങ്ങൾക്ക് നേതൃത്വം കൊടുക്കുമ്പോൾ, ബേപ്പൂർ തൊഴിലാളി സഖാക്കൾ നൽകിയ സഹായസഹകരണങ്ങൾ നന്ദിയോടെ സ്മരിക്കും.

ഹാർബർ എഞ്ചിനീയറിംഗ് വിംഗ്

(ഇപ്പോൾ ഹാർബർ എഞ്ചിനീയറിംഗ് വകുപ്പ്)

1974 ജനുവരി 14, സമയം 12.30, ഹാർബർ എഞ്ചിനീയറിംഗ് വിംഗിലെ ഒരു ജീവനക്കാരനായി. അന്ന് ഹാർബർ എഞ്ചിനീയറിംഗ്, പോർട്ട് വകുപ്പിന്റെ ഒരു 'വിംഗ്' മാത്രമായിരുന്നു. ഹൈഡ്രോഗ്രാഫിക് സർവ്വേ വിംഗ്, ഡ്രഡ്ജിംഗ് യൂണിറ്റ് എന്നിങ്ങനെ വേറെയും സബ് ഡിവിഷനുകൾ ഉണ്ട്.

സാധാരണ സർക്കാർ ഓഫീസ് പരിസരവുമായി ഒരു ബന്ധവുമില്ലാത്ത പ്രത്യേക സാഹചര്യം. പരക്കംപായുന്ന തൊഴിലാളികൾ, വിവിധ ആവശ്യങ്ങൾക്കായി ഓഫീസിനെ സമീപിക്കുന്ന നാട്ടുകാർ, വാണിഭക്കാർ, കപ്പലിലേയും ഉരുവിലേയും ജീവനക്കാർ വേറെയും. സർവ്വത്ര തിക്കും തിരക്കും ബഹളവും.

ക്ലർക്ക്, ഡ്രാഫ്റ്റ്മാൻ, സർവ്വേയർ എന്നിങ്ങനെ മാത്രം കേട്ടും കണ്ടും ശീലിച്ച കഴിഞ്ഞ ഒരു വർഷക്കാലം. ഇവിടെ തികച്ചും വ്യത്യസ്തർ. എഞ്ചിനീയർ, ഓവർസിയർ, ക്യാപ്റ്റൻ, നാവിഗേറ്റർ, ടഗ്ഗ് മാസ്റ്റർ, എഞ്ചിൻ ഡ്രൈവർ, സീമെൻ, ഡൈവർ (മുങ്ങൽക്കാരൻ), ഹെവിലോഡ് സ്പെഷ്യൽ മസ്ദൂർമാരും ഓർഡിനറി മസ്ദൂർമാരും, ലേബർ കോൺട്രാക്ടർ. എഞ്ചിനീയർമാർ ആണെങ്കിൽ സിവിൽ, ഇലക്ട്രിക്കൽ, മെക്കാനിക്കൽ, മറൈൻ... ഹൊ എത്രതരം. ഇനിയും ഉണ്ട്. ഡ്രഡ്ജറിൽ വേറൊരു വിഭാഗം എഞ്ചിനീയർ.

ഡ്രോയിംഗ് പേപ്പറിന്റേയും ഏരിയാ കംപ്യൂട്ടിംഗ് ഗ്രാഫ് പേപ്പറിന്റേയും സ്ഥാനത്ത് കയർ റോപ്പ്, വയർറോപ്പ്, മനില റോപ്പ്, യു ക്ലാമ്പ്, ബുൾഡോ ഗ്രിപ്പ്, പോൺടൂൺ, ചങ്ങാടം, ക്രയിൻ; ഫിക്സ്റ്റ്, മൊബൈൽ, ഫ്ളോട്ടിംഗ്. ഗ്രീസും ഓയിലും പലതരം. പെട്രോൾ, മണ്ണെണ്ണ, ഡീസൽ-ഡീസൽ ഹൈസ്പീഡ്, ലോ സ്പീഡ് എന്നിങ്ങനെ

വിവിധതരം. ഇതൊക്കെ വാങ്ങാനും വിതരണം ചെയ്യാനുമുള്ള ബുദ്ധിമുട്ട് വിവരാണാതീതം.

ബസ്, ലോറി, കാർ, ജീപ്പ് തുടങ്ങി റോഡ് വാഹനങ്ങൾ കണ്ട് ശീലിച്ചവർക്ക് ജലവാഹനങ്ങളുടെ നീണ്ടനിര കാണുമ്പോൾ അമ്പരപ്പുണ്ടാകുന്നത് സ്വാഭാവികം.

കപ്പൽ, ഉരു, മച്ചുവ, ഡ്രഡ്ജർ, ഹോപ്പർ ബാർജ്, ടഗ്ഗ്, ബോട്ട്, വള്ളങ്ങൾ വിവിധതരം ജലവാഹനങ്ങളുടെ നീണ്ടനിരയാണ്. മുൻ ചക്രത്തിനനുസരിച്ച് പിൻചക്രവും തിരിഞ്ഞ് ദിശമാറുന്ന കരവാഹനങ്ങൾക്ക് പകരം പിൻഭാഗം തിരിച്ച് ദിശമാറ്റുന്ന ജലവാഹനങ്ങൾ പുത്തൻ അനുഭവം തന്നെ. ജലവാഹനങ്ങളുടെ പിന്നിലുള്ള ചുക്കാൻ ഉപയോഗിച്ചാണ് ദിശ നിയന്ത്രിക്കുന്നത്. അത് ചെറിയ വള്ളങ്ങൾ ആയാലും, കപ്പലായാലും പത്തേമാരികളായാലും പ്രവർത്തന രീതി ഒന്നു തന്നെ. മുന്നോട്ട് നീങ്ങുന്ന ജലവാഹനത്തിന്റെ ചുക്കാൻ തിരിക്കുമ്പോൾ ചുക്കാനിലെ പ്രതലത്തിൽ വെള്ളം ചെലുത്തുന്ന മർദ്ദം കൊണ്ടാണ് വാഹനം തിരിയുന്നത്.

ബേപ്പൂർ ഹാർബർ ആഴം കൂട്ടാനുള്ള തയ്യാറെടുപ്പുമായി കേന്ദ്ര സർക്കാരിന്റെ കീഴിലുള്ള ഡ്രഡ്ജർ (MOT Dredger - Ministry of Transport) ബേപ്പൂർ കപ്പൽ ചാനലിൽ പ്രവർത്തിക്കുന്നുണ്ട്. അതിൽ നിന്നുയരുന്ന സൈറണുകൾ വ്യത്യസ്ത ഈണത്തിലും ശബ്ദത്തിലും സന്ദേശങ്ങൾ അയച്ചുകൊണ്ടിരിക്കുന്നു. ഇത് മനസ്സിലാക്കാൻ മൂന്നാല് ദിവസങ്ങൾ എടുത്തു. ഇന്നത്തെപ്പോലെ മൊബൈൽ ഫോൺ അന്നില്ല. വാക്കിടോക്കി എന്ന ഒരു ഉപകരണം ഏതാനും മീറ്റർ ദൂരത്ത് ഉപയോഗിക്കാം. അതും ഒരു ഭാഗത്തുള്ളവർ പറഞ്ഞ് കഴിഞ്ഞതിന് ശേഷമേ മറുഭാഗത്തു നിന്നും സംസാരിക്കാൻ കഴിയുകയുള്ളൂ.

ഇന്ധനം, വെള്ളം, കുടിവെള്ളം, തൊഴിലാളികൾ, മുങ്ങൽക്കാരൻ, അപകടം പറ്റിയാലുള്ള സഹായം എന്നിവയ്ക്ക് വ്യത്യസ്ത ശബ്ദങ്ങളിലാണ് സൈറൺ മുഴക്കുന്നത്. ഇത് കരയിലുള്ളവർ ശ്രദ്ധിച്ച് ആവശ്യമായ സൗകര്യങ്ങൾ ഏർപ്പെടുത്തണം. സർവ്വത്ര ശബ്ദവും ബഹളവും നിറഞ്ഞ അന്തരീക്ഷം.

ആദ്യ ദിവസം തന്നെ രണ്ട് മണിക്കുള്ള ഷിഫ്റ്റിൽ ജോലിയിൽ പ്രവേശിച്ചു. 24 മണിക്കൂറും ഡ്രഡ്ജിംഗ് ഉണ്ടാവും. ആറ് മണി മുതൽ രണ്ട് മണിവരേയും, രണ്ട് മണിമുതൽ പത്ത് മണി വരെയും, പത്ത് മണി മുതൽ ആറ് മണിവരേയും മൂന്ന് ഷിഫ്റ്റിലാണ് ജോലി. ഓരോ ഷിഫ്റ്റ് കഴിയുമ്പോഴും ആളുകൾ മാറണം. പക്ഷെ പലപ്പോഴും

സാധിക്കാറില്ല.

വാടക ഡ്രഡ്ജർ ആയതുകൊണ്ട് ഡ്രഡ്ജിംഗ് സമയം രേഖപ്പെടുത്തി ഓഫീസിൽ ഏൽപ്പിക്കണം. പൈപ്പ്ലൈൻ യഥാസമയം റിപ്പയർ ചെയ്ത് ശരിയാക്കി കൊടുക്കേണ്ടത് ഹാർബർ എഞ്ചിനീയറിംഗ് വകുപ്പാണ്. ഇത് ശരിയാക്കി ഡ്രഡ്ജിംഗ് പുനരാരംഭിച്ചില്ലെങ്കിൽ സർക്കാരിന് ഭീമമായ നഷ്ടമുണ്ടാവും.

ഒരു മണിക്കൂറിൽ 1710 രൂപയും അനുബന്ധ ചെലവുകൾ വേറെയും വരും. അതുകൊണ്ടു തന്നെ കേരള സർക്കാർ പ്രതിനിധി എന്ന നിലയിൽ ഡ്രഡ്ജിലുള്ള ഉദ്യോഗസ്ഥന്റെ ഉത്തരവാദിത്തം വളരെ പ്രധാനമാണ്.

ഡ്രഡ്ജറിലെ വീൽഹൗസിൽ കയറിയപ്പോൾ ഉണ്ടായ അനുഭവം വിവരണാതീതമാണ്. ഓർമ്മകൾ ആവേശവും അഭിമാനവും നൊമ്പരങ്ങളുമായി ശ്വാസം മുട്ടിക്കുന്നു. ആദ്യമായി കപ്പലിൽ കയറിയ ഓർമ്മ സടകുടഞ്ഞെഴുന്നേറ്റ് മനസ്സിനെ മഥിക്കുന്നു. കൊല്ലം 1965. ജപ്പാന്റെ എക്സിബിഷൻ ഷിപ്പ് കൊച്ചിയിൽ നങ്കൂരമിട്ടിരിക്കുന്നു. കപ്പൽ സന്ദർശിക്കാൻ അവസരം ലഭിച്ച അപൂർവ്വം വിദ്യാർത്ഥികളിൽ ഒരാളായിരുന്നു ഞാനും.

'ആലിബാബയും നാൽപ്പത് കള്ളന്മാരും'- ആ ഗുഹക്കുള്ളിൽ കയറിയപ്പോഴുണ്ടായ അനുഭവം വേറെ. ഒന്നും മനസ്സിലാവാതെ എല്ലാം മനസ്സിലായി എന്ന ഭാവത്തിൽ മറ്റുള്ളവരുടെ മുന്നിലൂടെ ക്ലാസ് റൂമിലേക്ക് പോയതും എല്ലാം എല്ലാം ഓർമ്മയിലേക്ക് വരുന്നു.

ഇന്ന് ജോലിയുടെ ഭാഗമായി അധികാരത്തോടെ ഡ്രഡ്ജറിലെ വീൽഹൗസിൽ പ്രത്യേക ഇരിപ്പിടത്തിൽ സ്ഥാനം പിടിച്ചിരിക്കുന്നു. ഒരിക്കലും പ്രതീക്ഷിക്കാത്ത സംഭവ പരമ്പരകളുടെ ആരംഭമായിരുന്നു അത്. പിന്നീട് പലപ്പോഴായി എത്ര കപ്പലുകൾ കണ്ടു? യുദ്ധക്കപ്പലുകളും അന്തർവാഹിനികളും എല്ലാം അക്കൂട്ടത്തിലുണ്ട്. സുഹൃത്തുക്കളും ബന്ധുക്കളുമായ ക്യാപ്റ്റൻമാരുടേയും, കമ്മാൻഡർമാരുടെയും സഹകരണത്തോടെയാണ് ഇതെല്ലാം സാധിച്ചത്.

ഇന്ത്യൻ ആർമിയുടെ ജലന്ധറിലെ വർക്ക്ഷോപ്പിൽ നിന്ന് സുഹൃത്ത് കേണലിന്റെ സഹകരണത്തോടെ രാജ്യത്തിന്റെ അഭിമാനമായ T.71, T.72 ടാങ്കുകൾ കണ്ടു. ജലത്തിനടിയിലും കരയിലും നിഷ്പ്രയാസം ഓടുന്ന BMP ടാങ്കുകളിൽ കയറാനും മനസ്സിലാക്കാനും സാധിച്ചു. ബന്ധുവും സുഹൃത്തുമായ എയർ വൈസ് മാർഷലിന്റെ സാന്നിധ്യത്തിൽ യുദ്ധവിമാനങ്ങളും കണ്ടു.

നേപ്പാൾ സന്ദർശന വേളയിൽ, അവിടെയുള്ള ടൂറിസം ഏജൻസി സംഘടിപ്പിക്കുന്ന ഹിമാലയം ചുറ്റിയുള്ള പറക്കൽ. വളരെയധികം സാഹസികത നിറഞ്ഞ ആ കൃത്യത്തിനു തയ്യാറായി ഫീസും അടച്ചു. എന്നാൽ കാലാവസ്ഥ പ്രതികൂലമായതിനാൽ ഇന്നും പൂർത്തിയാവാത്ത ഒരാഗ്രഹമായി അവശേഷിക്കുന്നു.

പിന്നീട് കരവാഹനങ്ങൾ എല്ലാം ഓടിക്കാൻ പഠിച്ചു. ഐ ആർ സി ടി സി യുടെ 15 ദിവസത്തെ ടൂറിന്റെ ഭാഗമായുള്ള യാത്രയിൽ, ലോക്കോ പൈലറ്റുമായുള്ള ചങ്ങാത്തം മൂലം ഒരു കോപൈലറ്റായി തീവണ്ടി ഓടിക്കാനും സാധിച്ചത് മറ്റൊരനുഭവം. റയിൽവേ എഞ്ചിനീയറിംഗ് സംസാരമദ്ധ്യേ സൂചിപ്പിച്ചത് ലോക്കോ പൈലറ്റിന് എന്നോടുള്ള വിശ്വാസവും ആദരവും ജനിപ്പിച്ചുവോ? റയിൽവേ ലൈനിലെ വളവിലും തിരിവിലുമുള്ള സൂപ്പർ എലവേഷൻ വിശദമായി മനസ്സിലാക്കാൻ ഈ യാത്രയിൽ അദ്ദേഹത്തിന് സാധിച്ചതിന്റെ പ്രതിഫലമാണോ എന്തോ മൊറാദാബാദ്-ഡൽഹി റൂട്ടിൽ 178 കിലോമീറ്റർ ദൂരം ഒരു ലോകോ പൈലറ്റായി ഞാൻ.

ഹാർബർ എഞ്ചിനീയറിംഗിലെ ഔദ്യോഗിക കാലത്ത് ടഗ്ഗ്, ബോട്ട്, വള്ളങ്ങൾ എല്ലാം ഓടിക്കാൻ പഠിച്ചതും അനുഭവങ്ങളുടെ പരമ്പര തന്നെ. കരയിൽ നിന്നും കടലിലേക്കുള്ള ഈ യാത്രയിൽ ധാരാളം പുതിയ സാങ്കേതിക പദങ്ങളും നാവിക പദങ്ങളും പഠിക്കാൻ സാധിച്ചു. ലോടൈഡും ഹൈടൈഡും സ്ലാക്ക് വാട്ടറും, വ്യത്യസ്ത തിരമാലകളും സർജിംഗ്, പ്ലൻജിംഗ്, സ്പില്ലിംഗ് (Surging, Plunging, Spiling) എന്നിവ തീരത്തടിക്കുമ്പോൾ ഷോർലൈനിന് വരുന്ന മാറ്റങ്ങളും എല്ലാം ഹാർബർ ഇൻവെസ്റ്റിഗേഷന്റെ ഭാഗമായി പഠിച്ചു. ലൈഫ് ബോയും ലൈഫ് ജാക്കറ്റും ജീവിതത്തിന്റെ ഭാഗമായി.

പണം കൊടുത്താൽ ഡ്രഡ്ജറിൽ നിന്നും ഭക്ഷണം കിട്ടും. പക്ഷെ വില വളരെ കൂടുതലാണ്. അതുകൊണ്ട് പലദിവസങ്ങളിലും യഥാസമയം ഭക്ഷണം ഇല്ലാത്ത സ്ഥിതിയായിരുന്നു. എങ്കിലും ആദ്യ ദിവസം മുതൽ ഒരു ഗ്ലാസ് റൈസ് സൂപ്പ് (സാദാ കഞ്ഞി വെള്ളം) ഡ്രഡ്ജറിൽ നിന്നും കഴിച്ചിരുന്നു. മാസാവസാനം കിട്ടിയ ബില്ല് കേരള സർക്കാർ ജീവനക്കാരന് താങ്ങാൻ കഴിയില്ല. ഉപ്പും ചെറുനാരങ്ങനീരും ചേർത്ത ഒരു ഗ്ലാസ് കഞ്ഞിവെള്ളത്തിന് പത്ത് രൂപ. അക്കാലത്ത് ഒരു ജൂനിയർ എഞ്ചിനീയറുടെ മാസശമ്പളം നാനൂറ് രൂപയ്ക്കടുത്തായിരുന്നു എന്നറിയുമ്പോഴേ കഞ്ഞിവെള്ളത്തിന്റെ വില മനസ്സിലാകുകയുള്ളൂ. അങ്ങനെ ആ കഞ്ഞിവെള്ളം കുടി മുട്ടി. അല്ല, മുട്ടിച്ചു. ഈ കഞ്ഞിവെള്ളത്തിന്റെ വില മറക്കാതിരുന്നതിനാൽ,

ആദ്യ വിമാനയാത്രയിൽ ഭക്ഷണം കൊണ്ടു വന്നപ്പോൾ 'No Thanks' എന്ന് പറഞ്ഞ് ഒഴിവാക്കിയത് വിഡ്ഢിത്തമാണെന്ന് പിന്നീടാണ് മനസ്സിലായത്.

അഴിമുഖത്തും കപ്പൽചാലുകളിലും വർഷകാലത്ത് അടിഞ്ഞുകൂടു ന്ന മണ്ണ് പോർട്ടിന്റെ പ്രവർത്തനത്തെ ദോഷകരമായി ബാധിക്കും. കുത്തി ഒലിച്ച് വരുന്ന ചളിയും മണ്ണും തിരമാലകളുടെ ശക്തിമൂലം അഴിമുഖത്ത് അടിഞ്ഞു കൂടും. അവിടെ മണൽതിട്ട രൂപം കൊള്ളും. ആഴം കുറയും. ജലവാഹനങ്ങളുടെ അടിഭാഗം മണ്ണിൽ തട്ടി ഉണ്ടാ കുന്ന അപകടങ്ങളിൽ ജീവനും വസ്തുവഹകൾക്കും നാശം സംഭവി ക്കുന്നു. ഇതിന് പരിഹാരമായാണ് ഡ്രഡ്ജിംഗ് തീരുമാനിച്ചത്. അതായത് മണ്ണ് മാന്തുക, കടത്തുക, ഉപേക്ഷിക്കുക.

ചരിത്ര രേഖകൾ പ്രകാരം ലോകത്ത് ആദ്യമായി ഉപകരണം ഉപയോഗിച്ച് ഡ്രഡ്ജിംഗ് നടത്തിയത് ചൈനക്കാരാണ്. 14-ാം നൂറ്റാണ്ടിൽ ചൈന ഭരിച്ചിരുന്ന ടാങ് രാജവംശം മരത്തടികൾ കൊണ്ടുള്ള ഡ്രഡ്ജറുകൾ ഉപയോഗിച്ചതായി രേഖയുണ്ട്. അഞ്ച് തട്ടുള്ള ഇത്തരം ഡ്രഡ്ജറുകൾ 'ഡ്രാഗണുകൾ' എന്നറിയപ്പെട്ടിരുന്നു. 15-ാം നൂറ്റാണ്ടിൽ Zeeawse Krabbelar എന്ന മണ്ണുമാന്തിയന്ത്രം ഉപയോഗിച്ച് തുറമുഖങ്ങളുടെ അടിത്തട്ട് ഇളക്കി മണ്ണെടുക്കുന്ന രീതിയായിരുന്നു. അത് 16-ാം നൂറ്റാണ്ടുവരെ തുടർന്നു.

പിന്നീട് ശാസ്ത്രീയമായ മണ്ണുമാന്തി യന്ത്രങ്ങളുടെ നിർമ്മാണ ത്തിന് എഞ്ചിനീയർമാർ ശ്രമം ആരംഭിച്ചു. 1857ൽഅമേരിക്കയിൽ ആദ്യത്തെ Suction Dredger നിർമ്മിച്ചു. അത് പരിഷ്ക്കരിച്ച് 1867ൽ കുറേക്കൂടി മെച്ചപ്പെട്ട സക്ഷൻ ഡ്രഡ്ജർ ഫ്രഞ്ച് എഞ്ചിനീ യർമാർ വികസിപ്പിച്ചെടുത്തു. സൂയസ് കനാലിന്റെ നിർമ്മാണത്തിന് ഇത്തരം ഡ്രഡ്ജറുകളാണ് ഉപയോഗിച്ചത്. കാലം കഴിഞ്ഞപ്പോൾ കുറെക്കൂടി പുരോഗമിച്ച (Cutter Suction Dredger) CSD ഡ്രഡ്ജറുകൾ ഡ്രഡ്ജിംഗ് മേഖലയിൽ ഉപയോഗത്തിൽ വന്നു. ബേപ്പൂരിൽ ആദ്യം MOTയുടെ ഡ്രഡ്ജർ, ഹോപ്പർ ബാർജ് ഡ്രഡ്ജിംഗ് ആണ് നടത്തി യത്.

ഡ്രഡ്ജ് ചെയ്തെടുക്കുന്ന മണ്ണ് ഹോപ്പർ ബാർജിലേക്ക് കയറ്റുന്നു. ടഗ്ഗുകൾ ഉപയോഗിച്ച് ബാർജ് കെട്ടിവലിച്ച് മണ്ണ് പുറംകടലിൽ വളരെ ദൂരെ ഒഴുക്കുന്നു. അങ്ങനെ ഒഴുക്കിക്കളയുന്ന മണ്ണ് അടി യൊഴുക്ക് മൂലം വീണ്ടും അഴിമുഖത്തേക്ക് ഒലിച്ച് വരുന്നുണ്ടെന്ന് മനസ്സിലായി. പിന്നീട് പൈപ്പ് ലൈൻ ഉപയോഗിച്ചുള്ള ഡ്രഡ്ജിംഗ് തുടങ്ങി. ഡ്രഡ്ജ് ചെയ്തെടുക്കുന്ന ചളിയും മണ്ണും പൈപ്പ്ലൈൻ വഴി

നമ്മുക്ക് സ്വീകാര്യമായ സ്ഥലത്തേക്ക് പമ്പ് ചെയ്യുന്നു. വെള്ളത്തിന് മുകളിൽ പോൺടൂണുകളിൽ ഘടിപ്പിച്ച പൈപ്പ്ലൈനിലൂടെയോ കരയിലാണെങ്കിൽ ഉറപ്പിച്ച പൈപ്പ് ലൈനിലൂടെയോ പമ്പ് ചെയ്ത് പുത്തൻ 'തുരുത്തുകൾ' നിർമ്മിക്കാൻ സാധിക്കുന്നു.

ഇതിനായി കേരള സർക്കാർ ഹോളണ്ടിൽ നിന്നും ഒരു കട്ടർ സക്ഷൻ ഡ്രഡ്ജർ വാങ്ങി. അതാണ് നാമിന്നറിയുന്ന CSD Meena Kerala. കൊച്ചിയിലെ വെല്ലിംഗ്ടൺ ദ്വീപ് ഡ്രഡ്ജ് ചെയ്തെടുത്ത മണ്ണും ചളിയും കൊണ്ടുണ്ടാക്കിയതാണ്. ലോകത്ത് ഇതിനു സമാനമായ ധാരാളം കൃത്രിമ ദ്വീപുകൾ തുറമുഖ വികസനത്തിന്റെ ഭാഗമായി നിർമ്മിച്ചിട്ടുണ്ട്.

ശ്രീലങ്കയിൽ ചൈന നിർമ്മിക്കുന്ന Hambantota Port ഇതിന് മറ്റൊരുദാഹരണം. പോർട്ട് 99 വർഷത്തേക്ക് പാട്ടത്തിനെടുത്ത്, കടൽ കുഴിച്ചെടുക്കുന്ന മണ്ണ് നിറച്ച് 665 ഏക്കർ ഭൂമി കൃത്രിമമായി നിർമ്മിക്കുന്നു. ഭൂമി നിർമ്മിക്കുന്നതോടൊപ്പം തുറമുഖത്തിന്റെ ആഴം ആവശ്യാനുസരണം വർദ്ധിപ്പിക്കാനും ഇതുകൊണ്ട് സാധിക്കുന്നു. ദുബായിലെ പാംഗ്രൂവ് ദ്വീപുകൾ, Jumeirah, Deire, Ja-bel എന്നിവ 600-700 ഏക്കർ വിസ്തീർണ്ണമുള്ളതാണ്. ഇവ CSD ഉപയോഗിച്ച് നിർമ്മിച്ചവയാണ്. ലോകത്തിലെ വിലകൂടിയ വില്ലകളും ഹോട്ടലുകളും അടങ്ങിയ ഒരു ടൂറിസ്റ്റ് കേന്ദ്രമാണിത്.

CSD ഉപയോഗിച്ച് രാജ്യവിസ്തീർണ്ണം 22%ത്തിലധികം വർദ്ധിപ്പിച്ച രാജ്യമാണ് സിങ്കപ്പൂർ. 1965 ബ്രിട്ടനിൽ നിന്നും സ്വാതന്ത്ര്യം ലഭിക്കുമ്പോൾ സിങ്കപ്പൂരിന്റെ വിസ്തീർണ്ണം 590 ചതുരശ്ര കി.മീ. മാത്രമായിരുന്നു. ഇന്നത് 720ലധികമായി മാറിയിരിക്കുന്നു. ഇന്നും ആ പ്രക്രിയ തുടർന്നു കൊണ്ടിരിക്കുന്നു. അന്താരാഷ്ട്ര കപ്പൽചാനലിന്റെ തീരത്തുള്ള ഈ കൊച്ചുരാജ്യം ലോകത്തിലെ ഏറ്റവും വലിയ തുറമുഖങ്ങളുടെ കൂട്ടത്തിൽ പ്രമുഖസ്ഥാനം വഹിക്കുന്നു.

CSD മീനാ കേരളയും ബേപ്പൂരിലെ ഡ്രഡ്ജിംഗിനെ സംബന്ധിച്ചിടത്തോളം പരാജയം തന്നെ ആയിരുന്നു. പാറക്കെട്ടുകൾ നിറഞ്ഞ ഹാർബർ ബെയ്സിനും കപ്പൽ ചാലുകളും മഴക്കാലമായാൽ മണ്ണ് വന്ന് നിറയും. ഇതിന് പ്രതിവിധി എന്ന നിലയിലാണ് ബ്രെയ്ക്ക് വാട്ടർ നിർമ്മാണത്തെപ്പറ്റി ചിന്തിച്ചു തുടങ്ങിയത്.

വിശാലമായ അഴിമുഖത്തിന്റെ വീതി നിജപ്പെടുത്തി ഒഴുക്കിന്റെ ശക്തി വർദ്ധിപ്പിക്കണം. അതുവഴി അഴിമുഖത്ത് അടിഞ്ഞുകൂടുന്ന മണ്ണും ചളിയും സ്വാഭാവിക ഒഴുക്കിലൂടെ തന്നെ നീക്കം ചെയ്യപ്പെടണം.

അതിനായുള്ള ഇൻവെസ്റ്റിഗേഷൻ ആരംഭിച്ചു. ഷോർലൈൻ സർവ്വേ, ഫ്ളോട്ട് ഒബ്സർവേഷൻ, ടൈഡ് ഒബ്സർവേഷൻ, വിൻഡ് ഒബ്സർവേഷൻ.. കാറ്റിന്റേയും തിരമാലകളുടേയും വേഗത, ഗതി, ഘടന, സമയക്രമം എന്നിവ വർഷങ്ങളോളം രേഖപ്പെടുത്തി.

എന്താ പണി? തിരയെണ്ണുക, പണി ഇല്ലാത്തവരെക്കുറിച്ചുള്ള നാടൻ പ്രയോഗം. എന്നാൽ തിര എണ്ണാൻ പോയപ്പോഴാണ് അത് എത്രമാത്രം വിപുലമായ ശാസ്ത്രശാഖയാണെന്ന് മനസ്സിലായത്. വേലിയേറ്റ ഇറക്ക വ്യത്യാസങ്ങൾ, നദിയിൽ ഒലിച്ചിറങ്ങുന്ന മണ്ണിന്റേയും ചളിയുടേയും ഘടന, അളവ്, കടൽ വെള്ളത്തിലെ ഉപ്പിന്റെ സാന്ദ്രത എന്നിവയെല്ലാം രേഖപ്പെടുത്തി. സമഗ്രമായ ഹൈഡ്രോഗ്രാഫിക് സർവ്വേ നടത്തി പ്ലാൻ തയ്യാറാക്കി. നദിയുടേയും കടലിന്റേയും അടിത്തട്ടിനെപ്പറ്റി പഠിക്കാൻ ബാത്തേമെട്രി സർവ്വേയും പൂർത്തീകരിച്ചു.

എല്ലാ വിവരങ്ങളും ക്രോഡീകരിച്ച് പൂനയിലെ CWPRS (സെൻട്രൽ വാട്ടർ ആന്റ് പവർ റിസർച്ച് സ്റ്റേഷൻ) ലേക്ക് അയച്ചു. അവിടെ ബേപ്പൂർപുഴ, അഴിമുഖം, കടൽ എന്നിവ അടങ്ങുന്ന ഒരു മോഡൽ ശാസ്ത്രീയമായി തയ്യാറാക്കി, പരീക്ഷണങ്ങളും നിരീക്ഷണങ്ങളും നടത്തി.

അക്ഷാംശം 11^0 39' 44' N ലും രേഖാംശം 75^0 32' 56' E ഉം ആണ് ബേപ്പൂർ പോർട്ടിന്റെ സ്ഥാനം. ഇവിടെ പുഴയുടെ ഇരുകരകളിലുമായി അക്ഷാംശം 11^0 09' 00' N ലും രേഖാംശം 75^0 48' 00'E ലും ബ്രെയ്ക്ക് വാട്ടറിന്റെ ദിശ (Direction) തീരുമാനിച്ചു.

നിർമ്മാണത്തിനായി 2.65 സ്പെസിഫിക്ക് ഗ്രാവിറ്റിയിൽ കുറയാത്ത, അഞ്ചു കിലോഗ്രാം മുതൽ അയ്യായിരം കിലോഗ്രാം വരെ വിവിധ വലുപ്പത്തിലും തൂക്കത്തിലുമുള്ള കരിങ്കല്ലുകൾ ഉപയോഗിച്ചു. കരിങ്കല്ല് ഉപയോഗിച്ച് നിർമ്മിച്ച കേരളത്തിലെ ആദ്യത്തെ ബ്രെയ്ക്ക് വാട്ടർ (പുലിമുട്ട്) ബേപ്പൂരിലേതാണ്.

ഹാർബർ വികസനത്തിന്റെ ഭാഗമായി നിർമ്മിച്ച ബ്രെയ്ക്ക് വാട്ടർ, ഇന്ന് കേരളത്തിലെ എണ്ണപ്പെട്ട ടൂറിസ്റ്റ് കേന്ദ്രങ്ങളിൽ ഒന്നായി ത്തീർന്നു. കടലിൽ നിന്നു കൊണ്ട്, കടലിനെ ആസ്വദിക്കാനായി കിലോമീറ്ററിലധികം നീളത്തിൽ രണ്ട് ബ്രെയ്ക്ക വാട്ടറുകൾ. ഈ സൗന്ദര്യം ആസ്വദിക്കാൻ ധാരാളം ജനങ്ങൾ ബേപ്പൂരിലേക്ക് ഒഴുകി എത്തുന്നുണ്ട്.

1909ലെ ഇന്ത്യൻ തുറമുഖ നിയമപ്രകാരം തുറമുഖങ്ങളെ മേജർ,

ഇന്റർമീഡിയറ്റ്, മൈനർ എന്നിങ്ങനെ വിഭജിച്ചിരിക്കുന്നു. മേജർ തുറമുഖങ്ങൾ കേന്ദ്രസർക്കാരിന്റെ നിയന്ത്രണത്തിലും മറ്റുള്ളവ അതാത് സംസ്ഥാന സർക്കാരിന്റെ അധീനതയിലും ആണ്. കേരളത്തിൽ കൊച്ചി മേജർ തുറമുഖമാണ്. കാസർഗോഡ്, അഴീക്കൽ, കണ്ണൂർ, തലശ്ശേരി, വടകര, കോഴിക്കോട്, ബേപ്പൂർ, പൊന്നാനി, മുനമ്പം, ആലപ്പുഴ, നീണ്ടകര, കൊല്ലം, തിരുവനന്തപുരം, വിഴിഞ്ഞം എന്നിവ മൈനർ തുറമുഖങ്ങളും.

വിഴിഞ്ഞത്ത് നിർമ്മാണം ആരംഭിച്ച തുറമുഖം പൂർത്തിയായാൽ അത് മറ്റൊരു മേജർ തുറമുഖമായി മാറും.

ബ്രെയ്ക്ക് വാട്ടറിന്റെ പണിപൂർത്തിയായപ്പോൾ മൈനർ തുറമുഖങ്ങൾക്ക് യോജിച്ച വിധത്തിലുള്ള ചെറിയ കപ്പലുകൾ, പത്തേമാരികൾ, ടൂറിസ്റ്റ് കപ്പലുകൾ എന്നിവ ധാരാളം ബേപ്പൂരിലെത്തിത്തുടങ്ങി. ഇന്ത്യക്കകത്ത് നിന്നും അറബിനാട്ടുകളിൽ നിന്നും വിവിധ വൻകരകളിൽ നിന്നും വരുന്ന ജലവാഹനങ്ങൾ ബേപ്പൂരിലെ തൊഴിലാളികൾക്ക് ഉത്സവഛായ പകർന്നു നൽകി. വീണ്ടും പുതിയ പദങ്ങളും ചിഹ്നങ്ങളും പഠിക്കാനും മനസ്സിലാക്കാനും അവസരം ലഭിച്ചു.

ഭക്തരുടെ നെറ്റിയിലും നെഞ്ചത്തുമുള്ള ചന്ദനവരകളേയും ഭസ്മക്കുറികളേയും ഓർമ്മിപ്പിക്കുന്ന വരകളും ചിഹ്നങ്ങളും കപ്പലിന്റേയും പത്തേമാരികളുടേയും മറ്റ് ജലവാഹനങ്ങളുടേയും രണ്ടു ഭാഗത്തും ഉള്ളത് ശ്രദ്ധിച്ചിരിക്കുമല്ലോ.

അന്താരാഷ്ട്ര തലത്തിൽ സ്വീകരിച്ചിട്ടുള്ള കടൽ നിയമങ്ങളുടെ ശാസ്ത്രീയമായ അടയാളങ്ങളാണവയെല്ലാം. മൊത്ത വ്യാപ്തഭാരം, മിച്ച വ്യാപ്തഭാരം, ലഘു ആദേശ ഭാരം, ഡ്രാഫ്റ്റ്, ഭാരരേഖ എന്നിവയാണ് ജലവാഹനങ്ങളുടെ നെഞ്ചത്തെ വരകൾ. സ്വയം സംരക്ഷണത്തിനും മറ്റുള്ളവരുടെ സംരക്ഷണത്തിനും ഈ വരകൾ വളരെ പ്രധാനപ്പെട്ടതാണ്.

കേരളത്തിലെ തുറമുഖങ്ങളുടേയും ഫിഷിംഗ് ഹാർബറുകളുടേയും നിർമ്മാണം, നവീകരണം, വികസനം എന്നിവ ഹാർബർ എഞ്ചിനീയറിംഗ് വകുപ്പാണ് നിർവ്വഹിക്കുന്നത്. ഫിഷ്ലാൻഡിങ് സെന്ററുകളും മത്സ്യം വളർത്തുകേന്ദ്രങ്ങളും വകുപ്പ് നിർമ്മിച്ച് പരിപാലിച്ച് പോരുന്നു. മത്സ്യഗ്രാമങ്ങളിലേക്കുള്ള കുടിവെള്ളം, റോഡുകൾ, ഐസ് പ്ലാന്റ്, മത്സ്യത്തൊഴിലാളികളുടെ കുട്ടികൾക്കുള്ള സ്കൂളുകൾ എല്ലാം ഈ വകുപ്പിന്റെ പരിധിയിൽ തന്നെ. മത്സ്യത്തൊഴിലാളി

സംരക്ഷണത്തിനായുള്ള ഫിഷറീസ് വകുപ്പുമായി ചേർന്ന് കേരളത്തിലെ മത്സ്യഗ്രാമങ്ങളെ ഓജസ്സിന്റെ നിറകുടമാക്കി മാറ്റാനുള്ള ശ്രമങ്ങൾ പുരോഗമിച്ചു വരുന്നു.

ഇരുപത്തിനാല് മത്സ്യബന്ധന തുറമുഖങ്ങൾ, ധാരാളം ഫിഷ്ലാൻഡിങ് സെന്ററുകൾ തുടങ്ങി അനുബന്ധ സാഹചര്യങ്ങളുമായി ബൃഹത്തായ സംരംഭങ്ങൾ ഈ മേഖലയിൽ ഇന്നുണ്ട്. തീരദേശ സംരക്ഷണത്തിൽ മറ്റ് സംസ്ഥാനങ്ങൾക്ക് മാതൃകയാകുന്ന പ്രവർത്തനമാണ് കേരളത്തിൽ നടപ്പാക്കിക്കൊണ്ടിരിക്കുന്നത്.

ഇതിൽ നിന്നെല്ലാം ഭിന്നമായ മറ്റൊരു അനുഭവം കൂടി രേഖപ്പെടുത്തുന്നു.

1974ൽ ബേപ്പൂർ പോർട്ട് ഓഫീസ് വളപ്പിന് ചുറ്റും നട്ടുവളർത്തിയ തേക്കിൻ തൈകൾ ഇന്ന് ആകാശം മുട്ടെ വളർന്ന് നിൽക്കുന്ന വൻ വൃക്ഷങ്ങളായത് കണ്ണിന് സന്തോഷമാണ്. ലക്ഷക്കണക്കിന് രൂപ വിലമതിക്കുന്ന ഈ തേക്കുകൾ ഇവിടെ കാണാം.

പോർട്ട് ഹാർബർ എഞ്ചിനീയറിംഗ് വിംഗ്, ഹൈഡ്രോഗ്രാഫിക് സർവ്വേ വിംഗ്, ഡ്രഡ്ജിംഗ് യൂണിറ്റ് എന്നിവ സംയുക്തമായി ആരംഭിച്ച റിക്രിയേഷൻ ക്ലബ്ബിന്റെ ആജീവനാന്ത സെക്രട്ടറി ഇദ്ദേഹമായിരുന്നു. ക്ലബ്ബ് പ്രവർത്തനത്തിന്റെ ഭാഗമായാണ് അന്ന് തേക്കിൻ തൈകൾ നട്ടുവളർത്തിയത്. ക്ലബ്ബ് പ്രവർത്തനം നിർജ്ജീവമായപ്പോഴും ആ തൈകൾ വളർന്നുകൊണ്ടിരിക്കുന്നത് സന്തോഷകരം തന്നെ.

1970ന്റെ ആരംഭത്തിൽ ചെറുകിട തുറമുഖ വികസനത്തിന്റെ മാസ്റ്റർ പ്ലാൻ തയ്യാറാക്കാൻ രൂപംകൊണ്ട ഹാർബർ എഞ്ചിനീയറിംഗ് വിംഗ് ഇന്ന്, സംസ്ഥാനത്തെ ഏതൊരു എഞ്ചിനീയറിംഗ് വകുപ്പിനോടും കിടപിടിക്കുന്ന തരത്തിൽ ഒന്നാംതരം വകുപ്പായി മാറി. ഈ വകുപ്പിനെ സാമൂഹ്യപരമായും ഔദ്യോഗികമായും ഉന്നതനിലവാരത്തിലെത്തിക്കാൻ ആത്മാർത്ഥമായി പ്രയത്നിച്ച ആദ്യകാല പ്രവർത്തകരിൽ ഒരാളാവാൻ കഴിഞ്ഞത് വ്യക്തിപരമായി അഭിമാനവും സന്തോഷവും പ്രദാനം ചെയ്യുന്നു.

വിവാഹം

വിവാഹമെന്ന സങ്കൽപ്പത്തിന്റെ ഉറവിടം എവിടെ നിന്നായിരിക്കും? പ്രജനനമാണോ വിവാഹത്തിന്റെ അടിസ്ഥാനം? അല്ല. കാരണം, വിവാഹത്തിന് മുമ്പും ജനനങ്ങൾ നടന്നതിന് തെളിവാണല്ലോ നമ്മുടെ പൂർവ്വികർ.

അപ്പോൾ വിവാഹം മനുഷ്യസംസ്ക്കാരത്തിന്റെ ഭാഗമായി നിലവിൽ വന്നതാകാം. മൃഗതുല്യരായ -open to all- അവസ്ഥയിലായിരുന്നുവല്ലോ പണ്ട്. ബലവാന് ഇഷ്ടമുള്ളതു പോലെ സ്ത്രീകളുമായി ബന്ധപ്പെടാം. ബലഹീനരാകട്ടെ തികച്ചും 'പട്ടിണിയിലും'.

സേനാബലം കൂട്ടുന്നതിനായിരുന്നു, രാജാക്കന്മാരുടെ വിവാഹം. സ്ത്രീധനമായിരുന്നു അച്ഛൻ നമ്പൂതിരിമാരുടെ വിവാഹലക്ഷ്യം.

നല്ല സന്താനോൽപ്പാദനം മാത്രമാണോ പ്രകൃതി ഉദ്ദേശിച്ചത്? എന്നാൽ എല്ലാവർക്കും അവസരം ലഭിക്കണമെന്നും പെണ്ണിന് വേണ്ടിയുള്ള കലഹം ഒഴിവാക്കണമെന്നും ആഗ്രഹിച്ച മനുഷ്യന്റെ സാംസ്കാരിക ബോധമാണോ വിവാഹം?, ഒരു നിയമ വ്യവസ്ഥ.

എങ്കിൽ വിവാഹത്തിന് ഒരു ലിഖിത നിയമം വേണ്ടേ. അങ്ങനെ ഒന്ന് കാണാനും ഇല്ല. കേരളത്തിൽ അമ്മാവനും മരുമകളും മാന്യവും പാവനവുമായ ഒരു കുടുംബ ബന്ധമാണ്. തൊട്ടടുത്ത തമിഴ് നാട്ടിൽ മരുമകളെ വിവാഹം കഴിക്കുന്ന അമ്മാവന് മാന്യമായ സ്ഥാനം സമൂഹം നൽകുന്നു.

സ്വയംവരം ഒരു വിവാഹരീതി. സ്ത്രീകൾക്ക് ഇഷ്ടമുള്ള പുരുഷനെ സ്വീകരിക്കാം. അപ്പോഴും ഭൂരിപക്ഷം വരുന്ന സാധാരണ സ്ത്രീകൾക്ക് അത് അപ്രാപ്യം.

പ്രേമവിവാഹം അംഗീകരിക്കപ്പെട്ടു. എന്നാൽ പ്രേമവിവാഹത്തിന്റെ പവിത്രത എന്നോ നഷ്ടപ്പെട്ടു. ഗുരുവിനെ സ്നേഹിക്കുന്ന ശിഷ്യ/

ശിഷ്യൻ, തുടർന്നുള്ള വിവാഹവും സർവ്വസാധാരണമായി.

നാണുവിന്റെ (പിന്നീട് ശ്രീനാരായണഗുരു) വിവാഹം മറ്റൊരു രീതിയിൽ. സ്വസഹോദരി പ്രതിശ്രുത വധുവിന് പുടവ നൽകി കൂട്ടിക്കൊണ്ടു വന്നു. നാണുവും കാളിയമ്മയും തമ്മിൽ കണ്ടില്ല. പാഞ്ചാലിയുടെ വിവാഹം ഒരുതരം ബലാൽക്കാരം തന്നെ. വരന്മാരുടെ അമ്മക്ക് വധുവിനെ അഞ്ചു പേർക്കായി സമ്മാനിക്കാനുള്ള അവകാശം അക്കാലത്തുണ്ടായിരുന്നോ? അടുത്തകാലം വരെ ബഹുഭാര്യാത്വവും ബഹുഭർതൃത്വവും നിലനിന്ന പല സമുദായങ്ങളും ഉണ്ടായിരുന്നു.

ദക്ഷൻ സ്വന്തം ഇഷ്ടപ്രകാരം തന്റെ ഇരുപത്തിയേഴ് പെൺമക്കളേയും ചന്ദ്രന് വിവാഹം കഴിച്ച് കൊടുത്തതായി പുരാണങ്ങളിൽ സൂചനയുണ്ട്. നിങ്ങളുടെ ഭാര്യമാർ നിങ്ങളുടെ കൃഷി ഇടങ്ങളാണെന്നും ഇഷ്ടംപോലെ ഉപയോഗിക്കാമെന്നുമുള്ള ഖുർ-ആൻ വാക്യങ്ങളും ബഹുഭാര്യാത്വം വിളിച്ച് പറയുന്നുണ്ട്. പ്രേമിച്ച് വഞ്ചിക്കപ്പെട്ടവർ പണ്ടും ഉണ്ടായിരുന്നുവെന്ന് ശകുന്തള നമ്മെ ബോധ്യപ്പെടുത്തുന്നു.

സീത 'സ്വയം' വരിച്ചതായിരുന്നു രാമനെ. അപ്പോഴൊന്നും ഇത്ര വലിയ ഒരു ദുരവസ്ഥ തന്റെ ജീവിതത്തിലുണ്ടാകുമെന്ന് സ്വപ്നത്തിൽ പോലും കരുതിയിട്ടുണ്ടാവില്ല. (ദുഃഖം മാത്രം കൈമുതലായുള്ള ഒരു രാജപുത്രി.)

ചെറുപ്പത്തിലുള്ള കല്യാണം, തുടർന്ന് 13 വർഷക്കാലം വനവാസം. അവിടുന്ന് രാവണൻ കട്ടുകൊണ്ട് പോകുന്നു. രാമ-രാവണ യുദ്ധത്തിൽ വിജയി രാമൻ. ഒരു രാജ്യത്തെ ഭൂരിപക്ഷം ജനങ്ങളേയും കൊന്നൊടുക്കി ഭാര്യയേയും കൂട്ടി നാട്ടിലേക്ക്. പിന്നീട് അഗ്നിശുദ്ധി നടത്താൻ അവരെ നിർബന്ധിതയാക്കി. അവർ ഒടുവിൽ 'മാതാ ധരിത്രീ ദേഹിമേ വിവരം' -അമ്മയായ ഭൂമി, എനിക്ക് ഒളിക്കാൻ ഒരു പൊത്തു തരൂ- എന്ന് ഉള്ളുരുകി പ്രാർത്ഥിക്കുന്നു. ഭൂമി പിളർന്ന് മറയുന്ന സീതയെ നാം പിന്നീട് കാണുന്നില്ല.

എന്നിട്ടും ഇപ്പോഴും കല്യാണ മണ്ഡപത്തിൽ 'സീതാ കല്ല്യാണ വൈഭോഗമേ എന്ന് അർത്ഥമറിയാതെ പൂജാരി ചടങ്ങിന്റെ അവസാനം ഉരുവിടുന്നതെന്തിനാണാവോ? ഏതെങ്കിലും പെൺകുട്ടികൾ സീതയുടെ ജീവിതം ഇഷ്ടപ്പെടുമോ?

വിവാഹം എന്ന സാമൂഹ്യാചാരത്തിന് എന്തെല്ലാം മാറ്റങ്ങളാണ് സംഭവിച്ചു കൊണ്ടിരിക്കുന്നത്. സ്വവർഗ്ഗ വിവാഹങ്ങൾ ഒരുവശത്ത്. മൂന്നാം ലിംഗക്കാരുടെ വിവാഹം മറ്റൊരു വശത്ത്. എല്ലാം നിയമവും കോടതിയും അംഗീകരിച്ചതുമാണ്.

ഇതൊക്കെ ഇപ്പോൾ ഓർക്കാനെന്താ കാരണം? വിവാഹം കഴിക്കണം. അതു തന്നെ.

ഈ വിവാഹം ഇതിൽ നിന്നൊക്കെ വ്യത്യസ്തമാണ്. പ്രേമിക്കാൻ മറന്ന യൗവ്വനം. നാടായ നാട്ടിലും വീടായ വീട്ടിലും കയറി പെണ്ണു കാണാത്തവൻ. പ്രത്യേകമായ ജീവിത സാഹചര്യം വിവാഹത്തിന് പ്രേരിപ്പിച്ചു. ഇന്നത്തെപ്പോലെ സാധു പെൺകുട്ടികളുടെ വിവാഹ ത്തിന് സഹായഹസ്തങ്ങൾ നീട്ടാൻ ആളില്ലാത്ത കാലം.

'നിന്നെ കാണാൻ എന്നേക്കാളും
ചന്തം തോന്നും കുഞ്ഞിപ്പെണ്ണേ
എന്നിട്ടെന്തേ നിന്നെ കെട്ടാൻ
ഇന്നുവരെ വന്നില്ലാരും'

എന്ന ചോദ്യം ആവർത്തിക്കുന്ന കാലം.

അതൊക്കെ കഴിഞ്ഞാണല്ലോ വി.ടിയെപ്പോലുള്ളവരുടെ വിധവാ വിവാഹം മറ്റൊരു നാഴികക്കല്ലായി മാറിയത്. ഇന്ന് നിർധന കുടുംബത്തിലെ പെൺകുട്ടികളുടെ വിവാഹത്തിന് പത്തു പവന്റെ ആഭരണങ്ങളെങ്കിലും നൽകി സർക്കാരും എൻ.ജി.ഒ സംഘടനകളും പുത്തൻപണക്കാരും മത്സരിക്കുന്നത് കാണുമ്പോൾ ഒരു ചൈനീസ് പഴമൊഴി ഓർത്തു പോകുന്നു. "മത്സ്യം കൊടുത്ത് വിശപ്പു മാറ്റരുത്. ചൂണ്ട കൊടുത്ത് പ്രോത്സാഹിപ്പിക്കണം."- നമ്മുടെ സർക്കാരും സാംസ്ക്കാരിക നായകരും ബോധപൂർവ്വം മറക്കുന്ന പഴമൊഴി.

ഒരു കൂട്ടം യുവമനസ്സുകളെ സ്വർണ്ണമോഹികളും ധനാർത്ഥിക ളുമായി മാറ്റിക്കൊണ്ടിരിക്കുകയാണ്. പെണ്ണാണ് ധനം എന്നത്, പെണ്ണ് കൊണ്ട് ധനം ആക്കി അതൊരെളുപ്പ മാർഗ്ഗമായി യുവാക്കൾ കാണുന്നു.

വേറിട്ട സാഹചര്യത്തിലുള്ള എന്റെ വിവാഹത്തിന് കാരണം ശ്രീമതി ഇന്ദിരാഗാന്ധിയുടെ രാഷ്ട്രീയ അധാർമ്മികതയാണ്. അത് എന്റെ ജീവിതത്തിൽ ചെലുത്തിയ സ്വാധീനം വളരെ വലുതാണ്. കൊല്ലം 1957, ഏപ്രിൽ അഞ്ച്, കേരളത്തിൽ കമ്യൂണിസ്റ്റ് പാർട്ടി യുടെ നേതൃത്വത്തിൽ മന്ത്രിസഭ രൂപീകരിച്ചു.

ജനോപകാരപ്രദമായ പല നിയമങ്ങളും നടപ്പിലാക്കി. കാർഷിക ബന്ധബിൽ, ഭൂപരിഷ്കരണം എന്നിവയിലൂടെ കൃഷിഭൂമി കൃഷി ക്കാർക്കെന്ന മുദ്രാവാക്യം പ്രാവർത്തികമാക്കി. എല്ലാവർക്കും വിദ്യാഭ്യാസം എന്ന ലക്ഷ്യത്തിൽ വിദ്യാഭ്യാസ ബില്ലും.

ഭക്ഷ്യക്ഷാമം രൂക്ഷമായ സാഹചര്യത്തിൽ കേന്ദ്രസർക്കാറി നോട് കൂടുതൽ ഭക്ഷ്യധാന്യം ആവശ്യപ്പെട്ടു. നെഹ്റു സർക്കാർ

അനുവദിച്ചില്ല. തുടർന്ന് ആന്ധ്രാപ്രദേശിലെ കുംഭകോണത്ത് നിന്നും അരികൊണ്ടുവന്ന് ന്യായവിലയ്ക്ക് വിതരണം ചെയ്തു. വിമോചന സമരം നടത്തിയവർ അത് അഴിമതിയായി ചിത്രീകരിച്ചു. അഴിമതി എന്ന പേരിന് സമാനമായി കുംഭകോണം എന്ന പേര് അവർ മലയാള ഭാഷക്ക് സംഭാവന ചെയ്തു.

മുതലാളിമാർക്കും ജന്മിമാർക്കും അനുകൂലമായിരുന്ന പോലീസ് നയം തിരുത്തി പണി എടുക്കുന്നവർക്ക് ആശ്വാസം നൽകുന്ന പോലീസ് നിയമം പാസ്സാക്കി. അതിന് പ്രതിപക്ഷം അരക്ഷിതാവസ്ഥ എന്ന് പേരിട്ടു. കമ്മ്യൂണിസ്റ്റ് അനുഭാവികൾക്ക് പോലും സർക്കാർ സർവ്വീസിലോ രാജ്യരക്ഷാ മേഖലയിലോ ജോലി ലഭിക്കാതിരിക്കാൻ വേണ്ടി ഉണ്ടാക്കിയ പോലീസ് വെരിഫിക്കേഷൻ നിർത്തിവെച്ചു. എല്ലാവർക്കും തുല്യനീതി ലഭിച്ചു. അതിനെ പ്രതിപക്ഷം സ്വജനപക്ഷപാതം എന്നും വിളിച്ചു. തുടർന്ന് ജാതി സംഘടനകളും കോൺഗ്രസ് പാർട്ടിയും കൂടി സർക്കാരിനെതിരെ വിമോചന സമരം സംഘടിപ്പിച്ചു.

ഈ സമരത്തിന്റെ കുതന്ത്രങ്ങൾ മനസ്സിലാവാതെ, മഹാകവി, ജി വെടിവെപ്പിൽ മരിച്ച ഫ്ളോറിയെ കുറിച്ച് 'അന്ത്യമാല്യം' എന്ന കവിത എഴുതി പുതിയ പരിവേഷവും പ്രശസ്തിയും നേടി. എന്നാൽ രോഗാവസ്ഥയിലുള്ള മഹാകവിയെ ഇ.എം.എസ് സന്ദർശിച്ചപ്പോൾ, വിമോചന സമരത്തിന്റെ കറുത്ത കൈകളും കരുനീക്കങ്ങളും ഞാൻ പിന്നീടേ അറിഞ്ഞുള്ളൂ എന്നും, അന്ത്യമാല്യം എഴുതിയതിൽ പശ്ചാത്തപിക്കുന്നു എന്നും പറഞ്ഞതിന് ചരിത്രം സാക്ഷി.

അന്ന് ശ്രീമതി ഇന്ദിരാഗാന്ധിയായിരുന്നു കോൺഗ്രസ് പ്രസിഡന്റ്. ഇന്ദിരയുടെ നിർബന്ധത്തിന് വഴങ്ങി പ്രധാനമന്ത്രി നെഹ്റു ഇടപെട്ട് ഇ.എം.എസ് മന്ത്രിസഭ പിരിച്ചുവിടാൻ പ്രസിഡന്റിൽ സമ്മർദ്ദം ചെലുത്തി. 1959 ജൂലായ് 31ന് പ്രസിഡന്റ് മന്ത്രിസഭ പിരിച്ച് വിട്ടു. തുടർന്ന് കേരളത്തിൽ പ്രസിഡന്റ് ഭരണം നിലവിൽ വന്നു.

ഈ ഭൂമുഖത്തെ ഏറ്റവും വലിയ ജനാധിപത്യ രാജ്യമാണ് ഇന്ത്യയെന്ന് അമേരിക്കൻ പ്രസിഡന്റ് ജോൺ കെന്നഡി പ്രശംസിച്ച അവസരത്തിൽ തന്നെ, ജനാധിപത്യ രീതിയിൽ തിരഞ്ഞെടുക്കപ്പെട്ട ഒരു സംസ്ഥാന സർക്കാരിനെ പ്രധാനമന്ത്രി നെഹ്റു അവിഹിത മാർഗ്ഗത്തിലൂടെ പുറത്താക്കിയതിന് ചരിത്രം സാക്ഷിയായി. അന്ന് രാഷ്ട്രീയ ഭാരതത്തിൽ പുതിയ ഒരു പദം, 'ഫാസിസ്റ്റ്', ഉദയം കൊണ്ടു. തന്റെ ഭാര്യ ഇന്ദിരയെ, ഭാര്യാ പിതാവായ നെഹ്റുവിന്റെ മുന്നിൽ

വെച്ച് 'നീയൊരു ഫാസിസ്റ്റാണെ'ന്ന്, പ്രശസ്ത പാർലിമന്റേറിയനായിരുന്ന ഫിറോസ് ഗാന്ധി വിളിച്ചു.

ഈ സംഭവം വിമോചന സമരത്തിൽ ഇന്ദിരാഗാന്ധിയുടെ പങ്ക് വ്യക്തമാക്കുന്നു. ഇന്ന് ആ സത്യം കൂടുതൽ തെളിഞ്ഞു വന്നു. ഡാനിയൻ പാട്രിക്ക് മൊയ്നിഹാൻ എന്ന അമേരിക്കക്കാരൻ- ഇന്ത്യയിലെ മുൻ അമേരിക്കൻ സ്ഥാനപതി- തന്റെ പുസ്തകത്തിൽ ആ സത്യം ഇങ്ങനെ രേഖപ്പെടുത്തി:

"കേരളത്തിൽ കമ്യൂണിസ്റ്റ് തിരഞ്ഞെടുപ്പ് വിജയം അട്ടിമറിക്കുന്നതിന്, കോൺഗ്രസ് പാർട്ടി ആവശ്യപ്പെട്ടത് പ്രകാരം, അമേരിക്കൻ ഗവൺമെന്റ് പ്രതിനിധി കോൺഗ്രസ് പ്രസിഡന്റിനെ പണം നേരിട്ട് ഏൽപ്പിച്ചു."

ഇതോടു കൂടി ഓർമ്മിക്കേണ്ടുന്ന മറ്റൊരു ചരിത്ര സംഭവം കൂടി വായനക്കാർക്കായി പങ്കുവയ്ക്കുന്നു. നെഹ്റു പിരിച്ചുവിട്ട ഇ.എം.എസ് മന്ത്രിസഭയിലെ നിയമമന്ത്രിയായിരുന്നു വി.ആർ. കൃഷ്ണയ്യർ.

ഇന്ദിരാഗാന്ധിയുടെ ലോകസഭാ തെരഞ്ഞെടുപ്പ് അലഹബാദ് ഹൈക്കോടതി അസാധുവായി പ്രഖ്യാപിച്ചു. അതിനെതിരെയുള്ള അപ്പീൽ സുപ്രീംകോടതിയിലെത്തി. ഇ.എം.എസിനോടൊപ്പം പിരിച്ചു വിടപ്പെട്ട കൃഷ്ണയ്യർ ആയിരുന്നു 1975ൽ സുപ്രീംകോടതി വെക്കേഷൻ ജഡ്ജി. ജസ്റ്റിസ് കൃഷ്ണയ്യരാണ് അപ്പീലിന്മേലുള്ള വിധി പ്രസ്താവിച്ചത്.

ഇന്ദിരാഗാന്ധിയ്ക്കനുകൂലമായി വിധി എഴുതി. അതുകൊണ്ടു മാത്രം ഗുരുതരമായ ദേശീയ പ്രതിസന്ധി ഒഴിവാക്കാനും, ഇന്ദിരാസർക്കാരിന് അധികാരത്തിൽ തുടരാനും സാധിച്ചു.

1959ൽ ഇന്ദിരാഗാന്ധി പ്രകടിപ്പിച്ച ഫാസിസ്റ്റ് പ്രവണതയും, ഭരണഘടനാ വിരുദ്ധമായ രാഷ്ട്രീയ പകയും കൃഷ്ണയ്യർ കാണിച്ചിരുന്നുവെങ്കിൽ ഇന്ദിരാ സർക്കാർ പുറത്താകുമായിരുന്നു.

ഇ.എം.എസ് മന്ത്രിസഭ പിരിച്ചുവിട്ടതോടെ തുടങ്ങിവെച്ച പല പദ്ധതികളും പാതിവഴിയിലായി. ഒന്നും ഉദ്ദേശിച്ച തരത്തിൽ പൂർത്തീകരിക്കാൻ സാധിച്ചില്ല. ഭൂപരിഷ്ക്കരണ നിയമം പാസായപ്പോൾ അവശജന്മിമാരുടെ പ്രശ്നങ്ങൾക്ക് പരിഹാരം നൽകാനുള്ള നിയമം പൂർണ്ണതയിലെത്തിയില്ല. ഫലം, അന്നത്തെ എട്ടു വയസ്സുകാരന് നഷ്ടപ്പെട്ടത് വിദ്യാഭ്യാസം മാത്രമല്ല ജീവിതത്തിന്റെ മാധുര്യം മുഴുവനുമാണ്. ജാതിയിൽ ഉന്നതനായതിനാൽ വിദ്യാഭ്യാസ ആനുകൂല്യങ്ങൾ ഒന്നും ഇല്ല. പഠനം പാതി വഴിയിൽ അവസാനിച്ചു.

ദാരിദ്ര്യം മൂലം ഇടത്തരം കുടുംബങ്ങളിൽ ജീവിതം ദുസ്സഹമായി. ആ ദുരിത പൂർണ്ണ ജീവിതത്തിന്റെ ബാക്കിപത്രമാണ് ഈ വിവാഹം.

കാലചക്രം തിരിഞ്ഞു. അന്നത്തെ കോൺഗ്രസ് പ്രസിഡന്റ്, ഇന്ത്യൻ പ്രധാനമന്ത്രിയായി. 1975 ജൂൺ 25 അവസാനിക്കാൻ ഏതാനും മിനിറ്റുകൾ മാത്രം ബാക്കി. അർദ്ധരാത്രിയിൽ ഇന്ത്യൻ പ്രസിഡന്റ് അടിയന്തരാവസ്ഥ പ്രഖ്യാപനത്തിൽ ഒപ്പിട്ടു. പിന്നീട് നീണ്ട ഇരുപത്തിയൊന്ന് മാസങ്ങൾ അടിയന്തരാവസ്ഥയുടെ ക്രൂര ദിനങ്ങളായിരുന്നു. ഇത് 1977 മാർച്ച് 21 വരെ നീണ്ടു.

1929ൽ നെഹ്റു തന്റെ മകൾ ഇന്ദിരയോട് പറഞ്ഞു, 'സൂര്യൻ വെട്ടിത്തിളങ്ങിക്കൊണ്ടിരിക്കുന്ന പകൽ സമയത്ത് പ്രവർത്തിക്കണം. കാരണം ഇരുളിന്റെ മറവിൽ രഹസ്യമായി നടത്തപ്പെടുന്ന ഏത് പ്രവൃത്തിയും ഭയത്തിന് കാരണമാകുകയും ധീരതയെ നശിപ്പിക്കുകയും ചെയ്യും.' (In 1929, Nehru asked his daughter to work in the sun and in the light; Because things that were done in the dark - that is in secret will cause fear and destroy the braveness). ഈ ഉപദേശം വായിക്കാൻ വിട്ടുപോയതോ, വായിച്ച് മറന്നുപോയതോ? ഇന്ദിരാഗാന്ധിയുടെ രാഷ്ട്രീയ ജീവിതത്തിൽ നടപ്പാക്കിയ രണ്ട് സുപ്രധാന നടപടികളും അർദ്ധരാത്രിയിലായിരുന്നു.

അവൻ വളർന്ന് ഇപ്പോഴത്തെ ഞാനായി മാറി. സർക്കാർ സർവ്വീസിൽ പ്രവേശിച്ചു. കുടുംബം നിവർന്നു നിൽക്കാനുള്ള ശ്രമമാണ്. അതിന് പ്രായമായ സഹോദരിയുടെ വിവാഹം നടത്തണം, അമ്മക്ക് നിർബന്ധം. അലസനും ധൂർത്തനുമായ മൂത്തപുത്രനിൽ വലിയ വിശ്വാസമില്ല. രണ്ട് അനുജത്തിമാർ. ഇവരെ സംരക്ഷിക്കേണ്ടത് ഈ പുത്രൻ എന്ന് മാതാപിതാക്കൾ ധരിച്ചതിൽ തെറ്റില്ല.

സാമ്പത്തികനില ഭദ്രമല്ലാത്ത കുടുംബം. ഇവിടുന്ന് വിവാഹം കഴിക്കാൻ മാത്രം തന്റേടമുള്ള യുവാക്കൾ ഇല്ല. പരിഹാരമായി മാറ്റക്കല്യാണം-exchange marriage -ഒരു സഹദുഃഖിത കുടുംബനാഥൻ മുന്നോട്ടുവെച്ച നിർദ്ദേശമാണ്.

മുമ്പ് കേട്ടിട്ടോ കണ്ടിട്ടോ ഇല്ലാത്ത പുതിയൊരു വിവാഹരീതി. അതിന്റെ വിശാല അർത്ഥമൊന്നും അന്ന് മനസ്സിലായിരുന്നില്ല. എങ്കിലും സമ്മതം മൂളി. 24 കഴിഞ്ഞ വരനും 22 കഴിഞ്ഞ വധുവും. കൂടെ വിവാഹം കഴിക്കുന്നവരും ഏകദേശം ഇതേ പ്രായക്കാർ തന്നെ.

കല്ല്യാണക്കത്ത് ശരിയാക്കി ക്ഷണം തുടങ്ങി. ടൗൺഹാളിലായിരുന്നു വേദി. എന്നാൽ അടിയന്തരാവസ്ഥ, പ്രത്യേക അധികാരം

ഉപയോഗിച്ച് ഹാൾ അനുവദനീയമല്ലെന്ന് അറിയിച്ചു. തുടർന്ന് കത്ത് മാറ്റി മാറ്റി അച്ചടിച്ചു. എന്നാൽ കോഴിക്കോട്ടെ പ്രധാന ഹാളുകൾ എല്ലാം നിഷേധിക്കപ്പെട്ടു. അവസാനം ഒറ്റവരിയിൽ ഒരു ക്ഷണക്കത്ത്, 'താങ്കളുടെ സാന്നിധ്യം പ്രതീക്ഷിക്കുന്നു.' സ്ഥലം -ഗാന്ധിഗൃഹം, കോഴിക്കോട്, സമയം- 11 മണി.

അവിടെ ക്ഷണിക്കപ്പെട്ടവർ 17 പേർ മാത്രം. മഫ്ടി പോലീസുകാർ ഇതിന്റെ ഇരട്ടിയും. കാരണം, വരൻ ഇടതുപക്ഷ ചായ്വുള്ള സർവ്വീസ് സംഘടനയുടെ പ്രവർത്തകനായിരുന്നു. 1975 സപ്തംബർ ഏഴിന് രണ്ട് വിവാഹങ്ങളും നടന്നു. ഒരു കല്ല്യാണത്തിന് ഒന്നേകാൽ പവൻ ധാരാളമായിരുന്നു എന്ന് സാക്ഷ്യപ്പെടുത്തിക്കൊണ്ടായിരുന്നു അത്. ഭക്ഷണമില്ല, സൽക്കാരമില്ല, ഫോട്ടോ ഇല്ല. വീഡിയോ അക്കാലത്ത് ഉണ്ടായിരുന്നില്ല. കട്ടൻ ചായയും ബിസ്ക്കറ്റും കൊണ്ടുവന്നതിൽ ഭൂരിഭാഗവും ബാക്കിയായത് ക്ഷണിക്കാത്തതു കൊണ്ടല്ല. പങ്കെടുക്കാൻ അനുവദിക്കാത്തത് കൊണ്ടായിരുന്നു.

കലണ്ടർ മാറിക്കൊണ്ടിരുന്നു. ഒരു ദിവസം ഡോ. കെ.മാധവൻ കുട്ടിയുടെ (കോഴിക്കോട് മെഡിക്കൽ കോളജ് പ്രിൻസിപ്പൽ) 'മായില്ലീ കനകാക്ഷരങ്ങൾ' എന്ന ആത്മകഥ വായിക്കുന്നു. വായിച്ചു കഴിഞ്ഞപ്പോൾ മനസ്സിനൊരു സുഖം. എന്നെപ്പോലെ ഒരാൾ ഇതിനു മുമ്പ് ഇതുപോലെ നടന്നിരുന്നു എന്ന വെളിപ്പെടുത്തൽ. തുല്യ ദുഃഖിതരെ കാണുമ്പോഴുള്ള നിർദ്ദോഷകരമായ ഒരു സുഖം, സന്തോഷം. അതുവരെ ഉണ്ടായിരുന്ന അപകർഷതാബോധവും ആത്മനിന്ദയും അലിഞ്ഞലിഞ്ഞ് ഇല്ലാതായതുപോലെ.

അദ്ദേഹം എഴുതുന്നു: 'എന്റെ അനുജത്തി പൊന്നുവിനെ വിവാഹം കഴിച്ചത് എന്റെ ഭാര്യയുടെ ജ്യേഷ്ഠൻ ഡോ. വേണുവാണ്. മറ്റൊരു വിധത്തിൽ പറഞ്ഞാൽ ഒരു മാറ്റ കല്ല്യാണം -എക്സ്ചേഞ്ച് മാര്യേജ്-' അച്ഛന്റെ അസുഖംമൂലം കുടുംബഭാരം തലയിലായിരുന്ന അദ്ദേഹവും ഒരു മാറ്റക്കല്ല്യാണത്തിന് തയ്യാറായി. എങ്കിലും അദ്ദേഹം സമാധാനിക്കുന്നത് ഇങ്ങനെയാണ്, 'അത്തരത്തിലുള്ള വിവാഹം അന്ന് നായർ തറവാടുകളിൽ സാധാരണമായിരുന്നു.' ചെറുപ്പത്തിലേ കുടുംബഭാരം ഏറ്റെടുക്കേണ്ടി വന്ന എന്റേയും പരീക്ഷണമായിരുന്നു വിവാഹം.

കെ.ജി.ഒ.എ. ദിനങ്ങൾ

1980, സംസ്ഥാന സർക്കാർ സർവ്വീസിലെ ജൂനിയർ എഞ്ചിനീയർമാരുടെ തസ്തിക പേര് മാറ്റി അസിസ്റ്റന്റ് എഞ്ചിനീയർ എന്ന് പുനർനാമകരണം ചെയ്തു. തുടർന്ന് ഗസറ്റഡ് കാഡറിൽ ഉൾപ്പെടുത്തി. അസി. എഞ്ചിനീയർ, അസി. എക്സിക്യൂട്ടീവ് എഞ്ചിനീയർ എന്നിങ്ങനെ.

അങ്ങനെ അസി.എഞ്ചിനീയറായ ഞാനും ഒരു ഗസറ്റഡ് ഓഫീസർ ആയി. ഇനി മുതൽ ഇയാളെ നമുക്ക് ഇദ്ദേഹം എന്ന് സംബോധന ചെയ്യാം. ഗസറ്റഡ് ഓഫീസർമാർക്ക് ഒരു സംഘടന ഉണ്ട്. കേരളാ ഗസറ്റഡ് ഓഫീസേഴ്സ് അസോസിയേഷൻ (KGOA) .പണിമുടക്കങ്ങളിലോ, അവകാശ സമരങ്ങളിലോ പങ്കെടുക്കാത്ത ഒരു കടലാസ് സംഘടന. അതുകൊണ്ട്, തുടർന്നുള്ള വർഷങ്ങളിൽ ആദ്യ സംഘടനയായ എൻ.ജി.ഒ യൂണിയനിലും, കെ.ജി.ഒ.എയിലും മെമ്പർഷിപ്പ് എടുത്ത് തന്റെ വിപ്ലവവീര്യം ഇദ്ദേഹം നിലനിർത്തി.

1982 ജനവരി 19ലും 1983 ജൂലൈ ആറിലും നടന്ന പണിമുടക്കകളിൽ കെ.ജി.ഒ.എ പങ്കെടുത്തിരുന്നില്ല. എങ്കിലും, ഇദ്ദേഹം പങ്കെടുത്ത് ഡൈസ്നോൺ ഏറ്റുവാങ്ങി. കെ.ജി.ഒ.എ പണിമുടക്കകളിൽ പങ്കെടുക്കാതെ ചില പ്രതിഷേധ ശബ്ദങ്ങൾ ഉയർത്തി സർക്കാരിന്റെ ഭാഗമായി തന്നെ നില ഉറപ്പിച്ചു.

വീണ്ടും 1984 ജനവരിയിൽ ഒരു പണിമുടക്ക് പ്രഖ്യാപനം സർവ്വീസ് സംഘടനകൾ നടത്തി. ഗവൺമെന്റ് ചർച്ചക്ക് ക്ഷണിച്ചു. അങ്ങനെ പണിമുടക്ക് ഫെബ്രുവരി 16ലേക്ക് മാറ്റി. 16ന് തുടങ്ങിയ പണിമുടക്കിലും കെ.ജി.ഒ.എ പങ്കെടുത്തില്ല. മുഴവൻ സംഘടനകളും പണിമുടക്കിൽ പങ്കെടുക്കാത്തതുകൊണ്ട് പണിമുടക്കിന് പിന്തുണ

പ്രഖ്യാപിച്ച് മാറി നിന്നു. എങ്കിലും പണിമുടക്ക് എന്ന പദം കെ.ജി .ഒ.എ അംഗീകരിച്ചു. അത് പുതിയ ഒരു തുടക്കമായിരുന്നു. ഇദ്ദേഹം ഈ പണിമുടക്കിലും ആദ്യാവസാനം പൂർണ്ണമായി പങ്കെടുത്തു.

1985 ജൂലൈ 16ന് കെ.ജി.ഒ.എ ചരിത്രം സൃഷ്ടിച്ചു. ആ ദിവസത്തെ പണിമുടക്കിൽ കേരളാ ഗസറ്റഡ് ഓഫീസേഴ്സ് അസോസിയേഷൻ സംഘടനാപരമായി തന്നെ പങ്കെടുത്തു. ഗസറ്റഡ് ഓഫീസർമാർ കെ.ജി.ഒ.എ ബാനറിൽ പങ്കെടുത്ത ആദ്യ സമരം വമ്പിച്ച വിജയ മായിരുന്നു. എൻ.ജി.ഒ. അദ്ധ്യാപകർക്കിടയിൽ പുത്തനൊരാവേശം സൃഷ്ടിക്കാൻ ഈ പണിമുടക്ക് വഴിവെച്ചു.

ഒരു കാലത്ത് ഭരണാധികാരികൾക്കൊപ്പം നിൽക്കുകയും അവരെപ്പോലെ ചിന്തിക്കുകയും ചെയ്തിരുന്നവർ. താഴെക്കിടയിലുള്ള ജീവനക്കാർ സമരം ചെയ്ത് നേടിയെടുക്കുന്ന നേട്ടങ്ങളിൽ നല്ലൊരു പങ്ക് പറ്റി ജീവിച്ചിരുന്നവരാണ് കേരളത്തിലെ ഗസറ്റഡ് ജീവന ക്കാർ. എൻ.ജി.ഒമാരുടെ സമരങ്ങളെ അടിച്ചമർത്താൻ കരുവാക്ക പ്പെട്ടവർ. അവർ ഈ സമരത്തിൽ സജീവമായി പങ്കാളികളായത് സമര ചരിത്രത്തിലെ പുതിയ ഒരദ്ധ്യായമായി മാറി.

അടിച്ചമർത്തലുകളും ശിക്ഷാ നടപടികളും തൃണവൽഗണിച്ചുകൊ ണ്ട് ഗസറ്റഡ് ഓഫീസർമാർ പണിമുടക്കിയപ്പോൾ കേരളം അക്ഷ രാർത്ഥത്തിൽ നിശ്ചലമായി. തുടർന്ന് അതേവർഷം ആഗസ്റ്റ് ഏഴിന് അനിശ്ചിതകാല പണിമുടക്ക് ആരംഭിച്ചു. മടിച്ചു നിന്ന കെ.ജി.ഒ.എ ആഗസ്റ്റ് 12 മുതൽ പണിമുടക്കിൽ പങ്കെടുത്തു. ഇദ്ദേഹത്തെപ്പോലെ

ഏതാനും ഗസറ്റഡ് ജീവനക്കാർ ആദ്യ ദിവസം മുതൽ തന്നെ സമര പങ്കാളികളായിരുന്നു. ഈ സമരത്തിൽ പങ്കെടുത്തതിന്റെ പേരിൽ പിരിച്ചുവിടപ്പെട്ടവരുടെ സംരക്ഷണം പൂർണ്ണമായും സംഘടന ഏറ്റെടുത്തു. ഈ തീരുമാനം ജീവനക്കാരുടെ സമരവീര്യം പാരമ്യതയിലെത്താൻ സഹായിച്ചു.

സമരത്തെത്തുടർന്ന് 1983 ജൂലൈ ഒന്നുമുതൽ മുൻകാലപ്രാബല്യത്തോടെ ശമ്പളപരിഷ്ക്കരിണം നടപ്പാക്കാൻ 1985 ആഗസ്റ്റ് 17ന് സർക്കാർ തീരുമാനിച്ചു.

ഈ സമരം സർക്കാർ ജീവനക്കാരുടെ ഇടയിൽ പുതിയൊരു മുദ്രാവാക്യം സൃഷ്ടിച്ചെടുത്തു. പുതിയ ഐക്യം, 'എൻ.ജി.ഒ-ജി.ഒ ഐക്യം സിന്ദാബാദ്, തൊഴിലാളി ഐക്യം സിന്ദാബാദ്.'

അന്നുവരെ സർക്കാരിന്റെ ഭാഗമായി നിന്ന ഓഫീസർമാർ ജീവനക്കാരുടെ അവകാശ സമരപോരാട്ട വീഥികളിൽ മാതൃകയായി ചരിത്രം സൃഷ്ടിച്ചു.

കെ.ജി.ഒ.എ 1966ൽ രൂപീകൃതമായ സംഘടനയാണ്. അന്ന് കേരളത്തിൽ തിരഞ്ഞെടുക്കപ്പെട്ട സർക്കാരുണ്ടായിരുന്നില്ല. സർവ്വീസിൽ ആകെയുള്ള 7066 ഗസറ്റഡ് ഓഫീസർമാരിൽ 1111 പേർ മെമ്പർഷിപ്പ് എടുത്തു. പടിപടിയായി ഓഫീസർമാരുടെ എണ്ണത്തിലുണ്ടായ വർദ്ധനവിന് ആനുപാതികമായി ഇന്ന് അംഗസംഖ്യ 20000ന് മുകളിലെത്തി. ഈ സംഖ്യ ചെറുതല്ല. സംഘടനയുടെ തീരുമാനവും നിയമാവലിയും അനുസരിച്ച് മെമ്പർഷിപ്പ് എടുക്കാൻ യോഗ്യരായ ഗസറ്റഡ് ജീവനക്കാരുടെ 85 മുതൽ 90 ശതമാനത്തിന് മുകളിലാണ് ഈ സംഖ്യ.

ആദ്യകാലത്ത് എല്ലാ ജില്ലകളിലും കമ്മിറ്റികളോ പ്രവർത്തനങ്ങൾക്ക് ഏകീകരണമോ ഉണ്ടായിരുന്നില്ല. 1983ൽ എല്ലാ ജില്ലകളിൽ നിന്നും പ്രതിനിധികൾ പങ്കെടുത്ത ആദ്യ സംസ്ഥാന സമ്മേളനം തൃശ്ശൂരിൽ നടന്നു. സംഘടനയ്ക്ക് ഒരു പതാകയും, സംഘടനാവാർത്തകൾ അണികളിലെത്തിക്കാൻ ഒരു മാസികയും ആവശ്യമാണെന്നുമുള്ള അഭിപ്രായം പൊന്തി വന്നു.

പതാകവിഷയം ചർച്ചക്ക് വന്നപ്പോൾ മുറുമുറുപ്പുകളും അപശബ്ദങ്ങളും ഉടലെടുത്തു. നീണ്ട ചർച്ചകൾക്കു ശേഷം പതാക വേണം എന്ന തീരുമാനത്തിലെത്തി. പതാകയുടെ നിറത്തെ കുറിച്ചുള്ള ചർച്ച നീണ്ടുപോയി. അവസാനം വെള്ളക്കൊടിയും കൊടിയുടെ ഇടതു ഭാഗത്ത് KGOA എന്ന അക്ഷരം മുകളിൽ നിന്ന് നേരെ താഴേക്ക്

ആലേഖനം ചെയ്യാനും തീരുമാനിച്ചു.

സമ്മേളനഹാളിലെ ഈ ബഹളത്തിനിടയിൽ മനസ് NGO യൂണിയന്റെ ചരിത്രത്തിലൂടെ ഒന്ന് മിന്നി മറഞ്ഞു. 1964ൽ ആലപ്പുഴയിൽ വെച്ച് ചേർന്ന സംസ്ഥാന സമ്മേളനത്തിൽ യൂണിയന്റെ പതാകയെക്കുറിച്ചുള്ള വാദകോലാഹലങ്ങൾ ഉണ്ടായി. അവസാനം ചുവന്ന കൊടിയും, പതാകയിൽ ഒരു തീപ്പന്തവും എന്ന തീരുമാനത്തിലെത്തിയപ്പോൾ ഏതാനും പ്രതിനിധികൾ പ്രതിഷേധിച്ച് ഇറങ്ങിപ്പോയി.

ഏതായാലും ഇക്കുറി ഇറങ്ങിപ്പോക്ക് ഉണ്ടായില്ല. തുടർന്ന് നടന്ന പ്രകടനം പൂർണ്ണമായും ഒരു മൗനജാഥയായിരുന്നു. ഇദ്ദേഹത്തെപ്പോലെ മുദ്രാവാക്യം തൊണ്ടയിൽ കുടുങ്ങി ശ്വാസം മുട്ടിക്കൊണ്ട് പ്രകടനത്തിൽ പങ്കെടുത്തവർ ധാരാളം അക്കൂട്ടത്തിലുണ്ടായിരുന്നു.

1984ൽ കോഴിക്കോട് നടന്ന സംസ്ഥാന സമ്മേളനം കെ.ജി.ഒ.എയുടെ വളർച്ചയിൽ ഒരു നാഴികക്കല്ലായിരുന്നു. അന്തർദേശീയ ദേശീയ പ്രാദേശിക രംഗങ്ങളിലെ തൊഴിലാളികൾ നേരിടുന്ന പ്രശ്നങ്ങളിൽ സംഘടനയുടെ നയവും നിലപാടും വ്യക്തമാക്കുന്ന സംഘടനാ പ്രമേയം ആദ്യമായി ചർച്ചക്കായി അവതരിപ്പിച്ചത് ഈ സമ്മേളനത്തിലായിരുന്നു. സംസ്ഥാന സർവ്വീസിലെ മിഡിൽ മാനേജ്മെന്റ് തലത്തിൽ പ്രവർത്തിക്കുന്ന പ്രൊഫഷനലുകളേയും, സയന്റിഫിക്ക് അക്കാഡമിക്ക് രംഗത്തുള്ളവരേയും വർഗ്ഗരാഷ്ട്രീയം പഠിപ്പിക്കുകയെന്ന സാഹസിക ഉദ്യമത്തിനാണ് ഈ പ്രമേയത്തിലൂടെ സംഘടന തുടക്കം കുറിച്ചത്.

ഇതിലൂടെ ഗസറ്റഡ് ഓഫീസർമാർക്ക് മാത്രമായി തങ്ങളുടെ അവകാശ പോരാട്ടങ്ങൾ വിജയിപ്പിക്കാൻ കഴിയില്ലെന്നും ഇതര ജീവനക്കാർക്കൊപ്പം അണിനിരന്ന് കൂട്ടായ പ്രക്ഷോഭ പരിപാടികളിലൂടെ മാത്രമേ നേട്ടങ്ങൾ ഉണ്ടാക്കാൻ കഴിയൂ എന്നുമുള്ള ബോധത്തിലേക്ക് അവരെ കൊണ്ടുവരാൻ കഴിഞ്ഞു.

അന്നത്തെ പ്രകടനം ഇങ്ക്വിലാബ് വിളികളാലും കൊടിതോരണങ്ങളാലും പട്ടണത്തെ പ്രകമ്പനം കൊള്ളിച്ചു. എല്ലാ തൊഴിലാളി സംഘടനകളുടേയും അഭിവാദ്യം സ്വീകരിച്ചുകൊണ്ടുള്ള പ്രകടനം.

ഈ സമ്മേളനത്തിൽ നേതൃത്വപരമായ പങ്കുവഹിക്കാൻ സാധിച്ചത് സംഘടനാ ചരിത്രത്തിൽ ഇദ്ദേഹത്തിന് ലഭിച്ച വലിയൊരംഗീകാരം തന്നെ. വീണ്ടും സംസ്ഥാന സമ്മേളനം കോഴിക്കോട്, ഏഴ് വർഷത്തിനു ശേഷം 1992ൽ. അന്ന് ജില്ലാ

സെക്രട്ടറി ഇദ്ദേഹമായിരുന്നു. കെ.ജി.ഒ.എ ആദ്യമായി ഒരു വനിതാ പ്രസിഡന്റിനെ തിരഞ്ഞെടുത്തത് കോഴിക്കോട് സമ്മേളനത്തിലായിരുന്നു.

തുടർന്നുള്ള വർഷങ്ങളിൽ സംഘടന എഫ്.എസ്.ഇ.ടി.ഒ (Federation of State Govt. Employees and Teachers Organisations) യുടെ ഭാഗമായി. അതുവഴി അഖിലേന്ത്യാ ഫെഡറേഷന്റേയും. 1961ൽ ഹൈദരാബാദിൽ, സംസ്ഥാന ഗവൺമെന്റ് ജീവനക്കാരുടെ അഖിലേന്ത്യാ ഫെഡറേഷൻ രൂപീകരിച്ചു. എന്നാൽ പ്രവർത്തനം മന്ദഗതിയിലായിരുന്നു. ഭാഷാ സംസ്ഥാന രൂപീകരണത്തിനു ശേഷം സർവ്വീസ് സംയോജനത്തെ തുടർന്നുണ്ടായ പ്രശ്നങ്ങളും വിവിധ തരത്തിലുള്ള സേവന വേതന വ്യവസ്ഥകളും സംസ്ഥാന സർവ്വീസ് സംഘടനകൾക്ക് മാത്രം പരിഹരിക്കാൻ സാധ്യമായിരുന്നില്ല.

ഓരോ സംസ്ഥാനത്തേയും ജീവനക്കാർ അനുഭവിക്കുന്ന പ്രശ്നങ്ങൾ വ്യത്യസ്തമായിരുന്നു എങ്കിലും ശമ്പള പരിഷ്ക്കരണം, കേന്ദ്ര നിരക്കിൽ ക്ഷാമബത്ത, ജോലി പ്രശ്നങ്ങൾ തുടങ്ങിയ വിഷയങ്ങൾ ഏറെക്കുറെ സമാനമായിരുന്നു. അഖിലേന്ത്യാ ഫെഡറേഷന്റെ ഏകോപനത്തോടെയുള്ള പ്രവർത്തനങ്ങളിലൂടെയും പ്രക്ഷോഭങ്ങളിലൂടെയും ഈ പ്രശ്നങ്ങൾക്ക് പരിഹാരം കാണാൻ സാധിച്ചു.

2005-ൽ തിരുവനന്തപുരത്ത് വെച്ചു ചേർന്ന സംഘടനയുടെ 40-ാം സംസ്ഥാന സമ്മേളനത്തിൽ പങ്കെടുത്ത് ഇദ്ദേഹം കെ.ജി.ഒ.എയോട് വിടപറഞ്ഞു തുടർന്ന് സംസ്ഥാന സർവ്വീസിൽ നിന്നും. കേരളാ ഗസറ്റഡ് ഓഫീസേഴ്സ് അസോസിയേഷന്റെ പ്രവർത്തനാരംഭം മുതൽ സംഘടനയിൽ പ്രവർത്തിക്കാനും നേതൃത്വപരമായ പങ്കുവഹിക്കാനും സാധിച്ചത് വലിയൊരഭിമാനം തന്നെ.

എന്നാൽ വേറിട്ട അഭിപ്രായങ്ങൾ പലപ്പോഴും സംഘടനയിൽ ഇദ്ദേഹത്തിനെതിരെ ശത്രുക്കളെ സൃഷ്ടിച്ചു എന്ന യാഥാർത്ഥ്യം മറക്കാൻ കഴിയില്ല. അതുവഴി സംഘടനയിലും ഔദ്യോഗിക ജീവിതത്തിലും സംഭവിച്ച പിറകോട്ടടിമൂലം ജീവിതകാലം മുഴുവൻ സാമ്പത്തിക നഷ്ടം വരുത്തി വെച്ചതും മറക്കാനാവില്ല.

2006-ൽ മൂന്നാമതും സംസ്ഥാന സമ്മേളനം കോഴിക്കോട് നടക്കുമ്പോൾ ഇദ്ദേഹം കേരളാ സ്റ്റേറ്റ് സർവ്വീസ് പെൻഷനേഴ്സ് യൂണിയൻ സംസ്ഥാന കൗൺസിൽ അംഗമായി പ്രവർത്തിക്കുകയായിരുന്നു. കാലം ജീവിതത്തിൽ എന്തെല്ലാം മാറ്റങ്ങൾ വരുത്തുന്നു.

ചീഫ് ജസ്റ്റിസിന് ഒരു കത്ത്

ഉൽപ്പന്ന പാശ്ചാത്താപസ്യ
ബുദ്ധിർ ഭവതി യാദൃശി
താദൃശി യതി പൂർവ്വം സ്യാൽ
കസ്യന സ്യാന്മ ഹോഭയാ:'

പാപകർമ്മങ്ങൾക്ക് ശേഷം പലരും പശ്ചാത്തപിക്കാറുണ്ട്. പാപവൃത്തിയുടെ പ്രാരംഭത്തിൽ ഈ വിവേകം പ്രകടിപ്പിക്കാൻ കഴിഞ്ഞിരുന്നെങ്കിൽ ആരും ഒരു കാലത്തും പാപം ചെയ്യില്ലായിരുന്നുവെന്ന് ഗുരു ചാണക്യൻ പറയുന്നു.

ഇപ്പോൾ ഇത് ഓർക്കാൻ കാരണമെന്തന്നല്ലേ. ഇദ്ദേഹം ഒരു വ്യവഹാരവുമായി വർഷങ്ങളോളം കോടതി കയറി ഇറങ്ങി. അർഹതപ്പെട്ട പ്രമോഷൻ യഥാസമയം ലഭിച്ചില്ല, ലഭിക്കുന്നും ഇല്ല. "ഒഴപ്പനെന്നാണ്" മേലെ ഇരിക്കുന്ന ചിലരുടെ അഭിപ്രായം. കുരുടന്മാർ ആനയെ കണ്ടമാതിരി കീഴ്ജീവനക്കാരനെ വിലയിരുത്തുന്നത് ശരിയാണോ? ഇതൊന്നും ഇക്കൂട്ടർക്ക് ബാധകമല്ല. ഈ പശ്ചാത്തലത്തിലാണ് വ്യവഹാര യാത്രയുടെ ആരംഭം. അവസാനം ചീഫ് ജസ്റ്റിസിന് ഒരു കത്ത് എഴുതി.

ബഹുമാനപ്പെട്ട കേരള ഹൈക്കോടതി ചീഫ് ജസ്റ്റിസിന്റെ സമക്ഷത്തിങ്കലേക്ക്, താഴെ പറയുന്ന കാര്യങ്ങൾ അങ്ങയുടെ ശ്രദ്ധയിൽപെടുത്താൻ ഞാനീ അവസരം ഉപയോഗിക്കട്ടെ.

സർ,

ലക്ഷക്കണക്കിന് കേസുകൾ നമ്മുടെ കോടതികളിലും, ബഹുമാനപ്പെട്ട ഹൈക്കോടതിയിലും കെട്ടിക്കിടക്കുന്നുണ്ട്. ഇതിൽ ഭൂരിഭാഗവും സിവിൽ സർവ്വീസുമായി ബന്ധപ്പെട്ടതും പ്രത്യേകിച്ചും

ജീവനക്കാരുടെ പ്രൊമോഷൻ, ഗ്രേഡ്, സീനിയോറിറ്റി എന്നിവ സംബന്ധിച്ചും ഉള്ളതാണെന്ന് താങ്കൾക്കറിയാമല്ലോ?

നിയമങ്ങളുടെ അവ്യക്തതയും, ഇഷ്ടംപോലെ വളച്ചൊടിക്കാൻ സാധിക്കുന്ന വിധത്തിലുള്ളതുമാണ് എന്നതാണ് കാരണം. കൂടാതെ മേലോഫീസർമാരുടെ അനിഷ്ടങ്ങൾക്ക് പാത്രമായവരെ ദ്രോഹിക്കാനും ഈ അവ്യക്തത ഉപയോഗിക്കുന്നു. എന്തിനധികം കോടതി വിധികളിൽ പോലും ഈ അവ്യക്തത പ്രകടമാണ്. ഇതുമൂലം ജീവനക്കാരുടെ ഇടയിൽ സ്പർധ വർദ്ധിക്കുകയും ജനങ്ങൾക്ക് ലഭിക്കേണ്ടുന്ന സേവനം യഥാസമയം ലഭിക്കാതെ പോവുകയും ചെയ്യുന്നു.

ഇവിടെയാണ് പ്രശസ്തമായ ആ വാക്യത്തിന്റെ പ്രസക്തി. 'Justice delayed is Justice denied.'

ഇതു കൂടാതെ മറ്റൊരു വിരോധാഭാസം കൂടി ഈ വകുപ്പുതല കേസുകൾക്ക് ഉണ്ട്.

വാദി സ്വന്തം ലീവ് എടുത്ത് കാശും ചെലവാക്കി കോടതിയിൽ ഹാജരാകുമ്പോൾ, പ്രതികൾ അവരുടെ ഔദ്യോഗിക നിലവാരത്തിലുള്ള 'അർഹമായ' യാത്രാ ബത്തയും ദിനബത്തയും എഴുതി എടുക്കുന്നു. പ്രതികൾ ചെയ്യുന്ന തെറ്റിന് പരസ്യമായി പൊതുഫണ്ട് ദുരുപയോഗം ചെയ്യുന്നു എന്നർത്ഥം.

കുടുംബകോടതിയിൽ പോലും കക്ഷികൾ വ്യത്യസ്ഥ സ്ഥലങ്ങളിൽ നിന്നാണ് കോടതിയിൽ എത്തുന്നത്. എന്നാൽ ഇവിടെ, ഒരേ കൂരയ്ക്ക് കീഴിൽ നിന്ന് വാദിയും പ്രതികളും കോടതിയിൽ ഹാജരാകുന്നു.

സിവിൽ സർവ്വീസ് നിയമങ്ങളുടെ അശാസ്ത്രീയതയാണ് ഇതെന്ന് പറഞ്ഞാൽ കുറ്റപ്പെടുത്താമോ. ഇക്കാര്യത്തിൽ താങ്കളുടെ അടിയന്തിര ശ്രദ്ധ അത്യാവശ്യമാണ്. ഇത്തരം കേസുകൾ കോടതിയുടെ സമയം പാഴാക്കുന്നത് ശരിയല്ലെന്നും ബോധ്യപ്പെടുത്തുന്നു.

ആവശ്യമായ നിർദ്ദേശങ്ങൾ വകുപ്പുതലവന്മാർക്ക് നൽകണമെന്ന് അപേക്ഷിക്കുന്നു.

എന്ന്

പേര്

കത്ത് ഹൈക്കോടതി രജിസ്ട്രാർക്ക് നേരിട്ട് കൊടുത്തു. കത്ത് വായിച്ച അദ്ദേഹത്തിന്റെ മുഖത്ത് തെളിഞ്ഞ പ്രകാശം വിഷയത്തിന്റെ പ്രസക്തി ബോധ്യപ്പെട്ടതു പോലെ തോന്നിപ്പിച്ചു. സാധാരണയായി കോൺഫിഡൻഷ്യൽ റിപ്പോർട്ടുകളുടെ അടിസ്ഥാനത്തിൽ

ഗ്രേഡേഷൻ ലിസ്റ്റ് തയ്യാറാക്കി, കേരളാ ഗവൺമെന്റ് ഗസറ്റിൽ പ്രസിദ്ധീകരിക്കും. പിന്നീടുള്ള പ്രമോഷനുകൾക്ക് അതായിരിക്കും ആധികാരിക രേഖ. എന്നാൽ മേലധികാരികൾ പലരും തങ്ങളുടെ ഇഷ്ടം പോലെ പ്രമോഷൻ നടത്തുന്നു. കേസ് കോടതിയിലെത്തിയാൽ, അവസാനമില്ലാത്ത നീട്ടിവക്കലും. ഇങ്ങനെ ഗതികെട്ട അവസരത്തിലാണ് രജിസ്ട്രാറെ കണ്ട് അപേക്ഷ കൊടുത്തത്.

അത് വെറുതെ ആയില്ല. ഹൈക്കോടതി രജിസ്ട്രാർ വിവരം മുഖ്യമന്ത്രിയെ അറിയിച്ചു.

ഇതാ ആ റിപ്പോർട്ട്. നോട്ട് നമ്പർ കെ.652/202/സി.എം. തീയ്യതി 12.11.2002 ലെ ഈ കുറിപ്പ് വായിക്കുക.

രക്തദാനം മഹാദാനം

1985 ഫെബ്രുവരിയിലെ ഒരു പത്രവാർത്ത ശ്രദ്ധയിൽപ്പെട്ടു. മൂന്ന് വയസ് പ്രായമുള്ള സുധീരയ്ക്ക് ഹൃദയശസ്ത്രക്രിയ അടുത്തമാസം നടത്തണം. രക്തം സംഘടിപ്പിക്കാനുള്ള യത്നത്തിൽ സുധീരയുടെ അച്ഛൻ, കണ്ണഞ്ചേരി തെരുവിലെ ഒരു പാവപ്പെട്ട നെയ്ത്ത് തൊഴിലാളിയുമായ ടി. ഗോപാലൻ നിസ്സഹായനായിരിക്കുകയാണ്. പരിചയക്കാരുടേയും ബന്ധുക്കളുടേയും രക്തപരിശോധനയിൽ എ ഗ്രൂപ്പ് രക്തം കിട്ടാനില്ല. എ ഗ്രൂപ്പ് രക്തത്തിൽപ്പെട്ട ആരെങ്കിലും മുന്നോട്ട് വന്ന് ഈ പിഞ്ചുകുഞ്ഞിന്റെ ജീവൻ രക്ഷിക്കണമെന്ന് അറിയിക്കുന്നു.

സ്ഥിരം രക്തദാതാവായ എനിക്ക് കൂടുതലൊന്നും ചിന്തിക്കേണ്ടി വന്നില്ല. ഗോപാലനുമായി ബന്ധപ്പെട്ടു. ഓപ്പറേഷൻ തീയ്യതി നിശ്ചയിച്ച് വിവരം അറിയിക്കാൻ പറഞ്ഞു. എന്നാൽ ആദ്യം നിശ്ചയിച്ച കോഴിക്കോട് മെഡിക്കൽകോളജ് ഓപ്പറേഷൻ തിയേറ്റർ അണുബാധമൂലം അടച്ചിട്ടിരിക്കയാണ്. കുട്ടിയുടെ ഓപ്പറേഷൻ വളരെ അടിയന്തിരമായി ചെയ്യേണ്ടതും.

തുടർന്ന് തിരുവനന്തപുരം ശ്രീചിത്ര തിരുനാൾ ഇൻസ്റ്റിറ്റ്യൂട്ട് ഫോർ മെഡിക്കൽ സയൻസ് ആൻഡ് ടെക്നോളജി ആസ്പത്രിയിൽ വെച്ച് ഓപ്പറേഷൻ തീയ്യതി നിശ്ചയിച്ചു. അവരുടെ കൂടെ ആസ്പത്രിയിൽ എത്തി. രക്തം കൊടുത്തു. അവർ വിവരങ്ങൾ അന്വേഷിച്ചു, കുട്ടിയുമായുള്ള ബന്ധം മുതലായവ. പത്രവാർത്തയിലൂടെ അറിഞ്ഞു വന്നതാണെന്നറിഞ്ഞപ്പോൾ അവർക്ക് അത്ഭുതം. സ്വന്തം ചെലവിൽ രക്തം നൽകാൻ കോഴിക്കോട് നിന്നും വന്ന എനിക്ക് അവർ ഒരു സർട്ടിഫിക്കറ്റ് തന്നു.

Certificate of Blood Donation

This certificate is granted in recognition of the fact that Sri. V. Haridasan gave blood for the benefit of others on 15.03.1985 at Sree Chithra Thirunal Institute for Medical Science & Technology Blood bank Trivandrum.

Sd/-

Blood Transfusion Officer

Seal

ഇന്ന് രക്തദാനം മഹാദാനമെന്ന മുദ്രാവാക്യത്തിന് പ്രചുരപ്രചാരം കിട്ടി. കൂടുതൽ പേർ മുന്നോട്ട് വരുന്നുണ്ട്. രാജ്യത്തേയും ലോകത്തേയും പ്രമുഖർ രക്തദാന പ്രചാരകരും അംബാസിഡർമാരായും രംഗത്തുണ്ട്. അക്കാലത്ത് രക്തദാതാക്കൾ തുലോം കുറവായിരുന്നു. സർട്ടിഫിക്കറ്റും കൊണ്ട് നേരെ സെക്രട്ടറിയേറ്റിലേക്ക് പോയി. മുഖ്യമന്ത്രിക്ക് ഒരു അപേക്ഷ കൊടുത്തു. രക്തദാനത്തിന് തയ്യാറുള്ള സർക്കാർ ജീവനക്കാർക്ക് സെപഷ്യൽ കാഷ്വൽ ലീവ് അനുവദിക്കാനുള്ള അപേക്ഷ.

അപേക്ഷയ്ക്ക് വൈകിയാണെങ്കിലും ഫലമുണ്ടായി. ജീവനക്കാർക്ക് വർഷത്തിൽ രണ്ടു പ്രാവശ്യം രക്തം ദാനം ചെയ്യാനുള്ള സൗകര്യമൊരുക്കി. അതിന് ആറു മാസത്തിലൊരിക്കൽ ഒരു കാഷ്വൽ ലീവ് അനുവദിക്കാനുള്ള ഉത്തരവ് ഇറക്കിയത് അഭിമാനപുരസ്സരം ഓർക്കുന്നു.

Finance (Rules) Department Go (P) No 234/89/Fin Ltd, Trivandrum, 4th May 1989 ഒരു പൊൻതൂവലായി ജീവിതത്തിൽ അനുഭവപ്പെട്ടു.

കാഴ്ചയും ഉൾക്കാഴ്ചയും

രബീന്ദ്രനാഥ ടാഗോറിന്റെ ഒരു നോവലാണ് ബിനോദിനി (BINODHINI). നോവലിലെ പ്രധാന കഥാപാത്രത്തിന്റെ പേരും ബിനോദിനിയെന്ന് തന്നെ. ബിനോദിനി ഒരു ഘട്ടത്തിൽ ഇങ്ങനെ അഭിപ്രായപ്പെടുന്നു, 'ദൈവം പുരുഷന്മാർക്ക് കാഴ്ച മാത്രമേ കൊടുത്തുള്ളൂ. ഉൾക്കാഴ്ച കൊടുത്തില്ല. നിങ്ങളെ എളുപ്പത്തിൽ വിഡ്ഢികളാക്കാം.'

എന്നാൽ ഉൾക്കാഴ്ച തീരെ ഇല്ലാത്ത സ്ത്രീകളും നമ്മുടെ സമൂഹത്തിലുണ്ടാകുമെന്ന് ടാഗോർ അന്ന് വിചാരിച്ചിട്ടുണ്ടാവില്ല. അതായിരിക്കണം ഇങ്ങനെ പറയിപ്പിച്ചത്.

1926ൽ അഹമ്മദാബാദിലെ ഒരു തുണിമിൽ വ്യവസായി, അയാളുടെ ഫാക്ടറി കോമ്പൗണ്ടിലുണ്ടായിരുന്ന തെരുവുനായ്ക്കളെ കൊന്ന സംഭവം വിവാദമായപ്പോൾ ഗാന്ധിജി 'യംഗ് ഇന്ത്യയിൽ' ഇങ്ങനെ എഴുതി: 'അഹിംസ എന്ന മഹത്തായ ആശയത്തെക്കുറിച്ചുള്ള അജ്ഞതയാൽ നാം ചിലപ്പോഴെല്ലാം ഹിംസയെ പ്രോത്സാഹിപ്പിക്കുന്നുണ്ട്. തെരുവുനായ്ക്കൾക്ക് ഭക്ഷണം കൊടുക്കുന്നത് പാപമാണ്. അവയെ കൊല്ലണമെന്ന നിയമമുണ്ടാവുകയാണെങ്കിൽ നമുക്കു മറ്റു നായ്ക്കളെ സംരക്ഷിക്കാനാവും. ഒരു പിടി തെരുവു നായ്ക്കളെ സംരക്ഷിക്കുന്നതിനു വേണ്ടി മാനവികതയെന്ന, ഹൃദയത്തിന്റെ മഹത്തായ ഗുണത്തെ ഉപയോഗിച്ച് തീർക്കരുത്.'

ഒരു നൂറ്റാണ്ട് പിന്നിടുമ്പോഴും തെരുവ് നായ്ക്കളുടെ അവകാശം തെരുവ് മനുഷ്യർക്ക് നൽകാൻ നാം തയ്യാറാകാത്തതെന്തുകൊണ്ട്? അതും 'ഗാന്ധിയെന്ന്' തന്റെ പേരിനോടൊപ്പം കൂട്ടിച്ചേർത്ത ഒരു സ്ത്രീ മന്ത്രിയായപ്പോൾ. തെരുവു നായ്ക്കളുടെ സംരക്ഷണത്തിനായി നിയമനിർമ്മാണം നടത്തിയ ഇവർക്ക് കാഴ്ച ഉണ്ടോ? ഉൾക്കാഴ്ച ഉണ്ടോ?

ഇതൊക്കെ ഓർക്കാൻ കാരണം; ഇലക്ട്രിസിറ്റി ചാർജ് അടക്കാനായി 21.01.1988ൽ ഒരു ചെക്ക് ഇലക്ട്രിസിറ്റി ബോർഡിന് നൽകി. കുറച്ചുദിവസം കഴിഞ്ഞപ്പോൾ ബോർഡ് അവരുടെ ജോലി കൃത്യമായി ചെയ്തു. വീട്ടിലെ ഫ്യൂസ് ഊരിക്കൊണ്ടു പോയി. വീട്ടിൽ ഇരുട്ട്. വിവരം ബാങ്കിനെ അറിയിച്ചു. ചെക്ക് യഥാസമയം ക്ലിയർ ചെയ്യാൻ ബാങ്കിന് സാധിച്ചില്ല. ഫലം, ബോർഡിന് പണം ലഭിച്ചില്ല.

പരാതി അയച്ചു, അല്ല, പരാതികൾ തന്നെ. പല കാരണങ്ങൾ പറഞ്ഞ് ബാങ്ക് പ്രശ്നത്തിൽ നിന്നും ഒഴിഞ്ഞു മാറി.

അവസാനം റീ കണക്ഷൻ ചാർജ്ജും ഫൈനും അടച്ച് പ്രശ്നം പരിഹരിച്ചു.

പ്രശ്നം കോടതിയിലെത്തുമെന്ന് മനസ്സിലാക്കിയ ബാങ്ക് മാനേജർ പിന്നീട് അനുരഞ്ജനത്തിന് തയ്യാറായി.

'താങ്കളുടെ ചെക്ക് ലഭിക്കുമ്പോൾ ജീവനക്കാർ സമരത്തിലായിരുന്നു. കാര്യങ്ങൾ സാധാരണ ഗതിയിലെത്തിയത് 11.03.1988ൽ മാത്രമാണ്.' മതി, ഇത്രയും മതി. ജീവനക്കാർ പണിമുടക്കിലായിരുന്നു എന്ന് മാനേജ്മെന്റ് അംഗീകരിക്കണം. അതാണ് എന്റെ പ്രധാന ആവശ്യം. സമരത്തിനെതിരെ മാനേജ്മെന്റ് സ്ഥാപിച്ച പരസ്യബോർഡാണ് ഈ സാഹസത്തിന് പ്രേരിപ്പിച്ചത്.

ഇങ്ങനെ എത്രയെത്ര സംഭവങ്ങൾ. ഒരു സംഭവം കൂടി വിവരിക്കട്ടെ. സ്വന്തമായി റേഷൻ കാർഡില്ലാത്ത കാലം. ഒരു റേഷൻ കാർഡിലും പേര് ഉൾപ്പെടുത്തിയിട്ടുമില്ല. വിവാഹിതനും കുട്ടികളും കുടുംബവുമായി ജീവിക്കുന്ന കാലം.

അടുക്കള ഇന്ധനം വിറക്, അല്ലെങ്കിൽ മണ്ണെണ്ണ. ഗ്യാസിനെക്കുറിച്ച് ചിന്തിക്കാത്തകാലം. ഒരു മണ്ണെണ്ണ പെർമിറ്റിനുള്ള അന്വേഷണം റേഷൻ കാർഡിൽ അവസാനിച്ചു.

കാർഡിനപേക്ഷിച്ചപ്പോൾ, സിറ്റി റേഷനിംഗ് ഓഫീസറുടെ മറുപടി ലഭിച്ചു. താങ്കൾക്ക് റേഷൻ കാർഡില്ലെന്ന ഒരു സർട്ടഫിക്കറ്റ് വില്ലേജ് ഓഫീസർ വഴി തഹസിൽദാരിൽ നിന്നും വാങ്ങി സമർപ്പിക്കണം.

ഏത് വില്ലേജ് ഓഫീസർ, ഏത് തഹസിൽദാർ. ചോദ്യത്തിന് സ്വയം ഉത്തരം കണ്ടെത്താൻ സാധിച്ചില്ല. ജനിച്ചത് ഒരു സ്ഥലത്ത്. വളർന്നത് മറ്റൊരിടത്ത്. ഇന്ന് ജീവിക്കുന്നത് വേറൊരിടത്ത്. ആരിൽ നിന്ന് സർട്ടിഫിക്കറ്റ് വാങ്ങും.

സിറ്റി റേഷനിംഗ് ഓഫീസറെ വീണ്ടും കണ്ടു. വിവരം പറഞ്ഞു.

എനിക്ക് റേഷൻ കാർഡില്ലെന്ന രേഖ തരാൻ താങ്കൾക്കാണ് അധികാരം. കാരണം കഴിഞ്ഞ ഏഴു വർഷമായി ഇവിടെയാണ് താമസിക്കുന്നത്.

പിന്നീട് കാര്യങ്ങൾ എളുപ്പമായി. ഞാൻ സർക്കാർ സർവ്വീസിലെ ഗസറ്റഡ് ഓഫീസറാണെന്നറിഞ്ഞപ്പോൾ ഒരു സെൽഫ് ഡിക്ലറേഷൻ മതി എന്ന് സമ്മതിച്ചു.

ഡിക്ലറേഷൻ കൊടുത്തു. കാർഡിന്റെ വില പതിനഞ്ച് രൂപയും അടച്ചു. രണ്ട് ദിവസത്തിനുള്ളിൽ കാർഡും മണ്ണെണ്ണ പെർമിറ്റും കിട്ടി. കാഴ്ചക്കൊപ്പം ഉൾക്കാഴ്ചയും ഉള്ള അദ്ദേഹത്തിന് നന്ദി പറഞ്ഞു. ഇത് എനിക്കുള്ള പ്രശ്നപരിഹാരം. അപ്പോഴും സാധാരണക്കാരന്റെ പ്രശ്നം എങ്ങനെ പരിഹരിക്കും?

സർക്കാരിലേക്ക് എഴുതി. നിയമം ലഘൂകരിക്കപ്പെട്ടു. ഇപ്പോഴാണെങ്കിൽ രാഷ്ട്രീയ പ്രവർത്തകർ മത്സരിച്ച് സാധാരണക്കാരുടെ പ്രശ്നപരിഹാരത്തിന് ഓടി നടക്കുന്ന കാലം. 40-45 വർഷം മുമ്പത്തെ സ്ഥിതി ഇതായിരുന്നില്ല. പുതുതലമുറക്ക് വിശ്വസിക്കാൻ പ്രയാസമായിരിക്കും. സാരമില്ല. എങ്കിലും യാഥാർത്ഥ്യങ്ങൾ എപ്പോഴും യാഥാർത്ഥ്യങ്ങൾ തന്നെ. അത് വിശ്വസിച്ചേ പറ്റൂ.

ദൈവ നിഷേധി?

'നിങ്ങളെന്താഹോ അമ്പലങ്ങളിലൊന്നും വരാത്തത്. സപ്താഹത്തിനും ശിവരാത്രിക്കും ഒന്നും കണ്ടില്ല. ന്താ ദൈവനിഷേധിയാണോ നിങ്ങൾ ഈ പ്രായത്തിലും?'

'അമ്പലങ്ങളിലും ചർച്ചിലും പള്ളികളിലും പോകാറുണ്ട്. കേരളത്തിലെ എല്ലാ ക്ഷേത്രങ്ങൾക്ക് പുറമേ ഭാരത്തിലെ ഒട്ടുമിക്ക ക്ഷേത്രങ്ങളും സന്ദർശിച്ചിട്ടുണ്ട്. കൂട്ടത്തിൽ വിദേശങ്ങളിലെ ധാരാളം ആരാധനലായങ്ങളിലും പോയിട്ടുണ്ട്.

ന്താ... അങ്ങനെ ചോദിച്ചത്? അല്ലാ... നിങ്ങൾ...'

'തെളിച്ച് പറയൂ. പിറന്നാളിന് അമ്പലത്തിൽ വരുന്നില്ല. അമ്പലത്തിൽ വഴിപാട്, പൂജ ഒന്നും നടത്താറുമില്ലല്ലൊ. അതുകൊണ്ട് ചോദിച്ചതാ.'

അമ്പലങ്ങളിലും മറ്റുള്ള ആരാധനാലയങ്ങളിലും എന്താണുള്ളത്? ദൈവത്തിന്റേതായിട്ട്?'

അമ്പലത്തിന്റെ ചുറ്റുമതിൽ മുഴുവൻ ഓരോരുത്തരുടെ വക എന്ന് പേര് കൊത്തിവെച്ചിട്ടുണ്ട്. കച്ചവടക്കാരുടേയും കൊള്ളപ്പലിശക്കാരുടേയും പേരിൽ. ചിലർ അച്ഛന്റെ, അമ്മയുടെ പേരിലും. ഇനി മതിൽക്കെട്ടിനകത്ത് കടന്നാലോ. പ്രദക്ഷിണ വഴി മുഴുവൻ, ഓരോ കല്ലിലും പ്രമുഖരുടെ പേരുകൾ. അവരെ ചവിട്ടി നടക്കുന്നത് എങ്ങനെ അംഗീകരിക്കും. കൊടിമരത്തിനടുത്തെത്തിയാലോ, കൊടിമരം തൊട്ട് നമസ്ക്കരിക്കാൻ തോന്നുമോ? കള്ളക്കടത്തിന് ശിക്ഷിക്കപ്പെട്ട അയാളുടെ പേര്, ആ വകയാണ് കൊടിമരം സ്വർണ്ണം പൂശിയതെന്ന പരസ്യവാചകം.

സർക്കാറിനേയും പൊതുജനത്തേയും നിരന്തരം വഞ്ചിക്കുന്ന അയാളുടെ പേര് കാണുമ്പോൾ എങ്ങനെ വിശ്വാസം ദൈവത്തിലെത്തും. അൽപ്പം സമാധാനം ശ്രീകോവിലിന് മുന്നിലെത്തുമ്പോഴാണ്.

കന്യാകുമാരിക്കടുത്ത മൈലാടിയിലെ തച്ചന്മാരുടെ കരവിരുതിൽ ജീവൻ തുടിക്കുന്ന ആ വിഗ്രഹത്തിലെവിടേയും തച്ചന്മാർ സ്വന്തം പേര് കൊത്തിവക്കാറില്ല. തന്റെ കഴിവ് ദൈവദത്തമാണെന്ന വിശ്വാസത്തിൽ നിസ്വാർത്ഥമായ പ്രവൃത്തി. എന്നാൽ വീണ്ടും നമ്മുടെ ഹൃദയത്തെ വ്രണപ്പെടുത്തുന്ന കാഴ്ചകൾ. പൂജാരിയുടെ കയ്യിലെ തീർത്ഥജലപ്പാത്രം മുതൽ തിടപ്പള്ളിയിലെ എല്ലാ പാത്രങ്ങളിലും ഓരോ ധനവാന്റെ പേരുകൾ കാണാം.

അപ്പോഴാണ് ചിന്ത മനസിനെ അലട്ടുന്നത്. ശരിക്കും ദേവാലയങ്ങളിൽ ദൈവത്തിന്റേതായി എന്തുണ്ട്? ഒന്നുമില്ലല്ലോ.

അതല്ലേ, നാലാള് കൂടുന്നിടത്താണ് ദൈവം എന്ന വാക്യം നമ്മെ ഓർമ്മപ്പെടുത്തുന്നത്.

ദാതാവിന്റെ പേര് വെളിപ്പെടുത്താതെയുള്ള ദാനമാണ് ശരിക്കുള്ള ദാനം. സ്വന്തം ജീവൻ അപകടപ്പെടുമെന്ന് ബോധ്യമായിട്ടും കവചകുണ്ഡലങ്ങൾ അറുത്ത് ദാനം ചെയ്ത കർണ്ണന്റെ ദാനശീലത്തേക്കാൾ മഹത്തരമാണ് ഇത്തരം ദാനങ്ങൾ.

എല്ലാവർക്കും എല്ലായിടത്തും സ്വയം പ്രദർശിപ്പിക്കണം. അതു ദൈവത്തിന്റെ പേരിലായാലും രാഷ്ട്രീയ പ്രവർത്തനത്തിന്റെ പേരിലായാലും. എം.എൽ.എ. ഫണ്ടും എം.പി ഫണ്ടും ജനങ്ങളുടെ നികുതിപ്പണം. എന്നിട്ടും സ്വന്തം പേരിൽ പരസ്യപ്പെടുത്തുന്നതിന്റെ ഔചിത്യം എന്താണാവോ?

ശബരിമല ക്ഷേത്രസന്നിധിയിലെത്തുമ്പോൾ 'തത്വമസി' എന്ന വലിയ ബോർഡ് കാണാം. അത് നീയാണെന്ന് നമ്മെ ഓർമ്മപ്പെടുത്തുമ്പോൾ തൊട്ടടുത്തു തന്നെ അതിലും വലിയ ഒരു ബോർഡ് കാണാം. മാക്ഡവൽ മദ്യ രാജാവിന്റെ പേരിൽ. ശ്രീകോവിൽ സ്വർണ്ണം പൂശിയത് ഞങ്ങളുടെ വക. എന്താണ് ഇതുകൊണ്ട് ഉദ്ദേശിക്കുന്നത്.

ഒരു ഭാഗത്ത് ആചാരം നിലനിർത്തണമെന്ന് വാശി പിടിക്കുമ്പോൾ ആരാധനാലയ തച്ചുശാസ്ത്രത്തിൽ മായം കലർത്തുന്നതെന്തിനാണ്. ഏതെങ്കിലും മതത്തിലെ ദൈവം മനുഷ്യരുടെ സുഖവിവരം അന്വേഷിക്കാറുണ്ടോ? പരാതിയും പരിഭവവും ആവശ്യങ്ങളും

പോയി കണ്ട് അറിയിക്കണം. കൂട്ടത്തിൽ ധനവും നൽകണം. ധനം നൽകി ആനുകൂല്യങ്ങൾ കൈപ്പറ്റുന്നത് ഉചിതമായ നടപടിയാണോ?

തന്റെ തൂക്കം 74 കി.ഗ്രാം സ്വർണ്ണത്തിന് തുല്യമാണെന്ന് ക്ഷേത്രസന്നിധിയിലെ ത്രാസിലൂടെ പൊതുജനത്തെ അറിയിക്കുന്നവന്റെ ഉദ്ദേശം എന്താണ്. താനാണ് ഈശ്വരൻ, കോടീശ്വരൻ എന്ന് ദൈവത്തെ വെല്ലുവിളിക്കുന്നതിന് തുല്യമല്ലേ?

വെളുപ്പിന്റെ വിപരീതപദം കറുപ്പാണെന്ന് പഠിപ്പിച്ച അദ്ധ്യാപകരെ വെറുക്കുന്ന സംഭവങ്ങൾ പലപ്പോഴായി ഉണ്ടായിട്ടുണ്ട്. ഒരു ക്ഷേത്ര സന്ദർശന വേളയിലും ഇങ്ങനെ ഒരനുഭവമുണ്ടായി.

പഞ്ചാബിലെ സുവർണ്ണക്ഷേത്ര സന്ദർശനം. മത്സരബുദ്ധിയോടെ ആവേശത്താൽ ഭക്തിപുരസ്സരം ക്ഷേത്രക്കുളത്തിൽ നിരനിരയായി നിന്ന് കുളിക്കുന്ന വിശ്വാസികൾ.

ഇതിന്റെ കാരണം മനസ്സിലാക്കിയപ്പോൾ അദ്ധ്യാപകരെ ഓർത്തു, പിന്നെ വെറുത്തു. കറുപ്പിനെ അവഹേളിക്കുന്ന ഒരു ഐതിഹ്യം ഇതിന് പിന്നിലുണ്ട്. ക്ഷേത്രക്കുളത്തിൽ മുങ്ങിക്കുളിച്ച ഒരു കാക്ക, കുളി കഴിഞ്ഞപ്പോൾ ശുദ്ധമായി വെളുത്ത അരയന്നമായി പറന്നു പോയത്രെ. അതു വിശ്വസിച്ച് 'കറുത്ത' വിശ്വാസികൾ വെളുക്കാനായി ക്ഷേത്രക്കുളത്തിൽ ഇപ്പോഴും കുളിച്ചു കൊണ്ടിരിക്കുന്നു.

ഇതൊക്കെ കണ്ടും കേട്ടുമായിരിക്കണം കറുത്തവരുടെ നേതാവ് റോബർട്ട് മുഗാംബെ വംശീയതക്കെതിരെയുള്ള തന്റെ പ്രസംഗം ഇങ്ങനെ അവസാനിപ്പിച്ചത്, 'വെളുത്ത നിറമുള്ള കാറിന്, കറുത്ത നിറമുള്ള ടയർ ഉപയോഗിക്കുന്ന കാലമത്രയും വംശീയത തുടർന്നു കൊണ്ടിരിക്കും. വെളുപ്പ് സമാധാനത്തിന്റേയും കറുപ്പ് അശാന്തിയുടേയും പ്രതീകമായി ജനങ്ങൾ ഉപയോഗിക്കുന്ന കാലത്തോളം വംശീയത അവസാനിക്കുകയില്ല! മംഗല്ല്യത്തിന് വെളുത്ത വസ്ത്രങ്ങളും ദുഃഖസൂചകമായി കറുപ്പ് തുവാലയും ഉപയോഗിക്കുന്നിടത്തോളം വംശീയത അതിന്റെ പാരമ്യതയിൽ നിൽക്കുക തന്നെ ചെയ്യും. ബ്ലാക്ക്മണിയും, ബ്ലാക്ക്ലിസ്റ്റും, ബ്ലാക്ക്മാർക്കും നെഗറ്റീവ് അർത്ഥം കയ്യാളുന്ന കാലത്തോളം വംശീയത അവസാനിക്കുമെന്ന് പ്രത്യാശിക്കാനാവുകയില്ല. എങ്കിലും ക്ലോസിൽ എന്റെ കറുത്ത കുണ്ടി (ചന്തി) ശുദ്ധമാക്കാൻ വെളുത്ത ടോയ്ലറ്റ് പേപ്പർ ഉപയോഗിക്കുന്ന കാലത്തോളം ഞാനിതൊന്നും കാര്യമാക്കുന്നില്ല.'

ഇതുപോലുള്ള സത്യം മനസ്സിലാക്കിയവരാണല്ലോ ആരാധനാലയങ്ങൾ പൊളിച്ച് കളഞ്ഞ് വിദ്യാഭ്യാസ സ്ഥാപനങ്ങൾ പണിയണമെന്ന് ആവശ്യപ്പെടുന്നത്.

അക്കാരണം കൊണ്ടു മാത്രമാണ് ദൈവത്തെ കാണാനോ പരാതി പറയാനോ ആരാധനാലയങ്ങൾ ഇന്നുവരെ സന്ദർശിക്കാത്തതും.

ശ്മശാനത്തിലേക്ക് ഒരു കത്ത്

ബേപ്പൂർ

04.08.2015

പ്രിയ സഹോദരി,

'ഭാരതമെന്ന് കേട്ടാൽ
അഭിമാനപൂരിതമാകണം അന്തരംഗം
കേരളമെന്ന് കേട്ടാലോ
തിളയ്ക്കണം ചോര നമുക്ക് ഞരമ്പിനുള്ളിൽ.'

നിങ്ങളീ കവിത വായിച്ചിരുന്നോ ആവോ!

എന്തായാലും ഞങ്ങൾ നിങ്ങളുടെ പ്രവൃത്തിയിൽ അഭിമാനം കൊള്ളുന്നു. ലക്ഷക്കണക്കിന് ഇതരസംസ്ഥാന തൊഴിലാളികൾ ഈ കൊച്ചു കേരളത്തിൽ ജോലി ചെയ്യുന്നുണ്ട്. കുറേപ്പേർ കുടുംബ മൊന്നിച്ചും മറ്റുള്ളവർ ഒറ്റയ്ക്കും ഈ നാട്ടിൽ ജീവിക്കുന്നു.

കേരളീയരായ ആണും പെണ്ണും അറബിനാട്ടിൽ പോയി അവരുടെ പീഡനം സഹിച്ച് 'ആട്ടു ജീവിതം' നയിക്കുന്നു. ഇവിടെ ജോലി ഇല്ലാത്തതു കൊണ്ടല്ല, ഇവിടെ പണി എടുക്കാനുള്ള മടി. വെള്ളക്കോളർ പണി കിട്ടിയാൽ നാട്ടിൽ, കായികാധ്വാനമാണെ ങ്കിൽ വിദേശത്തും. മലയാളികളുടെ ഈ മനോഭാവത്തിന് എന്താണ് കാരണം? അവസാനം 'ആട്ടുജീവിതം' നയിക്കുന്നവരെ തിരികെ കൊണ്ടുവരാൻ നമ്മുടെ നികുതി പണം ഉപയോഗിച്ച് വിമാനയാത്ര ഒരുക്കുന്നു.

ഇവിടെയാണ് സലീന വ്യത്യസ്തയാകുന്നത്. സലീനാ, നിങ്ങൾ മലയാളികളുടെ അഭിമാനവും സ്ത്രീശക്തിയുടെ പ്രതീകവുമാണ്. നിങ്ങളുടെ ജീവിതം പത്രത്താളുകളിൽ നിന്ന് വായിച്ചറിഞ്ഞപ്പോൾ

സഹതാപമല്ല അഭിമാനവും ആദരവുമാണ് തോന്നിയത്. ഒരു ദിവസം നിങ്ങളെ കാണാൻ ഞാൻ വരും. എന്റെ ഫോൺ നമ്പർ.... വിളിക്കുമല്ലോ.

സ്നേഹപൂർവ്വം

അമ്മ എന്ന് കേട്ടുപരിചയം മാത്രമുള്ള ഏഴു വയസ്സുകാരി, അമ്മ വൈകുണ്ഠത്തുണ്ടെന്ന് അമ്മമ്മയിൽ നിന്നും അറിഞ്ഞപ്പോൾ ഒരു കത്തയക്കുന്ന രംഗം സിനിമയിൽ കണ്ടിരുന്നു.

അഡ്രസ്സ്

അമ്മ,

വൈകുണ്ഠം,

ഇവിടെ അഡ്രസ്സ്

സലീന,

മുൻസിപ്പൽ ശ്മശാനം,

തൃക്കാക്കര.

കത്ത് കിട്ടിയ സലീന 2015 ആഗസ്റ്റ് ആറിന് വിളിച്ചു.

ആരാണ് സലീന?

മുഴുവൻ പേര് സലീന മൈക്കിൾ. വിവാഹശേഷം രണ്ടു പെൺ കുട്ടികൾ ജനിച്ചു. പിന്നെ ഭർത്താവ് ഉപേക്ഷിച്ച് പോയി. ജീവിതത്തോട് പടവെട്ടി മക്കളെ വളർത്തി. രണ്ടു പേരെയും വിവാഹം കഴിച്ചയച്ചു. ഇന്ന് വീട്ടിൽ ഒറ്റക്ക്. സ്ത്രീകൾക്കിടയിലെ ധീരവനിത.

അവരുടെ സ്വകാര്യ ദുഃഖങ്ങളിലേക്ക് കടക്കുന്നില്ല. എന്നാൽ ഈ സാമൂഹ്യ വിപത്തിനെപ്പറ്റി പറയാതിരിക്കാനും വയ്യ. സർ, ഇന്ന് ഒരു സ്ത്രീയുടെ ശവശരീരവുമായ് നാലഞ്ചു പേർ വന്നു. സംസ്ക്കാരത്തിനുള്ള പണം അടക്കാൻ പറഞ്ഞപ്പോൾ, പകുതി ചാർജ്ജ് തന്നിട്ട്, ഞങ്ങൾ എസ് സി യാണ്, റിസർവേഷനുണ്ട്, അതേ തരുകയുള്ളൂ എന്ന് നിർബന്ധം പിടിച്ചു. ഏറെ നേരത്തെ വാദപ്രതിവാദങ്ങൾക്ക് ശേഷവും അവർ പകുതി പണത്തിൽ ഉറച്ചു തന്നെ നിന്നു. എന്തു ചെയ്യും? നേരം വൈകുന്നു. അവരെ കാര്യം ബോധ്യപ്പെടുത്താൻ കഴിയില്ല. അവസാനം പകുതി സംഖ്യയായ 750 രൂപ തന്ന് സ്ഥലം വിട്ടു.

ഒരു ശവസംസ്കാരത്തിന് സലീനക്ക് എന്ത് കിട്ടും? മുൻസിപ്പാലിറ്റി അംഗീകരിച്ച കൂലി 1500 രൂപ. അതിൽ 550 രൂപ മുൻസിപ്പാലിറ്റിയിൽ അടയ്ക്കണം. വിറക്, ചിരട്ട, മടൽ എല്ലാം ശ്മശാനം

സൂക്ഷിപ്പുകാർ വാങ്ങണം. എല്ലാ ചെലവും കഴിച്ച് ബാക്കി 400-450 രൂപ കിട്ടും. സഹായത്തിനൊരാളെ വിളിച്ചാൽ കൂലി കൊടുക്കാൻ സാധിക്കില്ല. അതിനാൽ എല്ലാ പണിയും ഒറ്റക്കു തന്നെ നിറവേറ്റണം.

ഒരു മൃതദേഹം കത്തിത്തീരാൻ രണ്ട്-രണ്ടര മണിക്കൂർ സമയമെടുക്കും. ശരീരത്തിന്റെ വലുപ്പവും സമയവും തമ്മിൽ ബന്ധമില്ല. അസുഖം മൂലം അകാല മരണമാണെങ്കിൽ അഞ്ചു മണിക്കൂർ വരെ വേണം. ചില മൃതദേഹങ്ങൾ തിരിച്ചും മറിച്ചും കത്തിക്കണം. ദീർഘകാലം മരുന്ന് കഴിച്ചവരാണെങ്കിൽ ഇരട്ടി വിറക് വേണ്ടി വരും. അപ്പോൾ പണിക്കൂലി പോലും കിട്ടില്ല.

അനാട്ടമിയുടെ മറ്റൊരുവശം അനുഭവത്തിലൂടെ സലീന വിശദീകരിക്കുന്നു,

'മുങ്ങി മരിച്ചവരുടെ മൃതദേഹത്തിന് ദുർഗന്ധവും കൂടുതൽ ഭാരവും ഉണ്ടാകും. കത്തിത്തീരാൻ കൂടുതൽ സമയവും വിറകും വേണം. ഹിന്ദുമത വിശ്വാസികൾക്ക് മാവിന്റെ വിറക് തന്നെ വേണം. അതിന് വില കൂടുതലാണ്. വിറക് കൂടുതൽ ഉണങ്ങിയാൽ പെട്ടെന്ന് കത്തിത്തീരും. ശവം ബാക്കിയാകും. അതുകൊണ്ട് പുളി വിറകും ഉപയോഗിക്കും.'

ഇത്രയും പറഞ്ഞുതീരുമ്പോഴേക്കും സലീനയിൽ നിന്നും ഒരു നെടുവീർപ്പ് ഉയർന്നു. അപ്പോൾ ആ മുഖത്ത് പ്രത്യേകമായ ഒരു തേജസ്സ് തെളിഞ്ഞതുപോലെ.

നെൽസൺ മണ്ടേല റിസർവേഷനെ എതിർത്തതും സ്വാതന്ത്ര്യത്തിന് ശേഷം പ്രത്യേക റിസർവേഷൻ കറുത്തവർക്ക് ആവശ്യപ്പെടാത്തതിന്റേയും കാരണം, ഇതുപോലെ ശവസംസ്ക്കാരത്തിന് റിസർവേഷൻ ആവശ്യപ്പെട്ടേക്കുമോ എന്ന ഭയമായിരുന്നോ?

സ്വാതന്ത്ര്യം ലഭിച്ച് 75 വർഷം പിന്നിട്ടിട്ടും സ്വന്തം കാലിൽ നിൽക്കാൻ കഴിയാത്ത ഒരു തലമുറ വളർന്നു വരുന്നതിന്റെ കാരണക്കാർ ആരാണ്? ഭരണാധികാരികളോ സാമൂഹ്യ രാഷ്ട്രീയ നേതാക്കളോ?

ഒരു ദിവസം സലീനയെ കാണാൻ തൃക്കാക്കര ശ്മശാനം വരെ പോയി. പുകയും കരിയും നിറഞ്ഞ നാല് ചുമരുകൾക്കുള്ളിൽ സലീനയും കത്തിത്തീരാറായ ഒരു ശവവും മാത്രം. ചിതക്ക് തീ കൊടുത്താൽ മക്കളും ബന്ധുക്കളും സ്ഥലം വിടും. ശവം കത്തിത്തീരും വരെ ഒറ്റയ്ക്ക് കാത്തിരിക്കണം. ശേഷം ശവത്തിന്റെ അഞ്ചു

ഭാഗങ്ങളിൽ നിന്ന് അസ്ഥികൾ പെറുക്കി, കുടത്തിൽ നിറച്ചുവക്കണം. ബന്ധുക്കൾ വരുമ്പോൾ ഏൽപ്പിക്കാനായിട്ട്.

സമൂഹത്തിൽ ആണുങ്ങൾ പോലും ചെയ്യാൻ മടിക്കുന്ന ഈ ജോലി കഴിഞ്ഞ ഒന്നരപതിറ്റാണ്ടിലേറെയായി ഒറ്റയ്ക്ക് ചെയ്തുപോരുന്ന സലീനയെ എന്ത് വിളിക്കണം? മനസുകൊണ്ട് നമിക്കുന്നു.

നാട്ടിൽ എന്തെല്ലാം ജോലി ഉണ്ട്. സലീന, ഈ ജോലി-ചുടല ഭദ്രകാളിയെന്ന് ഹിന്ദുക്കൾ വിശ്വസിക്കുന്ന- തന്നെ സ്വീകരിക്കാനെന്താ കാരണം? തന്റെ അതിജീവനത്തിന്റെ കെട്ടഴിച്ചു സലീന.

അച്ഛൻ മരിച്ചതോടെ പതിമൂന്നാം വയസ്സിൽ പഠനം ഉപേക്ഷിക്കേണ്ടി വന്നു. തുടർന്ന് അന്യ വീടുകളിൽ വീട്ടു ജോലി ചെയ്തു. പിന്നീട് ചായക്കടയിൽ. കെട്ടിട നിർമ്മാണത്തൊഴിലാളിയായി. 16-ാം വയസ്സിൽ കൽപ്പണി. ഇതിനിടെ വിവാഹം. രണ്ടു പെൺമക്കൾ ജനിച്ചു. 23 വർഷം മുമ്പ് ഭർത്താവ് ഉപേക്ഷിച്ചു.

തോൽക്കാൻ മനസ്സില്ല. സലീന തുടർന്നു. കെട്ടിട നിർമ്മാണത്തൊഴിലും, കൽപ്പണിയുമായി ജീവിക്കുമ്പോഴാണ് തൃക്കാക്കര ശ്മശാനം കരാറെടുത്ത് നടത്തുന്ന ആളെ പരിചയപ്പെട്ടത്.

ശ്മശാനത്തിലെ പണിക്ക് താൽപര്യമുണ്ടോ എന്ന ചോദ്യത്തിനുത്തരം മകളുടെ വിവാഹം കഴിഞ്ഞ കഷ്ടപ്പാടായിരുന്നു. മറ്റൊന്നും ആലോചിക്കാതെ സലീന ജോലി ഏറ്റെടുത്തു. 150 രൂപ പ്രതിഫലം കിട്ടിയ ആദ്യ ജോലി. ഈ ജോലി സലീന തുടരില്ലെന്ന് വിശ്വസിച്ചവരെ നിരാശരാക്കി, എല്ലാവരുടേയും എതിർപ്പ് വകവയ്ക്കാതെ ഇന്നും ശ്മശാനം സൂക്ഷിപ്പുകാരി തന്നെ. അതും ഒറ്റയ്ക്ക് ഒരുത്തി.

ഈ കൊറോണക്കാലത്ത് 2020 മെയ് 12ന് സലീനയെ വീണ്ടും വിളിച്ചു. സുഖവിവരങ്ങൾ അന്വേഷിച്ചു. കൂട്ടത്തിൽ ഇപ്പോൾ ജോലി ഭാരം കൂടുതലുണ്ടോയെന്നും ചോദിച്ചു.

ഉത്തരം ഒരു മറുചോദ്യമായിരുന്നു. 'സാറെ, ഇപ്പോൾ മരണം വളരെ കുറവാണല്ലോ എന്താ കാരണം?'

അതെ, ഈ കൊറോണക്കാലം കേരളത്തിൽ രോഗങ്ങളും മരണങ്ങളും കുറയാൻ കാരണമെന്താ? ഇതൊരു പരിശോധനാ വിഷയമാക്കണം. സർക്കാരും, സാമൂഹ്യപ്രവർത്തകരും, ഭിഷഗ്വരന്മാരും. നമുക്ക് കാത്തിരിക്കാം.

ജാമ്യം എന്ന പുലിവാല്

ജീവിതത്തിൽ നാമോരോരുത്തരും ആചരിക്കേണ്ടുന്ന ഒരാദർശമാണ് പരോപകാരം. 'പരോപകാരാർത്ഥമിദം ശരീരം' എന്ന ആപ്തവാക്യം ശ്രദ്ധേയമാണ്. എന്നാൽ പരോപകാരം ഒരാദർശമായി മുറുകെ പിടിച്ചിട്ടുള്ളവർ പുരാണങ്ങളിൽ പോലും ഇല്ല. ശിബി ചക്രവർത്തിയുടെ ആദർശം മറക്കുന്നില്ല. ഫ്ളോറൻസ് നൈറ്റിംഗേൽ, മദർ തെരേസ തുടങ്ങിയ നിസ്വാർത്ഥരായ പരോപകാരികളെ, ആതുര സേവകരെ കണ്ടുമുട്ടുന്നത് കലിയുഗത്തിൽ മാത്രമാണ്.

ആർത്ത ത്രാണ പരായണൻ എന്ന് വാഴ്ത്തപ്പെട്ട ശ്രീകൃഷ്ണൻ പോലും കുചേലൻ, പാഞ്ചാലി, പാണ്ഡവർ തുടങ്ങിയുള്ള തന്റെ ഭക്തന്മാർക്ക് മാത്രമേ സഹായങ്ങൾ ചെയ്തിട്ടുള്ളൂ.

ഗാന്ധിജിയുടെ ഹരിജനോദ്ധാരണം പോലുള്ള ഏതെങ്കിലും ഒരു പദ്ധതി ശ്രീകൃഷ്ണൻ നടപ്പിലാക്കിയതായി ഭാഗവതത്തിൽ പറയുന്നില്ല. പരസഹായം ചെയ്യാൻ തയ്യാറുള്ള സർക്കാർ ജീവനക്കാർ വഞ്ചിക്കപ്പെടുന്നതിന്റെ വിവിധ രൂപങ്ങളിൽ ഏറ്റവും പ്രധാനപ്പെട്ട ഒന്നാണ് ജാമ്യം നിന്ന് വഞ്ചിക്കപ്പെടുന്നത്.

ഇങ്ങനെ പലപ്രാവശ്യം വഞ്ചിക്കപ്പെട്ടവരുടെ കൂട്ടത്തിൽ ഒരാളാണ് ഞാനും.

സാമൂഹ്യബന്ധം, രാഷ്ട്രീയബന്ധം, സംഘടനാ ബന്ധം, സുഹൃത്ബന്ധം, കുടുംബബന്ധം ഇതിൽ ആരിൽ നിന്നാണ് ഒരു ശുദ്ധഹൃദയന് ഒഴിഞ്ഞു മാറാൻ സാധിക്കുക? പ്രത്യേകിച്ചും നാല് ഒപ്പിട്ടാൽ ഒരാളുടെ സാമ്പത്തിക പ്രശ്നം പരിഹരിക്കപ്പെടുന്ന സാഹചര്യത്തിൽ.

അങ്ങനെ ജാമ്യം നിൽക്കുക എന്ന ചതിക്കുഴിയിൽ നിന്ന് ജീവിതം അവസാനിപ്പിക്കേണ്ടി വന്നവരുടെ പേരുകൾ പത്രത്താളു

കളിലെ ശ്രദ്ധിക്കപ്പെടാത്ത വാർത്തയായി മാറി വരുന്നു. നഷ്ടമില്ലാത്ത ഉപകാരം എന്ന് ജനം ധരിക്കുമ്പോൾ നിയമം അവരെ പീഡിപ്പിക്കുന്നു.

'രക്ഷിച്ചവന് തല കൊടുത്തു' എന്നത് കുട്ടികൾക്കുള്ള ഒരു ആദർശ കഥയാണ്. മലവെള്ളത്തിൽ ഒലിച്ചു വന്ന ഒരു വാഴത്തൈയുടെ കഥ. എന്നാൽ ഇവിടെ രക്ഷിച്ചവന്റെ തലയാണ് നഷ്ടപ്പെടുന്നത്. ജാമ്യം നിൽക്കുന്നവൻ മരണത്തെ ക്ഷണിച്ചു വരുത്തുന്ന സ്ഥിതിയാണ് നിലവിൽ ഉള്ളത്.

എന്തുകൊണ്ടാണ് ഈ ദുർഗതിക്ക് ജീവനക്കാർ ഇരയാകുന്നത്. നിയമങ്ങളും ചട്ടങ്ങളും അങ്ങനെയാണ്. അത് തിരുത്തപ്പെടുന്നില്ല. ജാമ്യാപേക്ഷയിൽ ഒപ്പിടുന്ന ജീവനക്കാരൻ ശമ്പള സർട്ടിഫിക്കേഷന്റെ കൂടെ തന്റെ ജീവിതം കൂടിയാണ് പണയം വക്കുന്നത്. ആദർശ സംരക്ഷണത്തിനായി സ്വയം പണയപ്പെടുത്തിയ പഞ്ചപാണ്ഡവരുടെ സ്ഥിതി തന്നെ ഇവിടേയും.

ഞാൻ ആർക്കൊക്കെ ജാമ്യം നിന്നു. സ്വന്തക്കാർക്ക്, ബന്ധുക്കൾക്ക്, സഹപ്രവർത്തകർക്ക്, വക്കീലിന്, വിദ്യാർത്ഥിക്ക്, തൊഴിലന്വേഷകരായ യുവതീ യുവാക്കൾക്ക്, രാഷ്ട്രീയക്കാർക്ക്, അങ്ങനെ ജീവിതത്തിന്റെ സമസ്ത മേഖലയിൽപ്പെട്ടവർക്ക് എല്ലാം. ഇവരിൽ മഹാഭൂരിപക്ഷവും എന്നേക്കാൾ സാമ്പത്തികമായി ഉയർന്ന നിലയിലെത്തി. എന്നിട്ടും പണം തിരിച്ചടക്കാൻ വിമുഖത കാട്ടുന്നു. പണമടക്കാൻ പറയുമ്പോൾ, നാല് ഒപ്പിടുന്നതിനാണോ പേടിക്കുന്നത് എന്ന സ്ഥിരം പല്ലവിയും. കഴിവില്ലാത്തവരാണെങ്കിൽ ക്ഷമിക്കാം. എന്നാൽ കോടീശ്വരനായ വക്കീലും, ജോലി ലഭിച്ച വിദ്യാർത്ഥിയും, എല്ലാവരും തങ്ങളുടെ ഉത്തരവാദിത്വത്തിൽ നിന്നും ബോധപൂർവ്വം മാറി നിൽക്കുന്നു.

ജാമ്യക്കാരൻ ഇവരുടെ വീട്ടുകളിൽ അലയുന്നു. സ്വന്തം ശമ്പളത്തിൽ നിന്നും പെൻഷനിൽ നിന്നും പണം തിരിച്ചടച്ചു കൊണ്ടിരിക്കുന്നു.

അവസാനം ജാമ്യക്കാർ കോടതിയെ സമീപിച്ചു. കടം വാങ്ങിയവരെല്ലാം ഇന്ന് സാമ്പത്തികമായി ഉന്നതിയിലാണ്. അതുകൊണ്ട് തുക അവരിൽ നിന്നും ഈടാക്കണം. ഈ ആവശ്യം കോടതി പരിഹരിച്ചത് ഇങ്ങനെയാണ്.

(കോടതിവിധി).

ഇതെന്ത് നിയമം? എന്ത് നീതി? വില്യം ഷെക്സ്പിയറിന്റെ മർച്ചന്റ് ഓഫ് വെനീസ് എന്ന നാടകത്തിലെ ന്യായാധിപനെ

ഓർമ്മയില്ലേ? കരാറിൽ പറഞ്ഞ പ്രകാരം പ്രതിയുടെ ഒരു റാത്തൽ മാംസം അരിഞ്ഞെടുത്തോളൂ, പക്ഷേ ഒരു തുള്ളി രക്തം പോലും പൊടിയാൻ പാടില്ല. നിയമപുസ്തകത്തിൽ എഴുതി വെച്ചത് എന്തായാലും അതിനെ നിർദ്ദോഷികൾക്ക് അനുകൂലമായ വിധം വ്യാഖ്യാനിച്ച് മാറ്റിത്തീർക്കാനുതകുന്ന ഉൾക്കാഴ്ചയുള്ള ന്യായാധിപന്മാരെയാണ് സമൂഹത്തിനാവശ്യം. അതുണ്ടാകുമെന്ന് നമുക്ക് പ്രതീക്ഷിക്കാം.

കാക്കിക്കുള്ളിലെ വല്ല്യേട്ടൻ

സുഹൃത്ത് എന്നാൽ സ്വന്തം ഹൃത്ത്, അതായത് സ്വന്തം ഹൃദയം തന്നെ. യഥാർത്ഥത്തിൽ ഈ സുഹൃത്ത്, ചുരുങ്ങിയ കാലംകൊണ്ട് സ്വന്തം വല്ല്യേട്ടനായി. അത് എങ്ങനെ എന്ന് ഇപ്പോഴും മനസ്സിലാകുന്നില്ല. അതെ ശ്രീ.നാരായണൻ നായർ എന്ന ജയിൽ സൂപ്രണ്ട് ഇന്നും ഹൃദയത്തിന്റെ ഒരു ഭാഗത്ത് കുടികൊള്ളുന്നുണ്ട്.

1978-ലെ എൻ.ജി.ഒ-അധ്യാപകസമരം, തുടർന്നുണ്ടായ ജയിൽവാസം; അതു കഴിഞ്ഞ് വീണ്ടും ജോലിയിൽ പ്രവേശിച്ചപ്പോൾ ഒരു സ്ഥലമാറ്റം. പൊന്നാനിയിലേക്ക്. പൊന്നാനിയിൽ ഇതിന് മുമ്പും ഉണ്ടായിരുന്നു. അതുകൊണ്ട് പ്രത്യേകമായി ഒന്നും തോന്നിയില്ല.

പൊന്നാനി കടപ്പുറം ഭാഗം വൃത്തിയുടേയും വെടിപ്പിന്റേയും കാര്യത്തിൽ വളരെ പിന്നിലാണ്. മന്ത് രോഗം ഇവിടുത്തുകാരുടെ ഒരു 'ബ്രാന്റ്' തന്നെയാണ്. തേനീച്ചക്കൂടിനെ അനുസ്മരിപ്പിക്കുന്ന ഈച്ച കൂട്ടങ്ങളാണ് എവിടേയും. അത് ഓഫീസിലായാലും, കടപ്പുറമായാലും, ഹോട്ടലുകളിലായാലും. ഹോട്ടലുകളിൽ ഭക്ഷണം വിളമ്പിയാൽ ഉടനെ നിറം മാറും. ഇടതു കയ്യിലെ ടവ്വാല കൊണ്ട് ഒന്നു ആട്ടിയാൽ വീണ്ടും ഭക്ഷണത്തിന്റെ നിറം കാണാം. ഒരു സെക്കന്റ് കണ്ണ് തെറ്റിയാൽ ഈച്ചക്കൂട്ടങ്ങൾ വായക്കുള്ളിലാകുന്ന അവസ്ഥ.

കുടുംബവുമായി തൃക്കാവ് പോർട്ട് ക്വാർട്ടേഴ്സിലാണ് താമസം. അതിനടുത്തു ഒരു എൽ.എൽ.എ ലൈബ്രറി (ലോക്കൽ ലൈബ്രറി അതോറിറ്റി) തൊട്ടടുത്ത മുറിയിൽ ജയിൽ സൂപ്രണ്ട് താമസിക്കുന്നു.

ലൈബ്രറി സന്ദർശനം വായനക്ക് മാത്രമല്ല, പരിസരവുമായി ഒരു

ചങ്ങാത്തത്തിനും കാരണമായി. സ്വയം ഭക്ഷണം പാകം ചെയ്യുന്ന അദ്ദേഹം മനസ്സിന്റെ ഭാരം കുറക്കാനായിരിക്കണം പാടുന്നത്. ഒരു ദിവസം കേൾക്കാൻ ഇടവന്നു. "കണ്ടം പാട്ടും കൊണ്ടു പോയാൽ" മൂളിപ്പാട്ടും പിന്നെ ഒരു ആട്ടും കിട്ടും എന്ന പഴമൊഴി അന്വർത്ഥ മാക്കുംവിധം ഇദ്ദേഹത്തിന്റെ 'കണ്ടംപാട്ടും' ആ മൂളിപ്പാട്ടുകാരന് ഇഷ്ടപ്പെട്ടു.

സൗഹൃദം വളർന്നു. ജയിലിലെ എന്റെ അനുഭവങ്ങൾ അദ്ദേ ഹവുമായി പങ്കുവെച്ചു. ഒരു സാധാരണ സർക്കാർ ഓഫീസുമായി ഒരു ബന്ധവുമില്ലാത്ത ജീവിതസാഹചര്യമാണ് ജയിൽ ജീവിതം. സമൂഹത്തിലെ കള്ളന്മാരും, വ്യഭിചാരികളും, കൊള്ളക്കാരും, ആന്റി സോഷ്യൽ എലിമെന്റ്സും, കള്ളനോട്ടുകാർ, കൈക്കൂലിക്കാർ, സ്വന്തം അച്ഛനെ/അമ്മയെ/ഭാര്യയെ/ഭർത്താവിനെ/മക്കളെ/ സുഹൃത്തിനെ കൊലക്കത്തിക്ക് ഇരയാക്കിയവർ. ഇവരുടെ ഒരു താവളം, അതാണ് ജയിൽ. യഥാർത്ഥത്തിൽ 'മനുഷ്യൻ എത്ര മഹത്തായ പദം' എന്ന സത്യം ഒരു നിമിഷം മറന്നുപോയവർ.

ഇടക്കൊക്കെ രാഷ്ട്രീയ പ്രവർത്തകർ സമരക്കാർ എന്നിവരും ജയിൽവാസികളാകാറുണ്ട്. ഇവരെയൊക്കെ നിയന്ത്രിച്ച് ക്രമസമാ ധാനം പാലിക്കുക എന്നത് ദുഷ്കരമായ ജോലിയാണ്. അതു ചെയ്യാൻ ബുദ്ധിശക്തിക്കൊപ്പം കായശക്തിയും അത്യാവശ്യമാണ്.

ഒരു ജയിൽ സൂപ്രണ്ടിന് വേണ്ടുന്ന ശരീര യോഗ്യതകൾ ഒത്തിണ ങ്ങിയ മനുഷ്യൻ. ഒത്ത തടി. അല്പം വയറ് ചാടിയിട്ടുണ്ട്. കൊമ്പൻ മീശ. തടവുകാരെ തന്റെ വരുതിയിൽ നിർത്താനുള്ള തന്റേടവും ബുദ്ധി സാമർത്ഥ്യവും.

ഇരുപത്തെട്ടുകാരനായ ഇദ്ദേഹത്തിന് ലഭിച്ചു; അമ്പത് വയസ്സി നോടടുത്ത ഒരു ജ്യേഷ്ഠസഹോദരൻ അവിവാഹിതൻ.

വീട്ടഡ്രസ്സ് അദ്ദേഹം കൈമാറിയിരുന്നില്ല. അത് വലിയൊരു മറവി തന്നെ. ഇന്നത്തെപ്പോലെ ഫോൺ സൗകര്യമില്ലാത്ത കാലം. ആഫീസിലെ ഫോണും, പബ്ലിക് ഫോണും ആശ്രയിക്കണം പരസ്പരം ബന്ധപ്പെടാൻ.

വ്യത്യസ്തനായ ആ മനുഷ്യന്റെ തികച്ചും വ്യത്യസ്തമായ ആ മുഖം മനസ്സിലാക്കിയെന്നതാണ് ഈ സ്നേഹവായ്പിന്റെ കാരണം.

അന്തർമുഖനായ അദ്ദേഹത്തെ പൊന്നാനിക്കാരുടെ ഇഷ്ടഭാജന മാക്കാൻ ഇദ്ദേഹത്തിന് ചുരുങ്ങിയ കാലം കൊണ്ടു സാധിച്ചു, എന്നത് ഇന്നും ഒരത്ഭുതമായി മനസ്സിന്റെ മൂലയിൽ ഒളിച്ചിരിക്കുന്നു.

എത്ര മഹാത്മാക്കളെങ്കിലും
കാണുന്നതെത്രയും ദൂരത്തു നിന്നു വേണം
കണ്ടാൽ അടുക്കായ്ക, അടുത്താൽ പലപ്പോഴും
ഉണ്ടാം നിരാശ മതിപ്പിടിയും
എന്ന കവി വാക്യത്തെ തോല്പിച്ച വ്യക്തിത്വം.

പരിചയം കൂടുന്തോറും നല്ലവരുടെ എണ്ണം കുറയുന്ന ഇക്കാലത്ത് വളരെ വ്യത്യസ്തനായ ഒരു വ്യക്തി.

ഇന്ന് അദ്ദേഹം എവിടെയാണെന്നറിയില്ല. ജീവിതയാത്രയിൽ എവിടെയോ വെച്ച് ആ കണ്ണി മുറിഞ്ഞുപോയി.

കഥ പറയുമ്പോൾ എന്ന സിനിമയിലെ അശോക് രാജിന്റെ വാക്യങ്ങൾ കടമെടുക്കട്ടെ.

എങ്കിലും നാരാണേട്ടാ, താങ്കൾ എവിടെയാണെന്നറിയാൻ എനിക്ക് മാർഗ്ഗമില്ല: എന്നാൽ എന്റെ അഡ്രസ്സ് വെറും രണ്ടു വാക്കുകൾ മാത്രം. അത് താങ്കൾക്ക് സുപരിചിതവുമാണല്ലോ? എന്നിട്ടും എന്തേ ഇതുവരെ ഒന്ന് എഴുതാതിരുന്നത്.

താങ്കളുടെ ഓർമ്മക്കായി, താങ്കൾ ആദ്യമായും അവസാനമായും എഴുതിയ കത്ത്, ഈ പുസ്തകത്തിൽ ഉൾപ്പെടുത്തിയത് ഇഷ്ടപ്പെട്ടു മല്ലോ.

യൂനിസെഫും പാലിയേറ്റീവും

വാഹന ഇൻഷ്വറൻസ് മേഖലയിൽ No Claim Bonus എന്ന ഒരു ഏർപ്പാടുണ്ട്. ഇൻഷ്വർ ചെയ്ത വർഷം ക്ലെയിം ഇല്ലെങ്കിൽ അടുത്തവർഷം ഇൻഷ്വറൻസ് തുക കുറഞ്ഞു കിട്ടും.

'ദൈവത്തിന്റെ' വകയായും ഒരു No Claim Bonus ഉണ്ട്. പക്ഷെ അത് അധികമാർക്കും അറിയില്ലെന്ന് മാത്രം. അനാവശ്യമായി ദൈവത്തെ വിളിച്ച് ബുദ്ധിമുട്ടിക്കാത്തവർക്ക് ഒരു ബോണസ്സ്. അത് സാമൂഹികാഗീകാരമായി നമ്മെ തേടിയെത്തും ഇന്നല്ലെങ്കിൽ നാളെ.

ഒരു ദിവസം തന്നെ കാണാൻ വന്ന ഭക്തനോട് യേശു പറഞ്ഞു. വിശക്കുമ്പോൾ നീ എനിക്ക് ഭക്ഷണം തന്നു.നഗ്നനായി കിടന്നപ്പോൾ വസ്ത്രം തന്നു. ആശ്വാസവാക്കുകളിലൂടെ എന്നെ സന്തോഷിപ്പിച്ചു. നീ എന്തിനാ എന്നെ കാണാൻ വന്നത്.

ഭക്തൻ അത്ഭുതപ്പെട്ടു. ഞാനിതൊന്നും താങ്കൾക്കായി ചെയ്തിട്ടില്ലല്ലൊ.

ഇന്നുവരെ നീ ചെയ്ത സൽകർമ്മങ്ങളൊക്കെ എനിക്കു വേണ്ടിയായിരുന്നു.

നീ അമ്പലത്തിൽ ഭജനമിരിക്കേണ്ട. ചർച്ചിൽ പോകേണ്ട. കുർബാനയും ചൊല്ലേണ്ട. സഹജീവി സ്നേഹത്തോടെ, നല്ല മനുഷ്യനായി ജീവിച്ചാൽ മതി.

ഇദ്ദേഹത്തിന്റെ ജീവിതം ഇങ്ങനെയായിരുന്നു, സഹജീവിസ്നേഹത്തിന് പ്രാധാന്യം നൽകിയ ജീവിതം.

അതുകൊണ്ടായിരിക്കണം 'സപ്താഹ' പിരിവുകാരുടെ കൂട്ടത്തിലുണ്ടായിരുന്ന പൂജാരി ഒരിക്കൽ ഇങ്ങനെ പറഞ്ഞത്.

ഇദ്ദേഹത്തോട് സംഭാവന ചോദിക്കരുത്. കൂട്ടത്തിൽ ഒരു നന്ദിയും നൽകി മടങ്ങിപ്പോയതും.

ധർമ്മ/സഹായം ചെയ്യുന്നതു മറുകൈ അറിയരുതെന്നാണ് മഹദ്വചനം. ഇന്ന് ഈ വക കാര്യങ്ങൾക്ക് തയ്യാറെടുക്കുമ്പോൾ ആദ്യം ചാനലുകളെ അറിയിച്ച്, പത്രങ്ങളിൽ പരസ്യം ചെയ്തു സ്വീകർത്താവിന്റെ അഭിമാനം ക്ഷതപ്പെടുത്തുന്നു.

ഇദ്ദേഹം കുട്ടിക്കാലം മുതൽ UNICEF ന് ചെറിയ സംഖ്യ സംഭാവന ചെയ്യാറുണ്ട്. അതിനുള്ള അംഗീകാരം നാല്പതാം വയസ്സിൽ പരസ്യമായി.

ഇനി ഈ കത്ത് വായിക്കാം.

Dear Mr. Haridasan,

Our country is experiencing its highest economic growth rate ever. Many of our Industries are booming. So how have we abandoned innocent children who could have lived to share the growing health and Prosperity, now were experiencing.

What human tragedy and waste to have so many children die before the age of five? Each of those lost children might have grown up to a doctor, a teacher, and engineer who could have helped to realize the unlimited potential of our nation.

UNICEF has worked tirelessly for India's children for nearly 60 years. Much of this effort has been funded by caring individual people like you.

Please accept these address Label & Cover as a token of our appreciation for your contribution to the children supported by

UNICEF.

Sd/-

Cecilio Adome

UNICEF REPRESENTIVE

Head of India Office

എന്താണ് UNICEF?

രണ്ടാം ലോകമഹായുദ്ധത്തിനു ശേഷം അനാഥരാക്കപ്പെട്ട കുട്ടികളുടെ ക്ഷേമത്തിനായി, ന്യൂയോർക്ക് ആസ്ഥാനമായി പ്രവർത്തിക്കുന്ന

സംഘടന. കുട്ടികളുടെ വിദ്യാഭ്യാസം, ആരോഗ്യം എന്നിവ മുഖ്യ ലക്ഷ്യമായി പ്രവർത്തിക്കുന്നു.

ഇന്ന് ആയിരക്കണക്കിന് ചഏദഛ' ളെണ്ട്. സർക്കാർ ഇതര സംഘടനകൾ, ഇതിൽ ധാരാളം കള്ള നാണയങ്ങളും ഉണ്ട് എന്നത് യാഥാർത്ഥ്യം.

ചെറുപ്പകാലത്ത് കുട്ടികളുടെ ക്ഷേമത്തിനായി പ്രവർത്തിച്ചു തുടങ്ങിയ ഇദ്ദേഹം, ഇന്ന് ഒരു പെയിൻ & പാലിയേറ്റീവ് പ്രവർത്തകൻ കൂടിയാണ്.

വിടരാൻ വെമ്പുന്ന മൊട്ടുകൾക്കു വേണ്ടി ഡചകഇളഎ എന്നാൽ കൊഴിയാൻ തയ്യാറായി നില്ക്കുന്ന പുഷ്പങ്ങളുടെ രക്ഷകരായി പെയിൻ & പാലിയേറ്റീവ് എന്ന പ്രസ്ഥാനവും.

കിടപ്പിലായ രോഗികളുടേയും മാറാ രോഗികളുടേയും പരിചരണത്തിനുള്ള ഫലപ്രദമായ ഒരു സംവിധാനം സാധാരണ ചികിത്സാ സംവിധാനത്തിൽ ഇന്ന് നിലവിലില്ല. വീട്ടിൽ നിന്നും ഇടക്കിടെ ആശുപത്രികളിലെത്തിക്കാനുള്ള ബുദ്ധിമുട്ട്, ജീവിതകാലം മുഴുവൻ സ്ഥിരമായി പരിചരണം ആവശ്യമുള്ള അവസ്ഥ, ശാരീരികവും സാമ്പത്തികവും സാമൂഹ്യവും മാനസികവും ആത്മീയ പ്രശ്നങ്ങളും എല്ലാം ഇതിന് കാരണമാണ്.

ചികിത്സിച്ച് ഭേദമാക്കാൻ വിഷമമുള്ള കാൻസർ, എയ്ഡ്സ്, പ്രായാധിക്യ രോഗങ്ങൾ, നട്ടെല്ലിന് ക്ഷതം, തീവ്രമായ മാനസിക രോഗങ്ങൾ എന്നിവയൊക്കെ രോഗികളെ ബുദ്ധിമുട്ടിക്കുന്നു.

ഇത്തരം മാറാരോഗികളെ അവരുടെ വീടുകളിൽ വെച്ചുതന്നെ നൽകുന്ന സാന്ത്വന പരിചരണമാണ് പാലിയേറ്റീവ് കെയർ. സമൂഹത്തിൽ എല്ലാവർക്കും ശാരീരികവും മാനസികവുമായ പൂർണ്ണ ആരോഗ്യമാണ് പാലിയേറ്റീവ് കെയർ ലക്ഷ്യം വെക്കുന്നത്.

സാമൂഹ്യ പങ്കാളിത്തത്തോടെ സാന്ത്വന പരിചരണം ലക്ഷ്യം വെച്ചു കൊണ്ട് ലോകാരോഗ്യ സംഘടനയുടെ നിർദ്ദേശ പ്രകാരം പ്രവർത്തിക്കുന്ന ഏഷ്യയിലെ ഏക സ്ഥാപനം ഇൻസ്റ്റിറ്റ്യൂട്ട് ഓഫ് പാലിയേറ്റീവ് മെഡിസിൻ (IPM) കോഴിക്കോട് നിലവിലുണ്ട്.

ഐ.പി.എംന്റെ നിർദ്ദേശവും നിയമാവലിയും അംഗീകരിച്ചു കൊണ്ട് പ്രവർത്തിക്കുന്ന ബേപ്പൂർ പാലിയേറ്റീവ് കെയർ സൊസൈറ്റിയുടെ രൂപീകരണത്തിന് മുഖ്യ പങ്ക് വഹിച്ചത് ഇദ്ദേഹമാണ്. ഇന്ന് സ്വന്തമായി കെട്ടിടവും വാഹനവും ഉണ്ട്. അതുവഴി മെച്ചപ്പെട്ട രോഗി പരിചരണം നൽകാൻ സാധിക്കുന്നു. ഇതിന്

സഹായസഹകരണങ്ങൾ നൽകുന്ന ഉദാരമതികളെ നന്ദിപൂർവ്വം സ്മരിക്കുന്നു.

മാനവ സേവ മാധവ സേവ എന്ന തത്വം അംഗീകരിക്കുന്ന ഒരു കൂട്ടം പ്രവർത്തകരാണ് ഇതിന് പിന്നിൽ എന്നത് സന്തോഷം തരുന്നു, ആശ്വാസവും.

ഡോക്ടർമാർക്ക്
പെരുമാറ്റച്ചട്ടം

പൂച്ചയ്ക്കാര് മണികെട്ടും? ഇത് എലികളുടെ മാത്രം പ്രശ്നമല്ല. ചോദ്യത്തിന്റെ അർത്ഥവ്യാപ്തി അതിവിശാലമാണ്.

ഭരണഘടന തൊട്ട് സത്യം ചെയ്ത് അധികാരത്തിലേറുന്ന ഭരണാധികാരികൾ പൊതുമുതൽ കൊള്ളയടിക്കുമ്പോൾ ഉയരുന്ന ചോദ്യം.

ദൈവത്തിന്റെ പ്രതിപുരുഷന്മാരെന്ന് സമൂഹം വില കല്പിക്കുന്ന ഡോക്ടർമാർ-ഫിസിഷ്യൻസ്-ആധുനിക വൈദ്യശാസ്ത്രത്തിന്റെ പിതാവായി അറിയപ്പെടുന്ന ഹിപ്പോക്രാറ്റ്സിന്റെ പേരിൽ സത്യപ്രസ്താവന നടത്തി സമൂഹത്തിലേക്കിറങ്ങുന്ന മെഡിക്കൽ വിദ്യാർത്ഥികൾ സമൂഹത്തെ വഞ്ചിക്കുമ്പോൾ ഉയരുന്ന ചോദ്യം.

അലസന്മാരായി, നിരുത്തരവാദപരമായ പെരുമാറ്റം കൊണ്ട് സമൂഹത്തെ നിരന്തരം പീഡിപ്പിക്കുന്ന, സർക്കാർ, അർദ്ധസർക്കാർ ജീവനക്കാരോടുള്ള ചോദ്യം.

സംഘടിത തൊഴിലാളിവർഗ്ഗം അസംഘടിതരായ സമൂഹത്തോടു കാണിക്കുന്ന അവഗണനക്കെതിരെയുള്ള ചോദ്യം. ഭക്ഷണത്തിലും, ഭക്ഷ്യധാന്യങ്ങളിലും ഭക്ഷ്യ എണ്ണകളിലും മായം കലർത്തുന്ന വ്യാപാരി വ്യവസായികളോടുള്ള ചോദ്യം.

സർവ്വോപരി പരസ്പരം വഞ്ചിക്കുന്ന എല്ലാവരോടുമുള്ള ചോദ്യം.

പൂച്ചക്കാര് മണികെട്ടും?

ഈ ചോദ്യത്തിനുത്തരം വേണ്ടേ? ഓരോ വിഭാഗത്തിലും പ്രവൃത്തിക്കുന്ന സംഘടനാ പ്രവർത്തകർ തന്നെ ഇതിനൊരു പ്രതിവിധി കണ്ടെത്തണം. ഇത്തരം പൂച്ചകൾക്ക് മണി കെട്ടാൻ അവർക്കു

മാത്രമേ കഴിയൂ.

ഇതാണ് ഇന്ത്യൻ മെഡിക്കൽ കൗൺസിൽ സമൂഹത്തിനു നൽകുന്ന പാഠം.

കേരളാ ഗസറ്റഡ് ഓഫീസേഴ്സ് അസോസിയേഷനിൽ പ്രവൃത്തിക്കുന്ന കാലം. സംസ്ഥാന കമ്മിറ്റിയിൽ ഗവൺമെന്റ് ഡോക്ടർമാരുടെ സ്വകാര്യ പ്രാക്ടീസിനെക്കുറിച്ചുള്ള ചർച്ച. കൂട്ടത്തിൽ, സർക്കാർ, സ്വകാര്യ മേഖലയിലടക്കമുള്ള ഡോക്ടർമാരുടെ ചികിത്സ, ഓപ്പറേഷൻ എന്നിവയും ഓഡിറ്റിന്-മെഡിക്കൽ ഓഡിറ്റിന് വിധേയമാക്കണം എന്ന് ഇദ്ദേഹം അഭിപ്രായപ്പെട്ടു.

എന്തുകൊണ്ട്.

ഡോക്ടർമാർ ഇങ്ങനെ ഒരു സത്യപ്രസ്താവന നടത്തിയതിനു ശേഷം മാത്രമേ ജോലിയിൽ പ്രവേശിക്കുന്നുള്ളൂ.

(i) I will practise medicine with integrity, humanity, honesty and compassion working with my fellow doctors and other colleagues to meet the needs of patients...

(ii) I will freely, furnish copies of medical records to the patient or when authorised by the patient to the family upon request,

(iii) I will provide care to all patients regardless of sex, race, creed, sexual, preferencese, life style or economist, status in particuler, I will volunteer some of.....

(iv) Even under threat, I will not use my medical knowledge, contrary to the laws of humanity. I will maintain utmost respect for human.

ഇതിന് കടകവിരുദ്ധമായി ഡോക്ടർമാർ പ്രവൃത്തിക്കാൻ എന്തായിരിക്കും കാരണം. പ്രധാനമായും മെഡിക്കൽ വിദ്യാഭ്യാസ രീതി തന്നെ.

'Becoming a doctor' എന്ന വിഖ്യാത കൃതിയിൽ മെൽവിൻ കോർണർ എഴുതിയത് ശ്രദ്ധിക്കുക.

ഒരേപോലെ ചിന്തിക്കുകയും ഒരേപോലെ നിർവ്വികാരനായി രോഗികളോടു പെരുമാറുകയും ഒരേ മട്ടിലുള്ള ജീവിത മോഹങ്ങൾ വെച്ചു പുലർത്തുകയും ചെയ്യുന്ന ഡോക്ടർ കമ്മ്യൂണിറ്റിയിലേക്ക് ഒരു പുതിയ അംഗത്തെ ജ്ഞാനസ്നാനം ചെയ്തെടുക്കുന്ന പ്രക്രിയയാണ് വാസ്തവത്തിൽ മെഡിക്കൽ പഠനകാലത്ത് പ്രധാനമായും നടന്നുകൊണ്ടിരിക്കുന്നത്.

ഇതു ശരിവെക്കുന്ന ഒരു കഥാപാത്രം പുനത്തിൽ കുഞ്ഞബ്ദു ള്ളയുടെ മരുന്ന് എന്ന നോവലിൽ ഉണ്ട്. തന്റെ മുന്നിലിരിക്കുന്ന രോഗിയോട് എന്താ അസുഖം എന്ന് ചോദിച്ചപ്പോൾ പനിയെന്ന് രോഗി. എത്രനാളായെന്ന ചോദ്യത്തിന് 'ഓർമ്മവെച്ചകാലം തൊട്ട്' എന്ന മറുപടി.

അതു കേട്ടപ്പോൾ ആ ഹൗസ്സ്സർജൻ, എന്ത് 'നല്ല സുഖമില്ലേ' നിങ്ങൾക്ക് എന്ന് അവിശ്വസനീയതയോടെയുള്ള മറുചോദ്യം.

ആ ചോദ്യത്തിന്റെ വ്യംഗ്യം വ്യക്തമാണല്ലോ. നിങ്ങൾ ഒരു മാനസിക രോഗിയാണോയെന്ന്.

ഇങ്ങനെ ആടിനെ പട്ടിയും പട്ടിയെ പേപ്പട്ടിയും ആക്കുന്ന ഡോക്ടർമാരും സമൂഹത്തിലില്ലെന്ന് പറയാൻ സാധിക്കുമോ?

പണം നൽകി ചികിത്സക്കായി ഡോക്ടറുടെ അടുത്തുപോയാൽ അവർ നമ്മുടെ രോഗം കാംക്ഷിക്കും. ആരോഗ്യത്തോടെ ജീവിക്കാനു ള്ള മാർഗ്ഗങ്ങളുപദേശിച്ച് ആരോഗ്യവാന്മാരായി സംരക്ഷിക്കുന്നതിന് അവർക്ക് സ്ഥിരമായി വേതനം നൽകുക. നാം രോഗികളാകുന്ന മാസങ്ങളിൽ അവരുടെ വേതനം കുറക്കുക. നൂറ്റാണ്ടുകൾക്ക് മുമ്പു തന്നെ കൺഫ്യൂഷിയസ്സിന്റെ ഈ ആശയം അംഗീകരിക്കുന്ന ആരോ ഗ്യരക്ഷാ സംവിധാനം ചൈനയിൽ നിലനിന്നിരുന്നുവത്രെ.

ഇതിനു സമാനമായ മറ്റൊരു വാക്യം അമേരിക്കയിലെ പ്രശസ്ത മായ മായോ ക്ലിനിക്കിന്റെ ഉടമ ഡോ: വില്യം വോറൽ മായോയു ടേതാണ് (William Worral Mayo). ഡോക്ടർമാരായ തന്റെ മക്കൾക്ക് അദ്ദേഹം നൽകിയ ഉപദേശം ഈ അവസരത്തിൽ ഓർക്കുന്നത് ഉചിതമാണ്.

ഡോ: മായോ, ഡോക്ടർമാരായ തന്റെ മക്കൾ വില്യം ജയിംസ് മായോ, ചാൾസ് ഹൊറേസ് മായോമാരോട് പറഞ്ഞു. ഒരു ഡോക്ടറെ സംബന്ധിച്ചേട്ടത്തോളം ധനവാനായി മരിക്കുക എന്നത് അപമാന മാണ്. (As for as a doctor is concerned, it is disgrace to die rich)

ഡോക്ടർമാരുടെ ജോലി ഓഡിറ്റിന് വിധേയമാക്കുക എന്നത് അവർക്ക് താങ്ങാവുന്നതിനപ്പുറമുള്ള അഭിമാന പ്രശ്നമായിരുന്നു. കമ്മി റ്റിയിലെ ചില ഡോക്ടർമാർ പല്ലും നഖവും ഉപയോഗിച്ച് എതിർത്തു. ഇന്നും ആ എതിർപ്പിന് മാറ്റമില്ല.

എത്രയോ അനാവശ്യ ഓപ്പറേഷൻ, തെറ്റായ ഓപ്പറേഷൻ നമ്മുടെ നാട്ടിൽ നടക്കുന്നുണ്ട്; ബോധപൂർവ്വവും അല്ലാതെയും. വേദ നയുള്ള പല്ലിനു പകരം നല്ല പല്ല് പിഴുതെടുക്കൽ, വലത്തെ കണ്ണിനു

പകരം ഇടത്തേത് ഓപ്പറേഷൻ, മരുന്നമാറി എഴുതുക, വ്യക്തമായി എഴുതാതെ രോഗികളെയും ബന്ധുക്കളെയും വട്ടം കറക്കൽ എല്ലാം നിത്യസംഭവങ്ങളല്ലേ?

അതുകൊണ്ട് ഓഡിറ്റിംഗ് വേണം. വർക്ക് ഓഡിറ്റ്.

അതുപോലെ തന്നെ മെഡിക്കൽ കോളജിലേയും, ഗവ: സർവ്വീസിലേയും ഡോക്ടർമാരുടെ സ്വകാര്യ പ്രാക്ടീസും നിർത്തലാക്കണം. അതു സാധ്യമല്ലെന്ന ശക്തമായ ധാരണ കേരളത്തിൽ നിലനില്ക്കുന്നുണ്ട്. മാറി മാറി വരുന്ന സർക്കാരുകൾ ഇതിനെതിരെ കണ്ണടക്കുന്നത് അതാതു കാലത്തെ സർക്കാരിൽ സ്വാധീനം ചെലുത്താൻ ഡോക്ടർമാർക്ക് സാധിക്കുന്നത് കൊണ്ടാണ്.

ഇതിനെതിരെ ചെറിയൊരു ശ്രമം നടത്തിയ സി. അച്ചുതമേനോനും മുഖ്യമന്ത്രിയെന്ന നിലയിൽ ഒന്നും ചെയ്യാൻ സാധിച്ചില്ല. അദ്ദേഹത്തിന് ഹൃദ്രോഗമുണ്ടെന്ന് തെറ്റിദ്ധരിപ്പിക്കാൻ ഡോക്ടർമാർക്ക് സാധിച്ചു. സ്വകാര്യ പ്രാക്ടീസ് നിർത്തിയാൽ അദ്ദേഹത്തിന് ഉടനടി പരിചരണം ലഭിക്കില്ല എന്ന് അദ്ദേഹത്തിന് തോന്നിയിരിക്കാം. എന്നാൽ മുഖ്യമന്ത്രിപദം ഒഴിഞ്ഞതിനു ശേഷവും ഹൃദയം ബുദ്ധിമുട്ടില്ലാതെ പ്രവൃത്തിച്ചു എന്നതും സത്യം.

സർക്കാർ ആരോഗ്യ സ്ഥാപനങ്ങളായ ശ്രീചിത്തിര തിരുനാൾ ആസ്പത്രി, ഡൽഹിയിലെ ആൾ ഇന്ത്യാ മെഡിക്കൽ കോളജ്, വല്ലഭായ് പട്ടേൽ ചെസ്റ്റ് ഹോസ്പിറ്റൽ, ചാന്ധീഗറിലെ പോസ്റ്റ് ഗ്രാജ്ജുവേറ്റ് മെഡിക്കൽ ഇൻസ്റ്റിറ്റ്യൂട്ട് ഇവിടങ്ങളിലൊന്നും സ്വകാര്യ പ്രാക്ടീസിന് അനുമതിയില്ല.

ആന്ധ്രയിൽ രാമറാവു സർക്കാർ ഡോക്ടർമാരുടെ സ്വകാര്യ പ്രാക്ടീസ് നിർത്തലാക്കി. പിന്നീട് അവിടെ കൂട്ടമരണങ്ങളോ ആരോഗ്യപ്രശ്നങ്ങളോ ഉണ്ടായിട്ടില്ല.

ഈ അവസരത്തിൽ 1965 ജൂൺ 26-ന് ചെയർമാൻ മാവോ നടത്തിയ സുപ്രസിദ്ധമായ പ്രഖ്യാപനം ഒന്ന് ഓർക്കുന്നത് നല്ലതാണ്.

അത് ഇപ്രകാരമാണ്. "ആരോഗ്യമന്ത്രാലയത്തോടു പറയുക, അത് രാജ്യത്തിന്റെ 15 ശതമാനം ആളുകൾക്കു വേണ്ടി മാത്രമേ ജോലി ചെയ്യുന്നുള്ളു. ഈ 15% ഇപ്പോൾ തന്നെ ധാരാളം സൗകര്യങ്ങൾ അനുഭവിക്കുന്ന സമ്പന്ന വർഗ്ഗമാണ്. രാജ്യത്തെ ഭൂരിപക്ഷം വരുന്ന സാധാരണക്കാരായ കർഷകർക്കും കൂലിപ്പണിക്കാർക്കും

ആരോഗ്യരക്ഷ ലഭിക്കുന്നില്ല. പൊതുജനാരോഗ്യമന്ത്രാലയം നഗരത്തിൽ വസിക്കുന്ന പണക്കാരുടെ തട്ടിപ്പാണ്.

ഈ തട്ടിപ്പിനെതിരെ നിയമനടപടികൾ സ്വീകരിക്കേണ്ടത് സർക്കാരാണ്.

'ആയിരം കാതം' ദൂരമുള്ള ഒരു യാത്ര ആരംഭിക്കുന്നത് ആദ്യത്തെ കാൽവെപ്പിലാണ് -കൺഫ്യൂഷിയസ് (Confucius) പറഞ്ഞത്, ഓർത്തുകൊണ്ട് പ്രവർത്തിക്കാൻ മാറി മാറി വരുന്ന സർക്കാരുകൾ ശ്രദ്ധിക്കാത്തത് എന്തു കൊണ്ട്?

ഇതിന് ഒരു പ്രതിവിധി, മെഡിക്കൽ കോളജിലെ ഒരു മുതിർന്ന ഡോക്ടർ സംസാര മദ്ധ്യേ സൂചിപ്പിച്ചത് ഇപ്രകാരമാണ്.

മെഡിക്കൽ കോളജിലെ ഡോക്ടർമാരുടെ പ്രവൃത്തിസമയം ക്ലിപ്തപ്പെടുത്തുക. ഏഴ് മണിക്കൂറെങ്കിലും ജോലി ചെയ്യിപ്പിക്കുക. മറ്റു സമയങ്ങളിൽ ജോലി ചെയ്യാൻ വേറെ ഡോക്ടർമാരെ നിയമിക്കുക.

പണം കൊടുക്കാൻ ശേഷി ഉള്ളവർക്ക് സീനിയർ ഡോക്ടർമാരെ ആസ്പത്രിയിൽ ചെന്നു കാണാൻ തക്കവണ്ണം സാധാരണ പ്രവൃത്തി സമയത്തിനു ശേഷം 'പേ ക്ലിനിക്കുകൾ' ഏർപ്പെടുത്തുക. ക്ലിനിക്കിൽ നിശ്ചിത ഫീസ് തീരുമാനിക്കുക, വരുമാനത്തിൽ ഒരു പങ്ക് അവിടെ ജോലി ചെയ്യുന്ന ഡോക്ടർമാർക്കും മറ്റ് ജീവനക്കാർക്കും കൊടുക്കാനുള്ള സംവിധാനം ഏർപ്പെടുത്തുക. ഇത് ഒരേ സമയം ആവശ്യക്കാർക്ക് സൗകര്യവും സർക്കാരിന് വരുമാനവും ലഭിക്കും.

ഇത്തരം പ്ലേക്ലിനിക്കുകൾ മദ്ധ്യപ്രദേശ്, രാജസ്ഥാൻ തുടങ്ങിയ സംസ്ഥാനങ്ങളിൽ പ്രവൃത്തിക്കുന്നുണ്ട്.

ഇദ്ദേഹത്തിന്റെ അഭിപ്രായങ്ങൾക്ക് സംഘടനയിൽ അംഗീകാരം ലഭിച്ചില്ല.

ഒരു ദിവസം ഇന്ത്യൻ മെഡിക്കൽ കൗൺസിലിന് ഒരു കത്തെഴുതി. കൂട്ടത്തിൽ ഇന്ത്യൻ മെഡിക്കൽ അസോസിയേഷനും.

കേരളത്തിലെ ആരോഗ്യമേഖലയിലെ പ്രവർത്തനവും ഡോക്ടർമാരുടെ ജോലിയെ സംബന്ധിച്ചുള്ള നിയമങ്ങളുടെ അവ്യക്തതയും വ്യക്തമാക്കിക്കൊണ്ടുള്ള കത്ത്. ഡോക്ടർമാരുടെ ജോലിയെ സംബന്ധിച്ചുള്ള നിയമങ്ങൾ അതാത് സർക്കാരുകളാണ് തീരുമാനിക്കേണ്ടതെന്ന മറുപടി ലഭിച്ചു. പൊതുവായി ഡോക്ടർമാർക്ക് ഒരു പെരുമാറ്റച്ചട്ടം പുറപ്പെടുവിക്കാൻ തയ്യാറാണെന്നും ഇന്ത്യൻ മെഡിക്കൽ കൗൺസിൽ അറിയിച്ചു.

ഇത് പ്രാവർത്തികമാക്കാൻ ഇന്ത്യൻ മെഡിക്കൽ അസോസിയേഷന് വീണ്ടും ഒരെഴുത്തയച്ചു. രണ്ട് കത്തിനും അസോസിയേഷന്റെ മറുപടി ലഭിച്ചില്ല.

ഏതായാലും ദൈവത്തിന്റെ പ്രതിപുരുഷന്മാർക്കു വേണ്ടി ഒരു പെരുമാറ്റച്ചട്ടം ഇന്ത്യൻ മെഡിക്കൽ കൗൺസിൽ പുറപ്പെടുവിക്കേണ്ടി വന്ന സാഹചര്യം നല്ല കീഴ് വഴക്കമല്ലെന്ന് ഡോക്ടർമാർ ചിന്തിക്കുമല്ലൊ?

തീക്കട്ടയിൽ ഉറുമ്പരിച്ചു

തിരുവനന്തപുരത്ത് വെച്ച് നല്ലവരായ ചെങ്കൽച്ചൂളക്കാർ, എന്റെ പോക്കറ്റിലുള്ള പേഴ്സ്, അവരുടേതാണെന്ന് തെറ്റിദ്ധരിച്ച് ബലാൽക്കാരമായി എടുത്ത് ഓടി.

അതിനുള്ള സൗകര്യം ഒരുക്കിയത് ഇലക്ട്രിസിറ്റി ബോർഡും. രാത്രി 8 മണിക്ക് അപ്രതീക്ഷിതമായി പെട്ടെന്ന് വൈദ്യുതി നിലച്ചു. അതൊരു സൗകര്യമായി ആ 'ചൂള'ക്കാരനും കരുതി.

യുവാവായ ഇദ്ദേഹവും മറിച്ചൊന്നും ചിന്തിക്കാതെ പുറകേയും. ചെങ്കൽ ചൂളക്കുള്ളിൽ എത്തിയപ്പോൾ മര്യാദരാമന്മാരുടെ എണ്ണം വളരെ കൂടുതൽ ധൈര്യം വിടാതെ പോണാൽ പോകട്ടും പോടാ എന്നും പറഞ്ഞ് പിൻതിരിഞ്ഞ് മറ്റൊരു ഓട്ടം. ഈ ഓട്ടത്തിൽ വിജയി ഇദ്ദേഹം തന്നെ. കാരണം പുറകെ ആരും ഓടിയിരുന്നില്ല.

നേരെ തമ്പാന്നൂർ പോലീസ് സ്റ്റേഷനിൽ പോയി പരാതി കൊടുത്തു. മാന്യനായ സബ് ഇൻസ്പെക്ടർ ഇങ്ങനെ പറഞ്ഞു. വ്യഭി ചരിക്കാൻ പോയാൽ ചിലതൊക്കെ നഷ്ടപ്പെടും. ചിലർക്ക് സ്വന്തം ലിംഗവും. നിങ്ങളുടെ ലിംഗം അവിടെ തന്നെ ഉണ്ടല്ലോ അത് മതി. പോ പോ; ഒരു പരാതിക്കാരൻ കോഴിക്കോട്ടു നിന്നു വന്നിരിക്കുന്നു. പരാതി മുന്നിൽ വെച്ചു തന്നെ ചുരുട്ടി വേയിസ്റ്റ് ബാസ്ക്കറ്റിലിട്ടു.

പിറ്റേന്നത്തെ തിരുവനന്തപുരം പത്രങ്ങളിലെ ഒരു പ്രധാന തലക്കെട്ട് ഇങ്ങനെയായിരുന്നു. തീക്കട്ടയിൽ ഉറുമ്പരിച്ചു.

കാരണം, ആഭ്യന്തരമന്ത്രിയുടെ പി.എയുടെ അനുജനായിരുന്നു പരാതിക്കാരൻ എന്നതു തന്നെ. സാധാരണക്കാരനായിരുന്നെങ്കിൽ സ്ഥിതി മറ്റൊരു തരത്തിലും.

യാത്രാടിക്കറ്റ് പണത്തോടൊപ്പം നഷ്ടപ്പെട്ടതിനാൽ മടക്ക യാത്ര മുടങ്ങി. പിറ്റേന്ന് പോലീസിന് ജീവൻ വെച്ചു.

ക്ഷമിക്കണം സർ, ഒരബദ്ധം പറ്റിയതാണ്. വീട്ടിൽ കുടുംബം ഉണ്ട്. ജോലിക്കെന്തെങ്കിലും സംഭവിച്ചാൽ ജീവൻ കളയേണ്ടിവരും. രാവിലെ എസ്.ഐയുടെ കുമ്പസാരം.

സാരമില്ല. സമയമുണ്ടല്ലോ എന്ന് ഇദ്ദേഹം അഭിപ്രായപ്പെട്ടു.

പ്രതികളെ പിടിച്ചു. പരേഡ് നടത്തി. ഫോട്ടോ എടുത്തു. തിരിച്ചറിഞ്ഞ പ്രതിയുടെ ഫോട്ടോയുടെ പുറകുവശത്ത് ഒപ്പിട്ട് കൊടുത്തു.

കേസ് കോടതിയിലെത്തി. പോക്കറ്റടിച്ച ഒരു കേസ്; അതും ഒരു അന്യദേശക്കാരന്റെ കേസ്; കോടതിയിൽ. വഞ്ചിയൂർ കോടതിയിലും പോലീസുകാർക്കിടയിലും അത്ഭുതവും ചെറിയ ഒരാദരവും.

കോഴിക്കോട്ടു നിന്നും സ്വന്തം ചെലവിൽ തിരുവനന്തപുരം കോടതിയിൽ കേസ്സ് നടത്തിപ്പിന് പല വട്ടം യാത്ര.

ഒരു ദിവസത്തെ വാദം രസകരകമായിരുന്നു. പ്രതിഭാഗം വക്കീൽ ചോദിച്ചു. താങ്കൾക്കിതുവരെ ആരിൽ നിന്നും അടികിട്ടിയിട്ടില്ലേ?

ഉണ്ടല്ലോ. അതിൽ അഭിമാനമുണ്ട്; ഇന്നും; എന്ത്, അടി കിട്ടിയപ്പോൾ അഭിമാനമോ- വക്കീൽ.

എന്റെ കൊച്ചു മകനെ മടിയിലിരുത്തി താലോലിക്കുമ്പോൾ അവൻ എന്റെ മുഖത്ത് ഇരുകരങ്ങളാലും അടിക്കും. ആദ്യത്തേതും അവസാനത്തേതുമായ അടി, അതൊന്നു മാത്രം.

കോടതി പിരിഞ്ഞു വരുമ്പോൾ ജഡ്ജി ഒരു ചോദ്യം, എഞ്ചിനീയർ ഇവിടുന്ന് ഹാജർ സർട്ടിഫിക്കേറ്റ് വാങ്ങാറുണ്ടോ?

ഇല്ല.

എന്നാൽ ഇനിമുതൽ വാങ്ങണം. നിങ്ങളുടെ ഔദ്യോഗിക സ്റ്റാറ്റസിനനുസരിച്ച് ടി.എ. എഴുതി വാങ്ങാം.

സർട്ടിഫിക്കറ്റുമായി ഓഫീസിലെത്തിയപ്പോൾ വഷളൻ ചിരികൾ ഉയർന്നു. നേതാവ് സീനിയർ സൂപ്രണ്ട്. അനുയായികൾ ചില ഗുമസ്തന്മാരും.

യൂണിയൻ പണിക്ക് പോയിട്ട് പോക്കറ്റടിച്ചതിന് സർക്കാർ ടി.എ. തരണോ?

വേണ്ട, താങ്കൾ കെ.എസ്.ആർ വായിച്ച് പഠിക്കു. എന്നിട്ട് മതി. അദ്ദേഹം തെറ്റ് മനസ്സിലാക്കി.

എന്താണ് ശരി. എന്റെ സഞ്ചാര സ്വാതന്ത്ര്യം സുരക്ഷിതമാക്കാൻ ഭരണകൂടം ബാധ്യസ്ഥരാണ്. അത് കഴിഞ്ഞില്ല. ഒരു പ്രൊസികൃൂഷൻ വിറ്റ്നസ് ആയതു കൊണ്ട് യാത്രാബത്തക്ക് അർഹനും.

അങ്ങനെ എന്തെല്ലാം വിവരക്കേട് അടങ്ങിയതാണ് സിവിൽ സർവ്വീസ്.

വാലല്ല ബോധമാണ് പ്രശ്നം

ഇത്രയൊക്കെ പുരോഗമനം പറയുന്ന താങ്കൾക്ക് പേരിനോടൊപ്പമുള്ള 'വാല്' മുറിച്ചു കളഞ്ഞു കൂടെ നിർദോഷമെന്ന് തോന്നാവുന്ന ചോദ്യം - ചിലരിൽ നിന്നെങ്കിലും അഭിമുഖീകരിക്കേണ്ടി വന്നിട്ടുണ്ട്.

ഒരേ പേരിലുള്ള രണ്ടു പേരിലൊരാൾ വലിയ തെറ്റ് ചെയ്താൽ, ജനം കൂടുതലറിയപ്പെടുന്നവരിൽ ആ കുറ്റം ആരോപിക്കുന്ന സംഭവം പല മേഖലകളിലും കാണാം.

സ്വന്തം ഭാര്യയെ ഒരാൾ 'മൂർഖൻ' പാമ്പിനെ കൊണ്ട് കൊത്തിച്ചു കൊന്ന സംഭവമാണ് ഓർമ്മ വരുന്നത്. പാമ്പിനെ വിറ്റ് പണം വാങ്ങിയ സുരേഷിനെ മറന്ന്, സ്വ ജീവിതം സമൂഹത്തിനു വേണ്ടി സമർപ്പിച്ച വാവ 'സുരേഷി'നിലായിരുന്നു ആദ്യം ആ കുറ്റം ആരോപിക്കപ്പെട്ടത്. എങ്കിലും നിങ്ങളിൽ നിന്ന് ഇത്ര പ്രതീക്ഷിച്ചില്ല എന്ന് സമൂഹം കുറ്റപ്പെടുത്തിയ സംഭവം വളരെ വേദനയോടെ അദ്ദേഹം സമൂഹത്തോട് പറയുന്നു.

ഇതിനു സമാനമായ ഒരു സംഭവം ഇദ്ദേഹത്തിനും ഔദ്യോഗിക ജീവിതത്തിലുണ്ടായിരുന്നു. പണിതീർത്ത കെട്ടിടം ഉദ്ഘാടനത്തിന് മുമ്പ് ചോർന്ന് ഒലിച്ചത് പത്രത്താളുകളിൽ സ്ഥാനം പിടിച്ചു. ഇദ്ദേഹത്തെ പലരും വിളിച്ച് താങ്കൾക്കെന്തുപറ്റി എന്ന് അന്വേഷിച്ചു. പത്രത്തിൽ വന്ന പേര് ഇദ്ദേഹത്തിന്റേതിന് സമാനമായ പേരായിരുന്നു.

സമൂഹത്തിന്റെ വിവിധ മേഖലകളിൽ അറിയപ്പെടുന്ന ഇദ്ദേഹത്തിന് മറുപടി പറയാൻ വളരെ ബുദ്ധിമുട്ടേണ്ടി വന്നു. അപ്പോൾ ഈ 'വാല്' സഹായത്തിനെത്തിയത് എങ്ങനെ മറക്കും.

അല്ലെങ്കിലും 'വാലല്ല' മനോഭാവമാണ് പ്രശ്നങ്ങൾ സൃഷ്ടിക്കുന്ന തെന്ന് വ്യക്തമാക്കുന്ന പല സംഭവങ്ങളിൽ ഒന്ന് ഇതാ.

കോഴിക്കോട് ആർക്കൈവ്സിൽ സൂക്ഷിച്ചിട്ടുള്ള സ്വയം സംസാരിക്കുന്ന രേഖ.

1887ൽ കോഴിക്കോട് റെയിൽവെ സ്റ്റേഷൻ പണിതു. കല്ലിങ്കൽ മൂപ്പൻ എന്ന 'തീയ്യ' പ്രമാണി അന്ന് മദ്രാസ് റയിൽവെ മാനേജർക്കയച്ച ഒരു സങ്കടഹരജി ഇന്ന് വായിക്കുമ്പോൾ എന്ത് തോന്നുന്നു.

തനിക്ക് ഇളയത് തന്റെ ഇര എന്ന പ്രകൃതിനിയമം തെറ്റായി വ്യാഖ്യാനിക്കുന്നവർ, തെറ്റുകൾ ആവർത്തിച്ചു കൊണ്ടിരിക്കും.

ഇതാണ് പെരുമൂപ്പന്റെ സങ്കട ഹരജി.

സർ,

കോഴിക്കോട് നഗരത്തിൽ പുതിയ തീവണ്ടിയാപ്പീസിലേക്ക് 'ഗദാഗദം' (ആർക്കൈവെസ് രേഖകളിൽ ഗദാഗദം എന്നാണ്) ചെയ്യുന്നതിന് പടിഞ്ഞാറു ഭാഗത്ത് ഒരു ഗയിറ്റ് വാതിൽ വെക്കുവാൻ പോകുന്നതായി അറിഞ്ഞു. അങ്ങനെ ഒരു ഗേറ്റ്വഴി വെക്കുന്നതായാൽ മേപ്പടി വഴിയിൽ കൂടി, ചെറുമർ, പറയർ, കണ്ണാൻ, കള്ളാടി എന്നീ നാലു ജാതിക്കാർ സഞ്ചരിക്കുന്നപക്ഷം, ആ വഴിക്കരികിലുള്ള കല്ലിങ്കൽ ക്ഷേത്രം (തീയ്യരുടെ) മുതലായതിന് അശുദ്ധി ബാധിക്കുന്നതാകകൊണ്ടു പുരാതനവേയുള്ള നടപ്പു പ്രകാരം മേൽപറഞ്ഞ നാലു ജാതിക്കാർ ആ വഴിയിൽ കൂടി സഞ്ചരിച്ചു പോകരുതെന്ന്, ആ ഗേറ്റ്വഴിയിൽ ഒരു പരസ്യം എഴുതി വെക്കേണ്ടതാണെന്ന് അപേക്ഷിക്കുന്നു.

എന്ന്

കല്ലിങ്കൽ പെരുമൂപ്പൻ

ഇതിൽ നിന്ന് ഒരു കാര്യം വ്യക്തമാണ്. തോണിമറിഞ്ഞ് ഒന്നിച്ച് മുങ്ങിച്ചാവാൻ തയ്യാറെടുക്കേണ്ടി വന്നപ്പോൾ, തോണിക്കാരനോട് പുഴവെള്ളം കലക്കി കുടിക്കാൻ പറഞ്ഞ ആൾ 'വാലുള്ളവനാണെന്ന്' മുദ്ര കുത്തുന്നത് പൂർണ്ണമായും ശരിയാവണമെന്നില്ല.

മറ്റൊന്നും പറയാനില്ലാത്തതു കൊണ്ട് പേരിന് മുന്നിലും പിന്നിലും ഉള്ള 'വാലാണ്' എല്ലാറ്റിനും പ്രശ്നം എന്ന ചർച്ച കൂടി കൂടി വരുന്നുണ്ട്.

ഇത്രയും പറഞ്ഞതു കൊണ്ട് 'വാല്' ഒരത്യാവശ്യമായ ഘടകമാണെന്ന അഭിപ്രായം ഇദ്ദേഹത്തിനില്ല. വാലില്ലെങ്കിലും ഇ.എം.

ശങ്കരനും, തകഴി ശിവശങ്കരനും, കുറ്റിപ്പുഴ കൃഷ്ണനും ഇ. കൃഷ്ണനും (മുൻ മുഖ്യമന്ത്രി) ചിത്രതിരുനാൾ ബാലരാമനും, ഗുരുമാണി മാധവനും, എം.ടി. വാസുദേവനും ഒന്നും സംഭവിക്കില്ല എന്ന സത്യം ഓർക്കുന്നത് നല്ലതാണ്. അല്ലെങ്കിലും ആർട്ടിസ്റ്റ് വാസുദേവനെ എത്ര പേർക്കറിയാം. എന്നാൽ ആർട്ടിസ്റ്റ് നമ്പൂതിരിയെ അറിയാത്തവർ ആരെങ്കിലും ഉണ്ടോ?

വാലിനെക്കുറിച്ച് ചിന്തിക്കുമ്പോൾ മുൻ മുഖ്യമന്ത്രി സി. അച്ചുതമേനോന്റെ ആത്മകഥയാണ് ഓർമ്മയിൽ തെളിയുന്നത്.

എന്റെ ബാല്യകാലസ്മരണകൾ എന്ന ആത്മകഥയിൽ അദ്ദേഹം എഴുതി,

എന്റെ അമ്മയുടെ കാരണവന്മാരെല്ലാം നായർ സ്ഥാനം സ്വീകരിച്ചവരായിരുന്നു. ആ സ്ഥിതിക്ക് ഞങ്ങളെല്ലാം എങ്ങനെ 'മേനോൻ'മാരായി എന്നല്ലേ?

അത് അക്കാലത്ത് സംഭവിച്ചു കൊണ്ടിരിക്കുന്ന ഒരു വിചിത്ര പ്രതിഭാസമാണ്.

അതിന്റെ ഉറവിടം ദുരഭിമാനമായിരുന്നു എന്നല്ലാതെ ഒന്നും പറയാനില്ല. 'നായർ' കുറെ മോശമാണെന്നും "മേനോൻ" കുറെ മേലേക്കിടയിലാണന്നും ഞാൻ ഇവിടെ ചിത്രീകരിക്കുന്ന സാമൂഹ്യ സാഹചര്യത്തിൽ പരിഗണിക്കപ്പെടാൻ തുടങ്ങി എന്നു മാത്രം ധരിച്ചാൽ മതി. അക്കാലത്തു ജീവിച്ചിരുന്ന ഏറ്റവും പ്രശസ്തനായ സർ. സി. ശങ്കരൻ നായരായിരുന്നു എന്ന വസ്തുതയിൽ നിന്നും തന്നെ എത്രമാത്രം അർത്ഥശൂന്യമായിരുന്നു ഈ രൂപാന്തരം എന്ന് പറയേണ്ടതില്ലല്ലോ.

അങ്ങനെയാണ് അച്ചുതൻനായർ എന്നറിയപ്പെടേണ്ട ആൾ അച്യുതമേനോൻ ആയത്.

ഇതോടനുബന്ധിച്ച് മറ്റൊരു സംഭവം കൂടി ഓർക്കുന്നു. സി.പി.ഐ.എമ്മിന്റെ മഹാരാഷ്ട്ര സംസ്ഥാന കമ്മിറ്റി അംഗവും തൊഴിലാളി നേതാവുമാണ് സ: പി.ആർ. കൃഷ്ണൻ. അദ്ദേഹം സ്വയം നിയമം പഠിക്കുകയും തൊഴിലാളികൾക്ക് വേണ്ടി കോടതിയിൽ വാദിക്കുകയും ചെയ്യും. വിധി രേഖപ്പെടുത്തുമ്പോൾ അദ്ദേഹത്തിന്റെ പേരിന്റെ കൂടെ നമ്പ്യാർ, അല്ലെങ്കിൽ നായർ/നമ്പൂതിരി എന്നു കൂടി ചേർത്തിരുന്നു. ഇതിനെ ചോദ്യം ചെയ്തപ്പോൾ ജഡ്ജി പറഞ്ഞത്, കൃഷ്ണൻ കോടതിയിൽ വക്കീലന്മാരുടെ 'സർനെയിം' ആണ് ഉപയോഗിക്കുന്നത്. അങ്ങനെ, ഒരു സാധാരണ കൃഷ്ണൻ, അസാധാരണമായി

കൃഷ്ണൻ നമ്പ്യാരും, കൃഷ്ണൻ നായരും ആയ സംഭവങ്ങൾ അദ്ദേഹം തന്റെ സംഭാഷണങ്ങളിൽ സൂചിപ്പിക്കാറുണ്ട്.

അതുകൊണ്ട് വാല്യം ബോധവും ബോധവല്ക്കരണവും തമ്മിലൊരു ബന്ധവും ഇല്ലെന്ന ബോധം നമ്മിലുണ്ടാവട്ടെ എന്ന് ആശിക്കാം.

ഇന്ത്യൻ റയിൽവേയോട് ഒരു പിണക്കം

'മുതല' ദസ്തയേവ്സ്കിയുടെ ഒരു കഥയാണ് മുതലയെ കാണാത്ത നാട്ടിൽ ഒരു മുതലയെ പ്രദർശനത്തിന് കൊണ്ടു വന്നു. അബദ്ധത്തിൽ ഒരാൾ മുതലക്കൂട്ടിൽ വീണു. ആളെ രക്ഷപ്പെടുത്താൻ ചിലർ ശ്രമിക്കുന്നു.

വാദങ്ങളും എതിർവാദങ്ങളും അഭിപ്രായങ്ങളും പറഞ്ഞ് പറഞ്ഞ് ഒടുവിൽ മുതലയുടെ ജീവൻ അപകടത്തിലെന്ന കുറ്റം അതിന്റെ കൂട്ടിൽ വീണ ആളിനായി. വേലിക്ക് തകരാറില്ലെന്നും.

ഇദ്ദേഹത്തിനും ഇതുപോലെ ഒരു അനുഭവം ഉണ്ടായി. ഊരു ചുറ്റി സഞ്ചരിക്കുന്ന കാലം. പഞ്ചാബിലെ ജലന്തറിൽ നിന്നും കോഴിക്കോട്ടേക്ക് ഒരു മടക്കയാത്ര, തീവണ്ടിയിൽ.

കോഴിക്കോട്ടെത്തിയപ്പോൾ, ലഗേജ് അടങ്ങിയ സ്യൂട്ട്കേയ്സ് എലികരണ്ട് അതിനുള്ളിലുള്ള വസ്ത്രങ്ങളും മരുന്നും അടക്കം എല്ലാം ഉപയോഗശൂന്യമായത് ശ്രദ്ധയിൽപ്പെട്ടു. കോഴിക്കോട് റയിൽവേ സ്റ്റേഷൻ മാസ്റ്റർക്ക് രേഖാമൂലം പരാതി നൽകി.

കംപാർട്ട്മെന്റിൽ എലിയല്ലാതെ പുലിക്ക് വരാൻ സാധിക്കുമോ എന്ന അദ്ദേഹത്തിന്റെ നിർദോഷമായ ചോദ്യം ശരിയാണെന്ന് തോന്നി. തിരിച്ചു നടന്നു. ഇതുപോലുള്ള "അതിബുദ്ധിമാന്മാർ" പല വകുപ്പുകളിലും ഉണ്ടെന്ന് ചിലപ്പോഴൊക്കെ ബോധ്യപ്പെട്ടിട്ടുണ്ട്.

വിവരം പാലക്കാട് റയിൽവെ അധികാരികളെ അറിയിച്ചു. കൈവശമുള്ള ബില്ലിലെ, സാധനങ്ങളുടെ നഷ്ടം മാത്രം അനുവദിക്കണം. ബാക്കി ഉള്ളവക്ക് രേഖകൾ ഇല്ല. ആവശ്യപ്പെടുന്നും ഇല്ല.

അംബാല ഡിവിഷന്റെ കീഴിലുള്ള 12484 അമൃതസർ-കൊച്ചുവേളി എക്സ്പ്രസിൽ നടന്ന സംഭവത്തിൽ ഞങ്ങൾക്ക് ഒന്നും ചെയ്യാൻ സാധ്യമല്ലെന്ന് അവർ അറിയിച്ചു.

തുടർന്നു നടത്തിയ കത്തിടപാടിന്, ന്യൂഡൽഹിയിലെ മെക്കാനിക്കൽ ജനറൽ മാനേജർ ഒരു മറുപടി തന്നു. താങ്കൾക്കുണ്ടായ ബുദ്ധിമുട്ടിൽ ഖേദിക്കുന്നുവെന്നും, കോച്ച് വൃത്തിയാക്കാൻ കോൺട്രാക്ട് എടുത്തവരിൽ നിന്നും യുക്തമായ പിഴ ഈടാക്കിയതായും പറഞ്ഞു.

പിന്നീട് കോഴിക്കോട് കൺസ്യൂമർ കോടതിയിൽ ഒരു കേസ് ഫയൽ ചെയ്തു.

സാധന വിലയായ 9904 രൂപയും കോടതിച്ചിലവ് 1500 രൂപ അടക്കം 11404 രൂപയാണ് ആവശ്യപ്പെട്ടത്.

വിചിത്രങ്ങളായ വാദങ്ങളാണ് റയിൽവേ കോടതിയിൽ ഉന്നയിച്ചത്. ഏഴ് സംസ്ഥാനങ്ങളിൽ കൂടി പതിനഞ്ച് സ്റ്റേഷനുകൾ പിന്നിട്ട് അമ്പത് മണിക്കൂർ യാത്രക്കു ശേഷമാണ് പരാതി നല്കിയത്. അതിനാൽ നഷ്ടപരിഹാരത്തിനർഹത ഇല്ല, രണ്ടു വർഷം നീണ്ട വ്യവഹാരത്തിനു ശേഷം റയിൽവേ പറഞ്ഞു. 72 യാത്രക്കാരുള്ള കോച്ചിലെ മറ്റാർക്കും പരാതി ഇല്ലെന്ന കാര്യവും പ്രത്യേകം എടുത്തു പറഞ്ഞു. പൊതുമുതൽ അനർഹമായി തട്ടിയെടുക്കാനാണ് ഇദ്ദേഹത്തിന്റെ കേസ്സ് എന്നും റയിൽവേ ശക്തിയുക്തം വാദിച്ചു.

ഇദ്ദേഹം ഇത്രമാത്രം കോടതിയെ അറിയിച്ചു. മറ്റാർക്കും പരാതി ഇല്ലെന്നത് എന്റെ പരാതിയുടെ പ്രസക്തി നഷ്ടപ്പെടുത്തുന്നില്ല. അറുപത് കോടി ഇന്ത്യൻ ജനതയും സ്വാതന്ത്ര്യസമരത്തിൽ പങ്കെടുത്തില്ല എന്ന കാരണം പറഞ്ഞ് സ്വാതന്ത്ര്യം നിഷേധിക്കാത്തത് ചൂണ്ടിക്കാട്ടി.

പൊതുധനം തട്ടി എടുക്കുന്നത് യഥാർത്ഥത്തിൽ റയിൽവേ ബോർഡും ജീവനക്കാരുമാണ്. ഈ ഒരു കേസ്സിനു വേണ്ടി റയിൽവേ ഇതുവരെയായി 2, 65, 575/ രൂപയോളം ചെലവാക്കിയതായി രേഖകൾ വ്യക്തമാക്കുന്നുണ്ട്. ശുഭയാത്ര ആശംസിക്കുന്ന റയിൽവേ മണിക്കൂറുകൾ ഇടവിട്ട് ലഗ്ഗേജ് പരിശോധിക്കണം എന്നു പറയുന്നതിന്റെ യുക്തിയും മനസ്സിലാവുന്നില്ല.

2014 ഡിസംബർ 22ന് കേസ് വിധി പ്രസ്താവിച്ചു.

... opposite party produced one witness Mr. Ashok Kumar, Sr. Section Engineer, Firozpur Dvn. Northern Rly, Amristar, he is not well aware of the fact, opposite party is not in a position to exam as witness. Therefore the witness given up any way the incident happened due to the neglect and deficiency of service of the opposite party. Hence compensation is entitled to get, compensation as prayed in the affidevit. with in one month.

തുടർന്ന് സാധന വിലയായ 9900 രൂപയും നഷ്ടപരിഹാരമായി 25000 രൂപയും റയിൽവേ അനുവദിച്ചു. അന്ന് വലിയൊരു വാർത്ത യായി പത്രമാധ്യമങ്ങളിൽ നിറഞ്ഞു നിന്നു.

മുതലയിലേക്ക് വീണ്ടും.

മനുഷ്യനോടുള്ള അനുകമ്പയല്ല, മുതലയോടുള്ള സ്നേഹമായിരുന്നു 'മുതലയുടെ' വാദങ്ങൾക്ക് കാരണം. അതിനു കൂട്ടുനിന്നത് മുതലയെ കൊണ്ടുവന്ന ആളും. ഇങ്ങനെ തന്നെയാണ് റയിൽവേയുടെ വാദവും തുടർന്നത്.

എന്നാൽ ഇവിടെ കുറ്റം മുതലക്കു തന്നെയെന്ന വിധി സ്വാഗ താർഹം തന്നെ.

ഇതിനു സമാനവും വിചിത്രവുമായ ഒരു കേസ്സായിരുന്നു, ഇന്ത്യ യുടെ മെട്രോമാൻ എന്നറിയപ്പെടുന്ന ഇ. ശ്രീധരനും ഇന്ത്യൻ റയിൽ വേയുമായി നടത്തിയ കേസ്സ്.

400 കോടി രൂപ വാർഷിക ടേൺ ഓവറുള്ള കൊങ്കൺ റയിൽവേ യുടെ ചീഫ് മാനേജിംഗ് ഡയരക്ടരായി ഇ. ശ്രീധരൻ നിയമിക്കപ്പെ ട്ടു. പക്ഷെ വാഗ്ദത്തം ചെയ്ത ശമ്പളത്തിൽ നിന്നും തന്റെ പെൻഷൻ തുക കഴിച്ച് 5000 രൂപ മാത്രമേ അദ്ദേഹത്തിന് നൽകയുള്ളൂ. ഈ തുകയിൽ നിന്നും നിർബന്ധ കിഴിവ് കഴിഞ്ഞുള്ള സംഖ്യ 1080 രൂപ മാത്രമേ (Take home salary) മാസശമ്പളമായി ലഭിച്ചിരുന്നുള്ളൂ.

ഒരു വ്യാഴവട്ടത്തിലേറെ നീണ്ടു നിന്ന വ്യവഹാരം. അവസാനം കൊങ്കൺ റയിൽവെ രാഷ്ട്രത്തിന് സമർപ്പിച് ഒരു ദശാബ്ദത്തിനു ശേഷം തടഞ്ഞുവെച്ച മുഴുവൻ സംഖ്യയും കോടതി നിർദ്ദേശപ്രകാരം അദ്ദേഹത്തിന് ലഭിച്ചു.

കോടതി ആ വാദം അവസാനിപ്പിച്ചത് ഇങ്ങനെയായിരുന്നു.

.... Pension is admitted by the reward for good and faithful service already rendered. There is no question thus holding or denying it to the pensioners. The Delhi High Court ruled that sreedheran's appointment in KRC Ltd was not re-employment in civil service, or on a post connection with the affairs of the union Govt. If the pleas of the respondents is to be accepted, then such a re-emplyment would be working without working anything.

The court declared that the entire amount to be paid to Sreedharan within four weeks, together with costs. The railway board decided to appeal. But the Division bench of the Delhi High Court told the petitioners not to HARASS THE HONEST officer any more. The court said in the event the Railway persued the matter any further procedings under contempt of court would be clamped.

ആത്മാർത്ഥതയും സത്യസന്ധതയും കൈമുതലായുള്ള ഇ. ശ്രീധരന്റെ ജീവിതവും ഇന്ത്യൻ റയിൽവെ അദ്ദേഹത്തോടു ചെയ്ത നെറികേടും വ്യക്തമായി വിശദീകരിക്കുന്ന ഒരു പുസ്തകമാണ് A Biography of E. Sreedharan by Rajendre B. Aklabar.

എ.എ; & തണൽ

ഏതെങ്കിലും ഒരു ക്ഷണകത്ത് ലഭിക്കാത്തവർ ചുരുക്കമായിരിക്കും. എന്നാൽ ഇത്തരം ഒരു ക്ഷണകത്ത് ലഭിച്ചവർ എത്ര പേരുണ്ടാകും. ഇതാ വിചിത്രമായ ഒരു ക്ഷണകത്ത്.

Arakkinar

14.01.2009

Dear Sir,

My rebirth day is 18th January. Iam Completing 17 yeas continous sober life, on 17th of this month,

Rebirth day function is at calicut Beach Hospital Lecture Hall on 18/01/2009 at 3.30pm.

If possible, kindly be there with family on 18th Sunday.

Sd/-

Name:

എന്താണ് AA (Alcoholic Anonymous)? കുടിയന്മാർ (മദ്യപന്മാർ) കുടിയന്മാരാൽ, കുടി നിർത്തണം എന്ന് ആഗ്രഹിക്കുന്നവർക്കായി രൂപം കൊടുത്ത ഒരു ആഗോള സംഘടന AA. 1935ൽ അമേരിക്കയിലെ ഓഹിയോയിൽ രൂപം കൊണ്ടു. ആസ്ഥാനം ഇന്ന് ന്യൂയോർക്ക്.

അനുഭവങ്ങളും ശക്തിയും പ്രതീക്ഷകളും പരസ്പരം പങ്കുവെക്കുന്നതിലൂടെ തങ്ങളുടെ പൊതു പ്രശ്നമായ അമിത മദ്യപാനാസക്തി എന്ന രോഗത്തിന് പരിഹാരം കാണാൻ കഴിയുകയും, അപ്രകാരം മറ്റുള്ളവരെ മദ്യപാനാസക്തിയിൽ നിന്ന് മോചിതരാക്കാൻ

സഹായിക്കുകയും ചെയ്യുന്ന സ്ത്രീപുരുഷന്മാരുടെ ഒരു കൂട്ടായ്മയാണ് ആൽക്കഹോളിക്ക്സ് അനോനിമസ്.

അംഗത്വത്തിനുള്ള ഏക നിബന്ധന മദ്യപാനം നിർത്തണം എന്ന ആഗ്രഹം മാത്രം. ഇന്ന് ലോകത്തിന്റെ എല്ലാ ഭാഗത്തും പട്ടണഗ്രാമ വ്യത്യാസമില്ലാതെ എ.എ. പ്രസ്ഥാനം പ്രവൃത്തിക്കുന്നുണ്ട്.

അങ്ങനെ മദ്യത്തിന്നടിമപ്പെട്ടുകയും ഒടുവിൽ മറ്റുള്ളവർക്ക് വഴികാട്ടിയായി ജീവിക്കുന്ന നിസ്വാർത്ഥനായ ഒരു വ്യക്തിയുടെ പുനർജന്മ ദിനാഘോഷത്തിൽ പങ്കെടുക്കുന്നതിന്റെ സന്തോഷം പ്രത്യേകമായി വ്യക്തമാക്കുന്നില്ല.

എ.എ. കൂട്ടായ്മയിൽ പങ്കെടുക്കാൻ വിവിധ സ്ഥലങ്ങളിൽ അവസരങ്ങൾ ലഭിച്ചിട്ടുണ്ട്. അവരുടെ കൂടെ അവരിലൊരാളായി; പ്രശ്നങ്ങൾ മനസ്സിലാക്കി അല്പസമയം സംസാരിക്കാറുണ്ട്. എ.എ. കൂട്ടുകാർക്ക് ഇഷ്ടപ്പെട്ടതു കൊണ്ട് അവരുടെ സന്തത സഹചാരിയായി പ്രവർത്തിക്കാനുള്ള അവസരങ്ങൾ പാഴാക്കാറില്ല.

അതിനുള്ള അംഗീകാരമാണ് ഈ ക്ഷണക്കത്ത്. 99% മുക്തിയെന്ന സങ്കല്പം എ.എയിൽ ഇല്ല. മാറുന്നെങ്കിൽ 100% എന്നു തന്നെയാണ് തത്വം. ഈ തത്വത്തിന്റെ 17-ാം വാർഷികാഘോഷത്തിൽ പങ്കെടുത്തത് ജീവിതത്തിലെ അസുലഭ നിമിഷം തന്നെ, സംശയം ഇല്ല.

ഇതിൽ നിന്നും വ്യത്യസ്തമാണ് 'തണൽ'. ഒരു ആത്മഹത്യാ പ്രതിരോധ കേന്ദ്രം.

ഒരു നിമിഷത്തിന്റെ തീരുമാനത്തിൽ ജീവിതം അവസാനിപ്പിക്കുന്ന നിർഭാഗ്യവാന്മാരെ/നിർഭാഗ്യവതികളെ രക്ഷപ്പെടുത്താനുള്ള സംഘടനയാണ് തണൽ. ആത്മഹത്യയിൽ നിന്നും രക്ഷപ്പെടുത്തി ജീവിതത്തിലേക്ക് നയിക്കുന്ന ഒരു കേന്ദ്രം. 1992ൽ കോഴിക്കോട്ട് സ്ഥാപിതമായ ഒരു സർക്കാർ ഇതര സന്നദ്ധ സംഘടന-തണൽ-.

ഇതിലും കുറച്ചുകാലം പ്രവൃത്തിച്ചു. ജീവകാരുണ്യ പ്രവർത്തനങ്ങളായ രക്തദാനം, പാലിയേറ്റീവ് എന്നിവയിൽ നിന്നെല്ലാം തികച്ചും വിഭിന്നം.

വളരെയധികം മാനസിക സംഘർഷങ്ങളെ നേരിടേണ്ടി വരുന്ന സന്ദർഭം. മരിക്കാൻ തീരുമാനിച്ച ഒരാൾ നമ്മുടെ മുന്നിലേക്ക് സ്വയമോ മറ്റുള്ളവരുടെ സഹായം കൊണ്ടോ എത്തിച്ചേരുന്നു. അവർ സംസാരം തുടങ്ങുന്നു. അവർ ഉയർത്തുന്ന പ്രശ്നങ്ങളെയോ ആശയങ്ങളെയോ, തത്വജ്ഞാനത്തേയോ, ഒന്നും തന്നെ നാം എതിർക്കാൻ ശ്രമിക്കുന്നില്ല. അവരുടെ സംസാരം നീണ്ടു പോകാനുള്ള അവസരം

അവറിയാതെ നാം ഉണ്ടാക്കണം. മണിക്കൂറുകൾ കഴിഞ്ഞാൽ അവർ സ്വയം നിർത്തും. അല്പം മൂകതയോടെ നമ്മുടെ മുന്നിലിരിക്കുമ്പോൾ, ഒരു ചോദ്യം നമ്മിൽ നിന്നും ഉണ്ടാകുന്നു.

അല്ലാ, ഇതിനൊക്കെ പരിഹാരം മരണമാണോ?

അല്ലെന്ന് അവരെ ബോധ്യപ്പെടുത്തിക്കഴിഞ്ഞാൽ നാം വിജയിച്ചു എന്നർത്ഥം. ഒരു മനുഷ്യജീവൻ കുറെക്കാലം കൂടി ഈ ഭൂമുഖത്ത് നിലനില്ക്കും.

ചുരുക്കത്തിൽ ഒരു ദിവസം ഒരാളെ മാത്രമേ കൈകാര്യം ചെയ്യാൻ കഴിയുള്ളൂ. അപ്പോഴേക്കും നമ്മുടെ സ്വസ്ഥത നശിക്കും. പിന്നെ ഒന്നും ചെയ്യാൻ പറ്റാത്ത അവസ്ഥ. അമ്മമാരുടെ ഒരു വാചകം കടമെടുത്തു പറയട്ടെ ഒരുതരം പ്രസവവേദന. അതിനു ശേഷമുള്ള സായൂജ്യവും.

അതുകൊണ്ട് മനസ്സില്ലാ മനസ്സോടെ 'തണലിൽ' നിന്നും മാറി, പാലിയേറ്റീവ് പ്രവർത്തനത്തിൽ കൂടുതൽ ശ്രദ്ധ പതിപ്പിച്ചു.

കത്തുകൾ

അരയണച്ചെലവിൽ ഇന്ത്യയിലെല്ലായിടത്തും കത്തുകളയക്കാൻ സൗകര്യം ഒരുക്കിയത് ഡൽഹൗസി പ്രഭു. കത്തുകളുടെ ചരിത്രം അന്വേഷിച്ചിറങ്ങിയാൽ, അതിന്നായി ഒരു വലിയ ഗ്രന്ഥം വേണ്ടിവരും.

ഇംഗ്ലണ്ടിൽ രാജാവിനും കോടതിക്കും ഇടയിൽ മാത്രം നടപ്പാക്കിയിരുന്ന തപാൽ സമ്പ്രദായത്തെ 1635ൽ ചാൾസ് ഒന്നാമൻ പൊതുജനങ്ങൾക്കും അനുവദിച്ചു. ആദ്യത്തെ റെയിൽ സർവ്വീസ് കുതിരപ്പുറത്ത് അല്ലെങ്കിൽ കാൽനടയായി നടപ്പിലാക്കി.

ഇന്ത്യയിൽ 1774ൽ ഈസ്റ്റ്ഇന്ത്യാ കമ്പനി ആദ്യത്തെ പോസ്റ്റ് ഓഫീസ് കല്ക്കത്തയിൽ തുടങ്ങി. എന്നാൽ ഇന്ത്യയിലെ ഏറ്റവും വലിയ പോസ്റ്റ് ഓഫീസ് - ബോംബെ ജനറൽ പോസ്റ്റ് ഓഫീസ് GPO ബോംബെ -1794ൽ ബോംബയിൽ ആണ് തുടങ്ങിയത്.

ഇന്ത്യയുടെ സ്വാതന്ത്ര്യസമരക്കാലത്ത് ഏറെ ശ്രദ്ധിക്കപ്പെട്ടിരുന്ന രണ്ട് കത്തുകൾ ഉണ്ട്. അച്ഛൻ മകൾക്കയച്ച കത്തും. മകൻ അച്ഛനയച്ച കത്തും.

അച്ഛൻ അയച്ച കത്തിനോളം പ്രാധാന്യം മകൻ അയച്ച കത്തിന് ലഭിച്ചില്ല എന്നത് മറ്റൊരുവശം (നെഹ്റു-ഇന്ദിര; ഭഗത്സിംഗ്-അച്ഛൻ)

ഇന്ത്യൻ കമ്യൂണിസ്റ്റ് പാർട്ടിയുടെ ചരിത്രത്തിൽ വേറിട്ട ഒരു കത്ത് പരാമർശിക്കാതെ 'കത്തുകൾക്ക്' വിരാമമിടാൻ സാധ്യമല്ല. ഒളിവിലുള്ള ഇ.എം.എസ് ഭാര്യക്ക് അയച്ച കത്ത്, മറ്റൊരാൾ വായിക്കുന്നത് കേട്ട് സായൂജ്യമടഞ്ഞ; ആ ഭാര്യ, ഒരു കാലഘട്ടത്തിന്റെ നേർസാക്ഷിയായിരുന്നു. ഭാരതസ്ത്രീകളുടെ നിരക്ഷരതയുടെ സാക്ഷി.

വളരെ ചെറുപ്പം മുതൽ കത്തുകളയക്കാൻ വിധിക്കപ്പെട്ട ഒരാളാണ്

ഇദ്ദേഹം. ആറ്-ഏഴ് വയസ്സു മുതൽ സ്വന്തം അച്ഛന് പട്ടാളത്തിലേക്ക് 1960ൽ അച്ഛനെഴുതിയത് കത്ത്

11.60

ബഹുമാനപ്പെട്ട അച്ഛന്,

മകൻ ഹരി എഴുതുന്നത്. എനിക്ക് ഒരുവിധം സുഖം തന്നെ. അതുപോലെ ശേഷം ജേഷ്ഠനും കുഞ്ഞിമകൾക്കും അമ്മക്കും ഒരുവിതം സുഖം തന്നെ. അവിടെ അച്ഛനും സുഖമെന്ന് കരുതി സന്തോഷിക്കുന്നു.

എന്ന്

കുഞ്ഞിമോൻ ഹരി

കഴിഞ്ഞ 60 വർഷങ്ങളായി സൂക്ഷിക്കുന്ന കത്ത്. ഈ കത്തിന്റെ അഡ്രസ്സിനും ഒരു പ്രത്യേകത ഉണ്ട്. അച്ഛൻ എവിടെയാണെന്നറിയില്ല. പേരും നമ്പറും C/o. 56 APO അല്ലെങ്കിൽ 99APO ഇതാണ് അഡ്രസ്സ്.

ഇതിനു ശേഷം ധാരാളം കത്തുകൾ എഴുതി. അതിൽ മാതൃഭൂമി പത്രാധിപർ ശ്രീ. കെ.പി. കേശവമേനോന് എഴുതിയ കത്ത് ഇന്നും ഓർക്കുന്നു.

അദ്ദേഹം എല്ലാ തിങ്കളാഴ്ചയും നാം മുന്നോട്ട് എന്ന ഒരു പംക്തി എഴുതാറുണ്ട്. ഒരു തിങ്കളാഴ്ച അദ്ദേഹം തിരഞ്ഞെടുത്ത വിഷയം ആദർശ ദമ്പതികൾ. ആ ലേഖനത്തിൽ സൂചിപ്പിച്ച ദമ്പതികൾ മാർക്സും ജന്നിയുമായിരുന്നു. ലേഖനം കോൺഗ്രസ്സുകാർക്കിടയിൽ പ്രതിഷേധ ശബ്ദങ്ങൾ ഉയർത്തി. അതെല്ലാം തമസ്ക്കരിച്ചുകൊണ്ട് അദ്ദേഹത്തിന്റെ പുസ്തകത്തിലും ലേഖനം പ്രസിദ്ധീകരിച്ചു.

അന്ന് ലേഖനം വായിച്ച ഈ ചെറുപ്പക്കാരൻ അദ്ദേഹത്തിന് ഒരു കത്തയച്ചു. അഭിനന്ദനത്തിനു ലഭിച്ച മറുപടി അഞ്ച് പതിറ്റാണ്ട് കാലത്തോളം സൂക്ഷിച്ചിരുന്നു. അട്ടുത്തുണ്ടായ മാരകമായ "ചിതൽ" രണ്ടു ഷെൽഫ് പുസ്തകങ്ങളോടൊപ്പം വിലപ്പെട്ട ആ കത്തും ചിതലരിച്ചു പോയി.

തുടർന്നും കാലിക പ്രശ്നങ്ങൾ ബന്ധപ്പെട്ട വകുപ്പുകളുടേയും സർക്കാറിന്റേയും ശ്രദ്ധയിൽപ്പെടുത്താൻ എഴുത്തു തുടർന്നു.

പോസ്റ്റൽ വകുപ്പിലെ മണി ഓർഡർ ഫോറങ്ങൾ ദുരുപയോഗം ചെയ്യുന്നത് ശ്രദ്ധയിൽപ്പെട്ടപ്പോൾ ഇൻസ്പെക്ടർ ജനറൽ

പോസ്റ്റോഫീസിന് ഒരു കത്തെഴുതിയതും തുടർന്ന ഫോറത്തിന് അഞ്ചു പൈസ വിലയിട്ടതും ഓർക്കുന്നു.

ശ്രീ. എ.കെ. ആന്റണി പ്രതിരോധമന്ത്രിയായിരിക്കുമ്പോൾ അദ്ദേഹത്തിന് ഒരു കത്തയച്ചു.

അമൃതസർ വാഗാ ബോർഡറിലെ ദിവസേന വൈകുന്നേരം നടക്കുന്ന റിട്രീറ്റ് സെറിമണിയെക്കുറിച്ചായിരുന്നു കത്ത്.

ഇന്ത്യൻ ഭാഗത്തു നിന്നും സെറിമണി വീക്ഷിക്കാനുള്ള പ്രയാസം മന്ത്രിയുടെ ശ്രദ്ധയിൽപ്പെടുത്തി. പരിഹാരമാർഗ്ഗം നല്ലൊരു പ്ലാൻ സഹിതം സമ്പൂർണ്ണമായ കത്ത്. 'T' എന്ന ഇംഗ്ലീഷ് അക്ഷരം. ലംബ വരയുടെ രണ്ടു ഭാഗത്തും പരസ്പരം മുഖാമുഖമായാണ് ഇന്ത്യക്കാരുടെ ഇരിപ്പിടങ്ങൾ.

പാക്കിസ്ഥാൻകാരുടേത് 'T' യുടെ മുകൾ വരിയിൽ പരിപാടി നടക്കുന്നതിന് അഭിമുഖമായും. പരിപാടികൾ വ്യക്തമായും സ്പഷ്ട മായും പാക്കിസ്ഥാൻകാർ കണ്ട് ആർപ്പുവിളികൾ ഉയരുമ്പോൾ, ഇന്ത്യക്കാർ ഇരിപ്പിടങ്ങളിൽ നിന്നും എഴുന്നേറ്റ് ഇടത്തോട്ടോ വലത്തോട്ടോ ചെരിഞ്ഞ് നിന്ന് പരിപാടി വീക്ഷിക്കണം. ഇത് പലപ്പോഴും ബഹളത്തിൽ കലാശിക്കുന്നു.

കത്തിന് മറുപടി ലഭിച്ചു. ആവശ്യമായ സൗകര്യങ്ങൾ ഏർപ്പെടുത്താൻ നിർദ്ദേശം നല്കിയതായി അറിയിച്ചും കൊണ്ടുള്ള കത്ത്.

ഇതിനൊക്കെ വളരെ മുമ്പ് 1972ൽ 'ചിന്ത' വാരികയിൽ ഇ.എം.എസ്സിന്റെ ചോദ്യങ്ങൾക്കുള്ള മറുപടിക്കായി കത്തുകൾ അയക്കാറുണ്ട്.

1973 നവംബർ 23ലെ ചിന്തയിൽ പ്രസിദ്ധീകരിച്ച ചോദ്യം ആത്മാവ് ദൈവം മതം. അതിന് അരപേജ് നിറഞ്ഞു നിന്ന മറുപടിയും 1988 മാർച്ച് 11ന് ഉള്ള മറ്റൊരു ചോദ്യത്തിന് മുഴുവൻ പേജ് 'കുതിരക്കു മുന്നിൽ വണ്ടികെട്ടൽ' എന്ന ഉത്തരവും പ്രത്യേകം ഓർക്കുന്നു.

ഇതിൽ ആദ്യ ചോദ്യത്തിനുള്ള ഉത്തരം യുക്തിവാദി പ്രസ്ഥാനത്തിനും, രണ്ടാമത്തതിന്റെ ഉത്തരം സി.പി.ഐക്കും 'തലവേദന' സൃഷ്ടിച്ചത് മറക്കാൻ കഴിയില്ല.

ഇങ്ങനെ നിരന്തരം ചോദ്യങ്ങളും ഉത്തരങ്ങളുമായി നടക്കുന്ന ഇദ്ദേഹത്തിനും കിട്ടി രണ്ട് കത്തുകൾ. ഈ കത്തുകൾക്ക് മറുപടി വാക്കുകളിലൂടെയല്ല പ്രവൃത്തിയിലൂടെ വേണം.

കത്ത് (1)

സർ,

എന്റെ ശരീരത്തിൽ എന്തെങ്കിലും ബാധ ഉണ്ടോ? എങ്കിൽ അത് ഏതാണ്? ബ്രഹ്മരക്ഷസ്സോ മറ്റ് ഏതെങ്കിലും നീച ശക്തിയോ ആണോ? വയറ്റിനകത്ത് മരുന്നുണ്ടോ? അത് എടുക്കാൻ പറ്റുമോ ഗുരുവായൂർ മേൽശാന്തിയെ കൊണ്ടു മാറ്റാൻ പറ്റുമോ? ഒരു കർമ്മം കൊണ്ട് എതിർഫലം.

ഇരുപത് കൊല്ലമായി ഞാനൊരു ഊരാക്കുടുക്കിലാണ്.

ഞാൻ ചെയ്യേണ്ടെന്ന് വിചാരിച്ചാലും പല കർമ്മങ്ങളും ചെയ്തു പോകുന്നു.

സാറ് സഹായിക്കണം

പേര്

വയസ്സ് 65

കത്ത് രണ്ട്

എനിക്ക് ആരോ വയറ്റിൽ കൈവിഷം തന്നിട്ടുണ്ട് എന്ന് തോന്നൽ. ആരോ അതിൽ കൂടോത്രം ചെയ്തിട്ടുണ്ട്. ആ വിഷത്തിന്റെ പ്രവർത്തനം കൊണ്ട് ഞാനെന്തെങ്കിലും ചിന്തിക്കും. ഞാൻ ചിന്തിക്കുന്നതു പോലെ സംഭവിക്കും. ആ സമയത്ത് ഞാൻ ഏതെങ്കിലും മന്ത്രവാദിയെ വിളിക്കും. അത് എനിക്ക് നിയന്ത്രിക്കാനാവുന്നില്ല. ബുദ്ധിക്കോ ഓർമ്മശക്തിക്കോ, കാഴ്ചക്കുറവോ വേറൊരു രോഗമോ ഇല്ല. സാറിന്റെ ഫോൺ നമ്പർ അറിഞ്ഞാൽ രോഗം മാറും. എന്റെ മക്കളോടു പോലും സംസാരിക്കാൻ തോന്നുന്നില്ല. വിഷത്തിന്റെ ശക്തി നശിപ്പിക്കാൻ എന്തെങ്കിലും വഴി ഉണ്ടോ?

പേര്

വയസ്സ് 47

ഇത് പരിഹരിക്കുന്നതെങ്ങനെ. ഒരു ശ്രമം നടത്താം. മനസ്സിൽ തീരുമാനിച്ചു.

വൈദ്യശാസ്ത്രത്തിന് ആദ്യവും അന്തവും ഇല്ലെന്ന് വ്യക്തമാക്കുന്ന ഒരു ശാസ്ത്രഗ്രന്ഥം വായിച്ചത് ഓർമ്മയിൽ വന്നു. അത് പുത്തനൊരു ഊർജ്ജം പ്രദാനം ചെയ്തു.

Medical Science is the most noble but a complicated science.

It deals with human being; a live and precious thing on earth. It is unpredictable and uncertain varies with person to person, drugs to drugs, procedure to procedure and so on. More over all system of medicines are imperfect. Research and experiments and technology are coming up. It is difficult for a doctor to be aware of all the research. A drug or procedure, well accepted today may become outdated tomorrow.

വീടിന മുന്നിൽ പ്രദർശനബോർഡ് വെച്ച് 'സൈക്യാട്രിയെ' വില്പനച്ചരക്കാക്കാത്ത ഒരു ഡോക്ടർ സുഹൃത്താണ് കെ.ആർ. ബാലകൃഷ്ണൻ. കത്തുകൾ അദ്ദേഹത്തെ കാണിച്ചു. പിന്നെ അവരെ ഓരോരുത്തരെയായി കൂട്ടിക്കൊണ്ട് ഒരു സൗഹൃദ സന്ദർശനവും നടത്തി.

സംസാരമദ്ധ്യേ രോഗത്തിന്റെ നിജസ്ഥിതി മനസ്സിലാക്കിയ ഡോക്ടർ കാര്യങ്ങൾ പറഞ്ഞു തന്നു. പക്ഷെ ചികിത്സക്കോ, മരുന്ന കഴിക്കാനോ തയ്യാറല്ലാത്ത ഇവരെ എന്തു ചെയ്യും.

ഫെഡറേഷൻ ഓഫ് ഇന്ത്യൻ റാഷനലിസ്റ്റ് അസോസിയേഷൻസ് ദേശീയ സെക്രട്ടറിയും സുഹൃത്തുമായ യു. കലാനാഥൻ മാഷിനെ കാര്യങ്ങൾ ധരിപ്പിച്ചു.

അദ്ദേഹം ഡോ. നരേന്ദ്ര ധാബോൽക്കറുമായി ബന്ധപ്പെടാൻ സഹായിച്ചു. ഒരു അലോപ്പതി ഡോക്ടറായ ധാബോൽക്കർ, ചികിത്സ നിർത്തി. അന്ധവിശ്വാസങ്ങളുടേയും മനോരോഗികളുടേയും രക്ഷക്കായി പ്രവൃത്തിക്കുന്ന സമയം.

ഡോ. ധാബോൽക്കരുടെ ഉപദേശ നിർദ്ദേശങ്ങളും സുഹൃത്തായ ഡോക്ടരുടെ വൈദ്യസഹായവും അല്പം പൊടിക്കൈകളും കൊണ്ട് രണ്ടു പേരുടെയും അസുഖങ്ങൾ മാറ്റി സാധാരണ ജീവിതത്തിലേക്ക് കൊണ്ടുവന്നു. ഇത് സ്വജീവിതത്തിലെ മറ്റൊരു വിജയമായി കരുതുന്നു.

ഡോ. നരേന്ദ്ര ധാബോൽക്കർ, 2013ൽ ഒരു ദിവസം പ്രഭാത സവാരിക്കിടെ RSSകാരുടെ വെടിയുണ്ടക്ക് ഇരയായി മരണപ്പെട്ടു. സാംസ്കാരിക ഭാരതത്തിന്റെ ഈ നഷ്ടം വ്യക്തിപരമായി തീരാദുഃഖം മനസ്സിന്റെ കോണിൽ ഇപ്പോഴും ഉണർന്നിരിക്കുന്നു.

അന്ധവിശ്വാസം പോലെ തന്നെ മാരകമായ ഒരസുഖമാണ് പുകവലിയും മദ്യപാനവും നാർക്കോട്ടിക്ക് ഉല്പന്നങ്ങളുടെ ഉപയോഗവും. കീഴ്പ്പെട്ടു പോയാൽ രക്ഷപ്പെടാൻ വളരെ ബുദ്ധിമുട്ടാണ്. ഇങ്ങനെയുള്ള കുറച്ചു പേരെയെങ്കിലും രക്ഷപ്പെടുത്താൻ

ഇദ്ദേഹത്തിന് സാധിച്ചിട്ടുണ്ട്.

അക്കൂട്ടത്തിൽ എടുത്തു പറയേണ്ടുന്ന പ്രധാനപ്പെട്ട ഒരാളാണ് കോഴിക്കോട് കേരള ഗവ: പോളിടെക്നിക് കോളജിൽ ഫിസിക്സ് പഠിപ്പിച്ച പ്രൊഫ: കെ.പി. പോത്തൻ. 25-30 വർഷമായി പുകവലി തുടരുന്ന ആളാണ്. മാഷിന്റെ പുകവലി ശീലം നിശ്ശേഷം മാറ്റിയത് ഈ ശിഷ്യനാണെന്ന് അഭിമാനപൂർവ്വം ഓർക്കുകയും മറ്റുള്ളവരോട് പറയാറും ഉണ്ടത്രെ.

ഇങ്ങനെ വേറിട്ട ധാരാളം സംഭവങ്ങളുടെ തുടർച്ചയാണ് ഇദ്ദേഹത്തിന്റെ ജീവിതം.

ചിലതൊന്നും മറക്കാൻ കഴിയില്ല

സുന്ദരിയുടേയും സന്യാസിയുടേയും ഒരു കഥ. സുന്ദരിയെ ചുമലിലേറ്റി സന്യാസി പുഴ കടത്തി. കുറെ ദിവസങ്ങൾക്കു ശേഷം ശിഷ്യരിൽ ഒരാൾ ഗുരു ചെയ്തത് ശരിയായില്ല, പ്രത്യേകിച്ചും അങ്ങ് ചെയ്തത് ശരിയായില്ല എന്ന് അഭിപ്രായപ്പെട്ടു.

ഞാനൊരു സുന്ദരിയെ ചുമലിലേറ്റി ഇറക്കിവിട്ടിട്ട് ആഴ്ചകൾ കഴിഞ്ഞു. നീ ഇപ്പോഴും അവളെ ചുമന്ന് നടക്കയാണോ, എന്ന് ഗുരു.

ഇതു പോലെയാണ് നമ്മിൽ പലരും. ആവശ്യമില്ലാത്തത് പലതും മനസ്സിൽ സൂക്ഷിക്കും. ആവശ്യമുള്ളത് സൂക്ഷിക്കയും ഇല്ല.

അപ്പോഴും ഒരു ചോദ്യം. ഏതാണ് ആവശ്യം, ഏതാണ് അനാവശ്യം.

രണ്ടാം ലോക മഹായുദ്ധത്തിൽ, പങ്കെടുത്ത വിമാനങ്ങൾ വെടിയേറ്റ് തിരിച്ചു വന്നവ വിശദമായ പരീക്ഷണ നിരീക്ഷണങ്ങൾക്ക് വിധേയമാക്കി. വാലറ്റത്താണ് അടുത്തടുത്ത് വെടിയേറ്റതിന്റെ ദ്വാരങ്ങൾ കൂടുതലായി കണ്ടത്. എഞ്ചിനടുത്ത് ദ്വാരങ്ങൾ തുലോം കുറവും. ഇനിമുതൽ വാലറ്റം കൂടുതൽ ബലപ്പെടുത്തണമെന്ന് ഒരു കൂട്ടം എഞ്ചിനീയർമാർ അഭിപ്രായപ്പെട്ടു.

എന്നാൽ വാലറ്റമല്ല എഞ്ചിൻ സൈഡാണ് കൂടുതൽ ബലപ്പെടുത്തേണ്ടത് എന്നാണ് അബ്രഹാം വാൾഡ് എന്ന മാത്തമാറ്റീഷ്യന്റെ അഭിപ്രായം. കാരണം എഞ്ചിനടുത്ത് തുള വീണാൽ വിമാനം താഴെ വീഴും തിരിച്ചെത്തുകയില്ല. ഇവിടെ തിരിച്ചെത്തിയ വിമാനങ്ങൾ കണ്ട് വിലയിരുത്തുന്നത് ശാസ്ത്രീയമായ രീതിയല്ല.

നമ്മുടെ ഓരോരുത്തരുടേയും ജീവിതത്തിൽ ഇങ്ങനെ 'വാലറ്റം'

ദൃഢപ്പെടുത്തുന്ന തീരുമാനങ്ങൾ എടുക്കാറുണ്ടല്ലോ. എല്ലാം അറിയേണ്ടവർ ഒന്നും അറിയാതെ പ്രവൃത്തിക്കുന്നതു കാണുമ്പോൾ വിഷമം തോന്നാറുണ്ട്.

ഇദ്ദേഹം മറക്കാൻ ശ്രമിക്കുന്തോറും ഓർമ്മിച്ചു കൊണ്ടിരിക്കുന്ന പല സംഭവങ്ങൾ. അത് മനസ്സിനെ വേട്ടയാടിക്കൊണ്ടിരിക്കുന്നു.

വളരെ ചെറുപ്പം മുതൽ തുറന്നു പറച്ചിലിന്റേയും തെറ്റു കണ്ടാൽ ചോദ്യം ചെയ്യുന്നതിന്റെയും ഫലമായി അച്ഛനമ്മമാരുടെ സ്നേഹം പോലും കുറഞ്ഞു പോയില്ലേ? ജ്യേഷ്ഠ സഹോദരന്റെ തലതിരിഞ്ഞ സ്വഭാവത്തെ എതിർത്തതു കൊണ്ട് അവരുടെ വെറുപ്പിന് പാത്രമായി. സ്വാർത്ഥമതികളായ കുടുംബാംഗങ്ങളെ നേരിട്ടപ്പോൾ ശത്രുക്കളുടെ എണ്ണം കൂടി.

പ്രൈമറി ക്ലാസിൽ പഠിക്കുമ്പോൾ ഉച്ചക്കഞ്ഞി വിതരണത്തിലുള്ള പക്ഷപാതിത്വം ടീച്ചർമാരിൽ നിന്നുണ്ടായത് മറക്കാൻ കഴിയുമോ? സ്കൂൾ മാനേജരുടേയും ടീച്ചർമാരുടേയും കുട്ടികൾക്ക് ക്ലാസ്സിലും ടീച്ചേഴ്സ് റൂമിലും ലഭിക്കുന്ന പ്രത്യേക പരിഗണന എങ്ങനെ മറക്കും. ക്ലാസിലെ മലയാളം ടീച്ചർ - കൊല്ലം - അവരുടെ സംസാരരീതിയെ, തമാശക്ക് 'എന്തുവാ ടീച്ചർ' എന്ന് വിളിച്ചു എന്ന പരാതിയിൽ, കൈമുട്ടിന് റൂൾ വടികൊണ്ട് അടിച്ച് സായൂജ്യമടഞ്ഞ ടീച്ചറെ ഒരിക്കലും മറക്കില്ല.

ചെറിയ വാച്ചും വലിയ ക്ലോക്കും- എന്നിട്ടും അവയുടെ സമയം ഒരുപോലെ ആകുന്നതെങ്ങനെയെന്ന ചോദ്യത്തിന്, അമേരിക്കൻ സ്വാതന്ത്ര്യ സമരചരിത്രം നൂറു പ്രാവശ്യം എഴുതിച്ച ടീച്ചറും മനസ്സിൽ തന്നെ ഉണ്ട്.

ഇരുപതാം വയസ്സിൽ ബോംബെയിലേക്ക് വണ്ടി കയറുമ്പോഴും കയ്യിലുണ്ടായിരുന്ന പണം അമ്മയെ ഏല്പിച്ച് വെറും കയ്യോടെ യാത്ര തിരിച്ചത് വലിയ മടയത്തരമാണെന്ന കാര്യം ഇപ്പോഴും ഓർക്കുന്നു.

ജോലി ലഭിച്ചു; ഏറാൻമൂളിയല്ലാത്തതിനാൽ അർഹതപ്പെട്ട പ്രൊമോഷൻ യഥാസമയം അനുവദിക്കാത്ത മേലധികാരികളെയും തുടർന്നുണ്ടായ കോടതി വ്യവഹാരങ്ങളും മറക്കാൻ കഴിയുമോ?

രാഷ്ട്രീയത്തിലെ അഭിപ്രായ വ്യത്യാസത്തിന്റെ ഭാഗമായി സംഘടനയിലുണ്ടായ ചേരിതിരിവ്, പക്ഷംചേരൽ എന്നിവ മൂലം സ്വാർത്ഥമതികൾ നേതൃത്വത്തിൽ കടന്നു കൂടി. ഫലം, സത്യസന്ധമായും ആത്മാർത്ഥതയോടെയും പ്രവൃത്തിച്ചവർ പിൻതള്ളപ്പെട്ടു. അവർക്ക് അർഹമായ സ്ഥാനമാനങ്ങൾ ലഭിച്ചില്ല. ഇത് എങ്ങനെ മറക്കും.

കൈപിടിച്ച് വളർത്തിയെടുത്ത സംഘടനാ പ്രവർത്തകർ പുറകിൽ നിന്ന് കുത്തിയതും കള്ളനാണെന്ന് ചിത്രീകരിക്കാൻ നടത്തിയ ശ്രമവും ജീവന്റെ കൂടെ മാത്രമേ ഇല്ലാതാകൂ.

ജീവനു തുല്യം സ്നേഹിച്ച സഹോദരിയുടെ വഞ്ചന, അതുമൂലമുണ്ടായ മാനഹാനി, കുടുംബഛിദ്രം, സാമ്പത്തിക നഷ്ടം ഇതൊക്കെ മറന്നു കൊണ്ടുള്ള ജീവിതം അസാദ്ധ്യം തന്നെ. കടം കൊടുത്ത കാശ് തിരിച്ചു ചോദിക്കുമ്പോൾ, നിങ്ങൾക്ക് ഉണ്ടായിട്ടല്ലേ തന്നത്, ഇനി സൗകര്യമുള്ളപ്പോൾ തരും എന്ന മറുപടിക്കാരെ മറക്കാൻ പറ്റുമോ?

ജാമ്യം നിന്ന് വാങ്ങിയ പണം, സമ്പന്നനായപ്പോഴും തിരിച്ചടക്കാത്ത സ്വാർത്ഥമോഹികളെ ജീവിതത്തിൽ ആവശ്യമില്ലെങ്കിലും മറക്കാൻ ശ്രമിക്കുംതോറും ഓർമ്മയിൽ തെളിയുന്നു. മനസ്സിനെ ബാധിക്കുന്ന വേദന, നൽകിയവർ ആരായാലും മറക്കാൻ കഴിയില്ല, ഇദ്ദേഹത്തിന് മാത്രമല്ല, ആർക്കും തന്നെ.

പൊൻകുന്നം വർക്കിയുടെ ഒരു വേദന കൂടി പങ്കുവെച്ച് ഈ അദ്ധ്യായം അവസാനിപ്പിക്കാം.

വർക്കിയുടെ നാടകം കണ്ടശേഷം വള്ളത്തോൾ പറഞ്ഞു- ക്രിസ്ത്യാനികൾ കലാ നിർമ്മാണത്തിൽ അങ്ങ് മികച്ചു പോയി.

ക്രിസ്ത്യാനികൾ എന്ന പദം വർക്കിയെ വേദനിപ്പിച്ചു. മരണംവരെയും മറന്നില്ല. എന്നെ ഒരു ക്രിസ്ത്യാനിയെന്ന് ചൂണ്ടിക്കാണിച്ച്, ക്രിസ്ത്യാനികൾ ആരും അഭിമാനിക്കാറില്ല. എന്നാൽ ക്രിസ്ത്യാനികൾ അല്ലാത്തവർ, ചിലർ, ഒരു ക്രിസ്ത്യാനി എന്ന് മുദ്രകുത്തി പരിഹസിക്കുകയും ചെയ്യും. എന്റെ നിർഭാഗ്യകരമായ അനുഭവങ്ങളിൽ ഒന്നു മാത്രം. വള്ളത്തോളിനെപ്പോലുള്ള ഒരാളിൽ നിന്ന് അത് പ്രതീക്ഷിച്ചില്ല. വേദനയോടെ വർക്കി എഴുതി.

ഈ ഓർമ്മ മനസ്സിൽ സൂക്ഷിച്ച പൊൻകുന്നം വർക്കിയെ കുറ്റപ്പെടുത്താമോ?

എന്തിനാ അമ്മാവാ എന്നെ തല്ലുന്നത് ഞാൻ നന്നാവില്ല

മുപ്പത്തിമൂന്നുവർഷത്തെ സർക്കാർ സേവനം. വിടപറയാൻ ഇനി ഒന്നരമാസം. ഓരോ ഫയലും യഥാവിധി പൂർത്തീകരിച്ചു കൊണ്ടിരിക്കുന്ന സമയം. എല്ലാം പൂർണ്ണമായാലേ NOC (No Objection Certificate) ലഭിക്കുള്ളൂ. NOC യഥാസമയം ലഭിച്ചില്ലെങ്കിൽ പെൻഷൻ ആനുകൂല്യങ്ങൾ വരെ വൈകും.

പെൻഷൻ ദിനത്തെ വരവേല്ക്കാൻ തയ്യാറായി ഇരിക്കുന്ന സമയം. ഒരു ദിവസത്തെ തപാലുരുപ്പടികളിൽ തുറമുഖവകുപ്പ് സെക്രട്ടറിയുടെ ഒരു കത്ത്.

ഇതാണ് കത്തിലെ ഉള്ളടക്കം.

ഹാർബർ എഞ്ചിനീയറിംഗ് വകുപ്പ് ബേപ്പൂർ ഇൻവസ്റ്റിഗേഷൻ സബ് ഡിവിഷനിലുള്ള KRZ 692ാം നമ്പർ ട്രക്കർ വില്ക്കുന്നതിന് ലേലം വിളിച്ച ഉദ്യോഗസ്ഥൻ ലഭിച്ച ക്വട്ടേഷനുകൾ ആദ്യം തുറന്നിരുന്നുവെങ്കിൽ 8000 രൂപ മുതൽ ലേലം വിളിക്കുകയും കൂടിയ വിലക്ക് ലേലം ഉറപ്പിക്കാൻ കഴിയുമായിരുന്നു. തെറ്റായ നടപടിയിലൂടെ ലേലം നടത്തിയതിന്റെ ഫലമായി ഇക്കാര്യത്തിൽ സർക്കാരിന് നഷ്ടം ഉണ്ടായിട്ടുണ്ട്. അതിനാൽ ക്വട്ടേഷൻ തുകയും അപെക്സ് തുകയും തമ്മിലുള്ള വ്യത്യാസമായ (20000-8000) 12000 രൂപയുടെ നഷ്ടം ബന്ധപ്പെട്ട ഉദ്യോഗസ്ഥനിൽ നിന്നും വസൂലാക്കി ഒരു മാസത്തിനുള്ളിൽ നടപടി സ്വീകരിച്ച് വിവരം എത്രയും വേഗം സർക്കാരിലേക്ക് അറിയിക്കാൻ താല്പര്യപ്പെടുന്നു.

കത്ത് വായിച്ച് പൊട്ടിച്ചിരിച്ചു. പിന്നെ ഊറി ഊറി ചിരിച്ചു.

നമ്മുടെ സിവിൽ സർവ്വീസിന്റെ കാര്യക്ഷമതയോർത്ത് ലജ്ജിച്ചു. സിവിൽ സർവ്വീസിലെ ഇതരവകുപ്പുകളിൽ നിന്നും വ്യത്യസ്തമായി ഉന്നത വിദ്യാഭ്യാസമുള്ളവരാണ് സെക്രട്ടറിയേറ്റ് ഗുമസ്ഥന്മാർ. സർവ്വീസിലെ സീനിയോറിറ്റി അനുസരിച്ച് അവരുടെ സ്ഥാനപ്പേര് മാറി മാറി വരുമെങ്കിലും ഫലത്തിൽ എല്ലാവരും ഗുമസ്ഥന്മാർ തന്നെ.

ഈ ഗുമസ്ഥ സംഘമാണ് സംസ്ഥാന ഭരണം നിയന്ത്രിക്കുന്നത്. അതു തന്നെയാണ് സംസ്ഥാനത്തിന്റെ ദുര്യോഗവും.

സത്യസന്ധവും നീതിയുക്തവും കാര്യമാത്ര പ്രസക്തവുമായ തീരുമാനം എടുക്കാൻ കഴിയാത്ത സെക്രട്ടറിമാരുടെ (ഗുമസ്ഥന്മാരുടെ) നീണ്ടനിര തന്നെയുണ്ട് സെക്രട്ടറിയേറ്റിൽ, ഓരോ വകുപ്പിന്റേയും തലപ്പത്ത് സെക്രട്ടറിയേറ്റിൽ നിന്നും ഒരു ഓർഡർ പുറത്തുവരണമെങ്കിൽ അഞ്ചെട്ടു പേർ അത് കാണണം. സെക്ഷൻ ഓഫീസർ മുതൽ മേലോട്ടുള്ള അണ്ടർ സെക്രട്ടറി, ഡപ്യൂട്ടി സെക്രട്ടറി, അഡീഷണൽ സെക്രട്ടറി, സെക്രട്ടറി, ചിലപ്പോൾ അഡീഷണൽ ചീഫ് സെക്രട്ടറി/ചീഫ് സെക്രട്ടറിയും, താഴോട്ട് അസിസ്റ്റന്റ്മാരും, ഗുമസ്ഥന്മാരുമടങ്ങുന്ന വലിയൊരു സംഘം. സാധാരണവകുപ്പിലെ ഗുമസ്ഥന്മാരെക്കാൾ ഉയർന്ന ശമ്പളം വാങ്ങുന്നവർ.

ഇത്രയും പേർ കണ്ട് തൃപ്തിയടഞ്ഞ് പുറത്തു വരുന്ന പല ഓർഡറുകളും കാണുമ്പോൾ, കർത്താവേ ഇവരോട് പൊറുക്കല്ലേ, എന്ന് പറഞ്ഞു പോകും.

സർക്കാരിന്റെ കൈവശമുള്ള ജംഗമവസ്തുക്കൾ ഉപയോഗശൂന്യമായാൽ അത് പരസ്യമായി ലേലം/ക്വട്ടേഷൻ നടത്തി വില്ക്കണം. അതിന് കൃത്യമായ നടപടിക്രമങ്ങൾ മാനുവലിൽ ഉണ്ട്. നടപടി ക്രമങ്ങൾ പൂർത്തിയാക്കി പബ്ലിക്ക് റിലേഷൻവകുപ്പിനെ അറിയിക്കണം. അവർ അത് പത്രങ്ങൾ മുഖേനയോ, മറ്റ് മാധ്യമങ്ങൾ മുഖേനയോ പരസ്യം ചെയ്യും.

പരസ്യത്തിന്റെ പ്രധാനഭാഗം ഇപ്രകാരമാണ്..... ലേലത്തിൽ/ക്വട്ടേഷനിൽ പങ്കെടുക്കാൻ ആഗ്രഹിക്കുന്നവർ ലേലസമയത്തിനു മുമ്പ് ഹാജരായി നിശ്ചിത വിലയൊടുക്കി ലേലപ്രമാണം കൈപ്പറ്റേണ്ടതും പൂരിപ്പിച്ച് നിരതദ്രവ്യം അടക്കം തിരിച്ചു നൽകേണ്ടതും ആണ്.

ലേലത്തിനു പുറമെ ക്വട്ടേഷനുകളും അന്നേദിവസം 12 മണിവരെ സ്വീകരിക്കുന്നതാണ്. നിശ്ചിത സമയത്തിനു ശേഷം ലഭിക്കുന്ന ക്വട്ടേഷൻ യാതൊരു കാരണവശാലും സ്വീകരിക്കുന്നതല്ല. ക്വട്ടേഷനുകൾ ലേലത്തിനു ശേഷം പരിശോധിക്കുന്നതാണ്.

ഇതാണ് സർക്കാർ അംഗീകരിച്ചതും എല്ലാ വകുപ്പുകളും തുടരുന്ന നടപടി ക്രമം.

കത്തിന് മറുപടി അയച്ചു. നിയമങ്ങളും ചട്ടങ്ങളും വായിച്ചു മനസ്സി ലാക്കാത്ത സെക്രട്ടറിയുടെ പ്രവർത്തി നിരുത്തരവാദപരമാണെന്ന് കാര്യകാരണ സഹിതം സൂചിപ്പിക്കുന്ന കത്ത്. അടുത്ത മാസം പെൻ ഷൻപറ്റി പിരിയും, പിന്നെ എന്തിന് ഇവരെയൊക്കെ ഭയപ്പെടണം എന്ന ഒരു ധൈര്യം വാചകങ്ങളിൽ നിഴലിച്ചിട്ടുണ്ടാകാം.

ഏതായാലും പെൻഷൻ പറ്റുന്നതിനു മുമ്പു തന്നെ പുതിയ ഉത്ത രവിറങ്ങി.

സൂചനയിലെ കത്തു പ്രകാരം ഹാർബർ എഞ്ചിനീയറിംഗ് വകുപ്പിലെ ട്രക്കർ വില്ക്കുന്നതിന് തെറ്റായ നടപടിയിലൂടെ ലേലം നടത്തിയതിൽ ക്വട്ടേഷൻ തുകയും അപ്സെറ്റ് തുകയും തമ്മിലുള്ള വ്യത്യാസമായ 12000 രൂപ ലേലം നടത്തിയ ഉദ്യോഗസ്ഥനിൽ നിന്നും ഈടാക്കണമെന്ന് നിർദ്ദേശിച്ചിരുന്നു. എന്നാൽ താങ്കളുടെ വിശദീകരണത്തിന്റെ അടിസ്ഥാനത്തിൽ പ്രസ്തുത തുക ലേലം നടത്തിയ ഉദ്യോഗസ്ഥനിൽ നിന്നും ഈടാക്കേണ്ടതില്ല എന്ന് സർക്കാർ തീരുമാനിച്ച വിവരം അറിയിക്കുന്നു.

ഒപ്പ്

സെക്രട്ടറി.

എങ്ങനെയുണ്ട് സെക്രട്ടറിയേറ്റ് ഭരണം. ഇങ്ങനെയാണ് ഇവർ ജനങ്ങളേയും ഇതര ഉദ്യോഗസ്ഥവൃന്ദത്തേയും സേവിക്കുന്നത്. ഇവരുടെ സേവനത്തിനിടയിൽ കുറെ പേർ നടന്നും മറ്റു ചിലർ അലഞ്ഞും ഈ ലോകത്തോടു യാത്ര പറഞ്ഞിരിക്കും.

ശരിയായ പൊതുജന സേവകർ അഥവാ പബ്ലിക്ക് സർവ്വന്റ്സ്. പുതുതായി നിലവിൽ വന്ന കേരളാ അഡ്മിനിസ്ട്രേറ്റീവ് സർവ്വീസ് ജനസേവനത്തിൽ മുന്നിട്ട് നില്ക്കും എന്ന് നമുക്ക് പ്രത്യാശിക്കാം.

തലതിരിഞ്ഞ ദേശീയ പതാക

1990 ഫെബ്രുവരി 8നു രാവിലെ 9 മണിയോടെ പ്രദീപം പത്രാധിപർ തെരുവത്ത് രാമേട്ടനെ വിളിച്ചു നമ്മുടെ ദേശീയപതാക വീണ്ടും തലകീഴായിരിക്കുന്നു. ഇതിനു മുമ്പ് വെസ്റ്റ്ഹിൽ മൈതാനിയിൽ സ്വാതന്ത്ര്യദിനത്തോടനുബന്ധിച്ച് മന്ത്രി ഉയർത്തിയ പതാക തലകീഴായിരുന്നു. മൈതാനം മുറിച്ച് കടന്നു തലകീഴായ പതാക ശ്രദ്ധയിൽപ്പെടുത്തി. ഏതായാലും ഉയർത്തി ഇനി പരിപാടി കഴിഞ്ഞു മാറ്റിക്കെട്ടാം എന്ന മറുപടി അംഗീകരിക്കാൻ കഴിഞ്ഞില്ല. വാക്കു തർക്കത്തിനൊടുവിൽ പോലീസ് ബലപ്രയോഗം നടത്തി. കൂടെ ഉണ്ടായിരുന്ന ആറും എട്ടും വയസ്സുള്ള മക്കൾ കരഞ്ഞു. ഏതായാലും കൊടി ഇറക്കി, മാറ്റി ക്കെട്ടിയതിനു ശേഷമേ അവിടുന്ന് പിൻമാറിയുള്ളു.

ആദ്യം എതിർത്തവരും ബലപ്രയോഗം നടത്തിയവരും ബോധം വന്നപ്പോൾ അഭിനന്ദിച്ചു. വീണ്ടും ഒരു ആഗസ്റ്റ് പതിനഞ്ചിന് മാനാഞ്ചിറ മൈതാനത്തും സംഭവം ആവർത്തിച്ചു. ഇന്നത്തെപ്പോലെ പെട്ടെന്ന് റിക്കാഡാക്കാനുള്ള സംവിധാനങ്ങൾ അന്നുണ്ടായി രുന്നില്ല.

രണ്ടും സംഭവങ്ങളും പത്രമാധ്യമങ്ങളിൽ ഇടം പിടികിക്കാതി രിക്കാൻ അധികാരികൾ ശ്രദ്ധിച്ചു. അതുകൊണ്ട് പൊതുജനം അറിഞ്ഞില്ല.

എന്നാൽ ഇന്ന് തലതിരിഞ്ഞ പതാകയുടെ ചിത്രം ടെലിവി ഷനിൽ നിന്നും ടേപ്പിലേക്ക് റിക്കാഡ് ചെയ്യാനുള്ള സൗകര്യവും സമയവും ലഭിച്ചു. രാവിലെ 7.05ന് കാണിച്ചതുപോലെ 7.50നും

കാണിക്കും എന്ന വിശ്വാസത്താൽ തയ്യാറെടുപ്പ് നടത്തി. ഫലം കണ്ടു.

വാർത്ത തയ്യാറാക്കി 'ടേപ്പം' എടുത്ത് രാമേട്ടനെ സമീപിച്ചു. ശുദ്ധ ഹൃദയനായ അദ്ദേഹത്തിന് ദേശീയപതാക തലകീഴായത്-പ്രത്യേകിച്ചും ഇന്ത്യൻ പ്രതിനിധികളും വിദേശപ്രതിനിധികളും പങ്കെടുക്കുന്ന യോഗത്തിൽ അങ്ങനെ സംഭവിക്കുമോ എന്ന സംശയം ബാക്കി.

അതുകൊണ്ട് എഞ്ചിനീയരുടെ പേരിൽ ഈ വാർത്ത കൊടുക്കാം എന്താ പോരെ എന്ന ചോദ്യവും. അങ്ങനെ വാർത്ത ഉച്ചക്കു തന്നെ 'പ്രദീപത്തിൽ' ജനം വായിച്ചു.

ദൂരദർശനിൽ ദേശീയപതാക തലകീഴായി എന്ന തലക്കെട്ടിൽ, ഇങ്ങനെയാണ് വാർത്ത കൊടുത്തത്.

കോഴിക്കോട്, വി. ഹരിദാസൻ, അസി. എഞ്ചിനീയർ, ഹാർബർ എഞ്ചിനീയറിംഗ് ഡിപ്പാർട്ട്മെന്റ് ഇപ്രകാരം എഴുതുന്നു.

ഇന്നു രാവിലെ 7.05നുള്ള ഡൽഹി ദൂരദർശന്റെ ഹിന്ദി വാർത്തയിൽ ഇന്ത്യൻ പ്രതിനിധികളും റഷ്യൻ പ്രതിനിധികളും തമ്മിൽ ഊർജ്ജത്തെ സംബന്ധിക്കുന്ന ഒരു ചർച്ചയുടെ റിപ്പോർട്ടുണ്ടായിരുന്നു. ഇതിന്റെ ഭാഗമായി കാണിച്ച മോണിറ്ററിൽ ഇന്ത്യൻ പ്രതിനിധികൾക്കു മുമ്പിൽ വെച്ചിരുന്ന ഇന്ത്യൻ ദേശീയപതാക തലകീഴായാണ് കെട്ടിയിരുന്നത്. പ്രസ്തുത സംഭവം വീണ്ടും 7.50ന്റെ ഇംഗ്ലീഷ് വാർത്തയിലും പ്രദർശിപ്പിക്കുകയുണ്ടായി. ഈ ദേശീയ വാർത്ത ലോകത്തിന്റെ പല ഭാഗങ്ങളിലും ആവർത്തിച്ച് പ്രസിദ്ധീകരിച്ചേക്കാവുന്നതാണ്. ഇതുപോലുള്ള സംഭവം ഇതിന് മുമ്പും അധികൃതരുടെ ഭാഗത്തു നിന്നും നിരവധി തവണ ഉണ്ടായിട്ടുണ്ട്. മേലിലെങ്കിലും ഇത്തരം നടപടികൾ ആവർത്തിക്കാതിരിക്കാൻ ബന്ധപ്പെട്ടവർ ശ്രദ്ധിച്ചാൽ നന്നായിരുന്നു.

ഇതേ വാർത്ത ഇദ്ദേഹം 'കാലിക്കറ്റ് ടൈംസ്'' നും കൊടുത്തിരുന്നു. അവർ വാർത്തക്ക് കൊടുത്ത തലക്കെട്ട് - ഇന്ത്യൻ പതാകയെ സർക്കാർ അപമാനിച്ചു - എന്നാണ്.

അന്ന് രാമേട്ടൻ എന്റെ പേരിൽ ഈ വാർത്ത കൊടുത്തതിൽ നേരിയ വിഷമം തോന്നിയിരുന്നു. എന്തേ രാമേട്ടൻ എന്നെ വിശ്വാസമില്ലേ എന്ന സംശയവും.

ഇന്ന് ഞാനദ്ദേഹത്തോടു മാപ്പു പറയുന്നു. താങ്കളായിരുന്നു ശരി. അന്ന് ഇങ്ങനെ ആ വാർത്ത കൊടുത്തത് എനിക്കുള്ള അംഗീകാരമാണെന്ന് ഇന്ന് മനസ്സിലാക്കുന്നു.

ഇന്ന് രാമേട്ടൻ നമ്മുടെ കൂടെ ഇല്ല. പക്ഷെ എന്റെ മനസ്സിൽ ഉണ്ടാവും.

ഏതായാലും വാർത്ത ദേശീയതലത്തിൽ ശ്രദ്ധിക്കപ്പെട്ടു. മന്ത്രാലയത്തിനയച്ച കത്തിന് മറുപടി ലഭിച്ചു. കൂട്ടത്തിൽ അഭിനന്ദനവും. ഇനിയും ഇത്തരം കാര്യങ്ങൾ ശ്രദ്ധിക്കണമെന്ന നിർദ്ദേശവും.

ഒരു പതാക തെറ്റായി കൈകാര്യം ചെയ്താൽ ഇത്രയൊക്കെ വേവലാതിപ്പെടണോ എന്ന് ചിന്തിക്കുന്നവരുണ്ടാകാം.

ഒരു പതാക 'തെറ്റായി' കൈകാര്യം ചെയ്താൽ ചിലപ്പോൾ മനുഷ്യക്കുരുതി തന്നെ നടക്കും. പ്രത്യേകിച്ചും യുദ്ധമേഖലയിൽ. കീഴടങ്ങാൻ തയ്യാറായ ശത്രുരാജ്യം ഒരു വെള്ളക്കൊടി ഉയർത്തിപ്പിടിച്ചാണ് എതിരാളികളെ അറിയിക്കുന്നത്.

1971 ഡിസംബർ 16. പാക്കിസ്ഥാൻ പട്ടാള ലെഫ്. ജനറൽ അമീർ അബ്ദുള്ളഖാൻ നിയാസി ഇന്ത്യൻ ജനറൽ അറോറയുടെ മുന്നിൽ കീഴടങ്ങിയത് ഒരു വെള്ളക്കൊടി വീശിക്കൊണ്ട് തോൽവി സമ്മതിച്ചതിനു ശേഷമാണ്. ലോകചരിത്രത്തിലെ ഏറ്റവും വലിയ കീഴടങ്ങൽ. 93000 പട്ടാളക്കാർ ഒന്നിച്ച് ഒരു ജനറലിനു മുന്നിൽ.

പതാക ഏതായാലും, ദേശീയപതാക, രാഷ്ട്രീയ പാർട്ടികളുടെ പതാക അമ്പലം പള്ളി, മോസ്ക്ക് എന്നിവയുടേതായാലും ശരിയാം വണ്ണം കൈകാര്യം ചെയ്തില്ലെങ്കിൽ, ലഹളകളും കൊലപാതകങ്ങളും ഉടലെടുത്തതിന് ചരിത്രത്തിൽ ഉദാഹരണങ്ങൾ ഉണ്ട്.

തലതിരിഞ്ഞ രാഷ്ട്രീയം, തലതിരിഞ്ഞ വികസനം, തലതിരിഞ്ഞ സാമ്പത്തിക നയം എല്ലാം രാഷ്ട്രത്തിന് ആപത്താണെന്ന ബോധം എല്ലാവരിലും ഉണ്ടാവട്ടെ എന്ന് ആശിക്കാം.

സമരങ്ങൾ ജയിൽവാസങ്ങൾ

"ബോംബെയിലെ തുണിമിൽ സമരങ്ങൾ ഒത്തുതീർപ്പാക്കുക, മലയോര മേഖലയിലെ കപ്പകൃഷിക്കാരെ സംരക്ഷിക്കുക".

1971 ഫെബ്രുവരി മാസത്തിലെ ഒരു വൈകുന്നേരം തളിപ്പറമ്പ് അങ്ങാടിയിലൂടെ ഇദ്ദേഹത്തിന്റെ നേതൃത്വത്തിൽ ഏഴ് യുവാക്കൾ നടത്തിയ പ്രകടനത്തിലെ ഏക മുദ്രാവാക്യം കേരളാ സോഷ്യലിസ്റ്റ് യൂത്ത് ഫെഡറേഷന്റെ (KSYF) കൊടി കയ്യിലേന്തിയിരുന്നു.

കാണുന്നവരും കേൾക്കുന്നവരും മുദ്രാവാക്യത്തിലെ വൈരുദ്ധ്യം ഏറെ ശ്രദ്ധിച്ചു. പിറ്റേന്നത്തെ പത്രത്തിലും തലതിരിഞ്ഞ മുദ്രാവാക്യം എന്ന തലക്കെട്ടോടെയായിരുന്നു വാർത്ത.

എന്നാൽ അടുത്ത ഏതാനും ദിവസങ്ങൾക്കുള്ളിൽ ബോംബെ തുണിമിൽ സമരം വിജയിച്ചു. തൊഴിലാളികൾ ജോലിയിൽ തുടർന്നു. മുല്ലപ്പെരിയാർ ഡാമിന്റെ ഷട്ടർ തുറന്നതുപോലെ, മലയോര മേഖലയിൽ കെട്ടിക്കിടന്ന കപ്പ മുഴുവൻ 'കോൺവോയ്' സിസ്റ്റത്തിൽ ബോംബെയിലേക്കും.

ആലക്കോട്, കുടിയാൻമല, നടുവിൽ, പൈതൽമല, തേർതല്ലി, ഒടുവള്ളിത്തട്ട്, ഉദയഗിരി, ചെമ്പേരി, കരുവൻചാൽ തുടങ്ങിയ മലയോര മേഖല കപ്പകൃഷിക്ക് പ്രസിദ്ധമാണ്. തുണി മില്ലുകൾക്കാവശ്യമായ സ്റ്റാർച്ച് നിർമ്മിക്കാനാണ് 80% കപ്പയും ഉപയോഗിക്കുന്നത്. തുണിമിൽ സമരം തുടർന്നപ്പോൾ, ഉണക്കക്കപ്പ പറമ്പുകളിൽ കെട്ടിക്കിടന്നു. വണ്ടുകളും പലതരം ചെറുജീവികൾ പാറ്റ തുടങ്ങിയ ക്ഷുദ്രജീവികൾ അന്തരീക്ഷത്തിൽ പാറിനടന്ന് ജീവിതം ദുസ്സഹമാക്കി.

ഇത് മനസ്സിലാക്കിയാണ് അന്ന് ഇത്തരം വേറിട്ട ഒരു പ്രകടനം നടത്തിയത്. പ്രകടനം നടത്തിയതു കൊണ്ട് സമരം തീർന്നു എന്ന് അവകാശപ്പെടുന്നില്ല. എന്നാൽ സമരം തീർന്നപ്പോൾ കപ്പ കൃഷിക്കാരുടെ പ്രശ്നം പരിഹരിക്കപ്പെട്ടു എന്ന സത്യം പാരസ്പർശ്യത്തിന്റെ മറ്റൊരനുഭവം തന്നെ.

1972 ഒക്ടോബർ 20ന് ഇദ്ദേഹം കേരള സർക്കാർ സർവ്വീസിൽ ചേർന്നു. 1973 ജനുവരി 10 മുതൽ സംസ്ഥാന സർക്കാർ ജീവനക്കാരും അദ്ധ്യാപകരും പണിമുടക്ക് സമരത്തിൽ പ്രവേശിച്ചു. അന്ന് തുടങ്ങി 2005 മെയ് 31 വരെ നടന്ന എല്ലാ പ്രക്ഷോഭ സമരങ്ങളിലും നേതൃത്വപരമായ പങ്കുവഹിച്ചു എന്നത് ഇന്നും സന്തോഷവും ആവേശവും നൽകുന്നു.

1978ലെ പണിമുടക്കത്തിൽ പങ്കെടുത്ത് ജയിൽവാസം അനുഷ്ഠിച്ചു. എസൻഷ്യൽ സർവ്വീസ് ആക്ട് പ്രകാരം കോഴിക്കോട് ജില്ലാ ജയിലിൽ 9876/1978 നമ്പർ തടവുകാരനായി 17 ദിവസം കിടന്നു.

1974ൽ നടന്ന റയിൽവെ പണിമുടക്കം തൊഴിലാളി സമര ചരിത്രത്തിലെ ത്രസിക്കുന്ന ഏടാണ്. വേറിട്ട അനുഭവങ്ങളും.

ആ വർഷം ഫിബ്രവരിയിൽ ഡൽഹിയിൽ ചേർന്ന വിവിധ റെയിൽവേ തൊഴിലാളി സംഘടനകളുടെ സംയുക്ത യോഗം സമരത്തിന് നേതൃത്വം കൊടുക്കാൻ നാഷണൽ കോഡിനേഷൻ കമ്മിറ്റി രൂപീകരിച്ചു.

റയിൽവെ തൊഴിലാളികളെ വ്യവസായ തൊഴിലാളികളായി അംഗീകരിക്കുക. ജോലിസമയം എട്ടു മണിക്കൂറാക്കുക, സേവന വേതന വ്യവസ്ഥകൾ ശാസ്ത്രീയമായി പുനർനിർണ്ണയിക്കുക, ഏറ്റവും കുറഞ്ഞ ശമ്പളക്കാർക്ക് ആവശ്യാധിഷ്ഠിത മിനിമം വേതനം ഉറപ്പുവരുത്തുക എന്നിവയാണ് പ്രധാന ആവശ്യങ്ങൾ.

പണിമുടക്കം തുടങ്ങി, നീണ്ടുപോയി. സർക്കാർ അടിച്ചമർത്തലുകൾ ശക്തമാക്കി.

പണിമുടക്കിയവരേയും കുടുംബാംഗങ്ങളേയും റയിൽവേ ക്വാർട്ടേഴ്സുകളിൽ നിന്നും ഇറക്കിവിട്ട് ക്വാർട്ടേഴ്സ് സീൽ ചെയ്തു. ശിക്ഷണ നടപടികളേയും പ്രലോഭനങ്ങളേയും അതിജീവിച്ച് സമരം മുന്നോട്ടു തന്നെ.

പണിമുടക്കത്തെ സഹായിക്കാൻ സംസ്ഥാന സർക്കാർ ജീവനക്കാർ ആവേശകരമായി മുന്നോട്ടു വന്നു. റിലീഫ് ക്യാംപുകൾ സംഘടിപ്പിക്കാനും സഹായസഹകരണങ്ങൾ എത്തിക്കാനും ശ്രമങ്ങൾ ആരംഭിച്ചു.

റിലീഫ് ക്യാംപിലേക്കുള്ള പണവും സാധനസാമഗ്രികളും ശേഖരിക്കുന്ന അവസരം. കോഴിക്കോട് വട്ടക്കിണർ മുതൽ ബേപ്പൂർ വരെയുള്ള റോഡ്സൈഡിലെ പീടികകളിൽ നിന്നും നാട്ടുകാരിൽ നിന്നും 'പാട്ടപ്പിരിവിലൂടെ' ധനശേഖരണം നടത്തുന്നതിന് നേതൃത്വം കൊടുക്കുന്ന അവസരം.

വട്ടക്കിണറിലെ ഒരു പീടികയിൽ നിന്നും ഒരു കാരണവർ പാട്ടയിൽ നാണയങ്ങൾ നിക്ഷേപിച്ചു. തുടർന്നു പറഞ്ഞ വാചകങ്ങൾ, പിൽക്കാലത്ത് ഇദ്ദേഹത്തിന് ഔദ്യോഗിക തലത്തിലും സംഘടനാ പ്രവർത്തനത്തിനും വഴികാട്ടിയായി.

"സമരം വേണം. സമരം നല്ലതാണ്. സമരം ചെയ്താണ് നമുക്ക് സ്വാതന്ത്ര്യം ലഭിച്ചത്. സമരം വിജയിച്ചു വരുമ്പോൾ നിങ്ങളുടെ പെരുമാറ്റത്തിലും മാറ്റം വരണം. സാധാരണ ജനങ്ങളോടുള്ള നിങ്ങളുടെ പെരുമാറ്റം അത്ര സുഖകരമല്ല. അതാണ് ഈ നാടിന്റെ ദുര്യോഗം" അദ്ദേഹം പറഞ്ഞു നിർത്തി.

സംഘടനാ പ്രവർത്തനത്തിനിടയിൽ ലഭിച്ച ഈ ഉപദേശം ജീവിതത്തിലുടനീളം-സംഘടനയിലും ഔദ്യോഗിക ജീവിതത്തിലും-പ്രാവർത്തികമാക്കാൻ ശ്രമിച്ചിട്ടുണ്ട് എന്നത് ചാരിതാർത്ഥജനകമാണ്. എന്നാൽ അമ്പത് വർഷം കഴിഞ്ഞിട്ടും നമ്മുടെ സിവിൽ സർവ്വീസ്-സംസ്ഥാനമായാലും കേന്ദ്രമായാലും കാര്യമായി മാറിയിട്ടുണ്ടോ എന്ന് ഒരു പുനർചിന്തനത്തിന് ജീവനക്കാർ തയ്യാറാവണം. തിരുത്തണം.

ഇന്നിതാ പുതിയൊരു സമരമുഖത്താണ് ഇദ്ദേഹം മിച്ചഭൂമി സമരരംഗത്ത്.

ഇന്നത്തെ തെലുങ്കാനയിൽപ്പെട്ട പോച്ചാംപള്ളി ഗ്രാമത്തിലാണ് 1951ല് വിനോഭാഭാവെ ഭൂദാന പ്രസ്ഥാനത്തിന് തുടക്കം കുറിച്ചത്. അന്ന് 19 ലക്ഷം ഹെക്ടർ ഭൂമി വിതരണത്തിനായി ദാനം ലഭിച്ചു. തുടർന്നുള്ള ദിനങ്ങളിൽ സെമീന്ദാർമാരിൽ വലിയൊരു വിഭാഗം ഭൂദാനപ്രസ്ഥാനത്തെ പരാജയപ്പെടുത്താൻ കുൽസിത മാർഗ്ഗങ്ങൾ സ്വീകരിച്ചു. അതുകൊണ്ട് പ്രസ്ഥാനത്തിന് ഉദ്ദ്യേശലക്ഷ്യങ്ങൾ പൂർത്തീകരിക്കാൻ സാധിച്ചില്ല.

തുടർന്ന് കമ്യൂണിസ്റ്റ് പാർട്ടിയുടെ നേതൃത്വത്തിൽ നടന്ന ഐതിഹാസിക ഭൂസമരങ്ങൾക്ക് എ.കെ.ജി മാർഗ്ഗനിർദ്ദേശങ്ങൾ നല്കി.

ആ സാഹചര്യത്തിലാണ് ഐക്യകേരളത്തിലെ ആദ്യ പൊതു തിരഞ്ഞെടുപ്പ് 1957ൽ നടന്നത്. കേരളത്തിൽ കമ്മ്യൂണിസ്റ്റ് പാർട്ടി ബാലറ്റിലൂടെ അധികാരത്തിൽ വന്ന അവിസ്മരണീയ അനുഭവം. ഇ.എം.എസ് കേരളാ മുഖ്യമന്ത്രിയായി.

നിയമസഭാ ഭൂപരിഷ്ക്കരണ നിയമം പാസ്സാക്കി. അതുപ്രകാരം പാട്ടത്തിനു വാരത്തിനും എടുത്ത ഭൂമി അവരവർ സ്വന്തമാക്കി. ഭൂപരിഷ്ക്കരണ നിയമത്തിലെ 72, 74 വകുപ്പ് ജന്മികുടിയാൻ ബന്ധം ഇല്ലാതാക്കി. താമസിക്കുന്ന സ്ഥലത്തിന്റേയും വീടിന്റേയും ഉടമസ്ഥാവകാശം താമസക്കാർക്ക് ലഭിച്ചു. മിച്ചഭൂമി സർക്കാറിലേക്ക് ഏറ്റെടുക്കാനുള്ള സാഹചര്യവും ഉണ്ടായി.

എന്നാൽ ഇന്ത്യൻ യൂണിയൻ പ്രസിഡന്റ് ബില്ലിൽ ഒപ്പിട്ടില്ല. ഇത് അവസരമായി കണക്കാക്കി ജന്മിമാർ തങ്ങളുടെ കൈവശമുള്ള ആയിരക്കണക്കിനേക്കർ മിച്ചഭൂമി ബിനാമികളുടെപേരിലും, തോട്ടങ്ങൾ എന്ന പേരിലും സ്വന്തമാക്കി കൈകാര്യം ചെയ്തു.

ഇതിനെ മറികടക്കാൻ 1969ലും 1972ലും നടത്തിയ ശ്രമങ്ങളും പൂർണ്ണതയിലെത്തിയില്ല. അതിന്റെ ഫലമായി പൂർത്തീകരിക്കാത്ത സമരമായി 'മിച്ചഭൂമി സമരം' ഇന്നും തുടരുന്നു.

2012ൽ കോഴിക്കോട് ജില്ലയിൽ വീണ്ടും മിച്ചഭൂമി സമരം സംഘടിപ്പിച്ചു. നേതൃത്വം കൊടുത്തത് കർഷകസംഘവും കർഷകതൊഴിലാളി യൂണിയനും.

കൊയിലാണ്ടി താലൂക്കിലെ ഉള്ള്യേരിയിലും കോഴിക്കോട് താലൂക്കിലെ ബേപ്പൂരിലും സമരം തുടങ്ങി. സമരത്തിന്റെ പ്രാരംഭമായി പാർട്ടി നിർദ്ദേശപ്രകാരം റവന്യൂവകുപ്പിൽ നിന്നും ബേപ്പൂരിലെ മിച്ചഭൂമി രേഖകൾ സംഘടിപ്പിച്ചു.

റീസർവ്വേ 145, 156, 157, 158, 169 എന്നീ നമ്പറുകളിൽ ആകെ 17 ഏക്ര 51.5 സെന്റ് മിച്ച ഭൂമി കണ്ടെത്തി.

വിശദമായ പരിശോധനയിൽ, മാറാട് പള്ളിക്കും, രാജീവ്ഗാന്ധി പുനരധിവാസ പദ്ധതിക്കും, സുനാമി പുനരധിവാസത്തിനുമായി 3 ഏക്കർ 41.5 സെന്റ് ഭൂമി നൽകിയതായി മനസ്സിലാക്കി. ഭൂമിയുടെ ഉടമസ്ഥർ സുപ്രീംകോടതിയിൽ നൽകിയ കേസ്സിൽ 10.54 ഏക്കർ ഭൂമി കക്ഷിക്ക് തിരിച്ച നൽകാൻ ഉത്തരവുണ്ടായതായി കണ്ടെത്തി. ബാക്കിയുള്ള 3 ഏക്കർ 56 സെന്റ് ഭൂമി നിലവിൽ മിച്ചഭൂമിയാണെന്നും കോടതി പറഞ്ഞു.

ഈ ഭൂമിയിൽ പത്തു ദിവസം രാവും പകലുമായി നടന്ന സമരത്തിന്റെ ഭാഗമായി മിച്ചഭൂമി വിതരണത്തിന് സർക്കാർ നിർബന്ധിതരായി. 106 കുടുംബങ്ങൾക്ക് ഭൂമി ലഭിച്ചു. ഇതിൽ ചില കള്ള നാണയങ്ങളും ഉൾപ്പെട്ടു എന്നത് വിതരണം നടന്ന കാലത്തെ ഭരണത്തിന്റെ കോട്ടമായി കണ്ടാൽ മതി.

ഈ സമരത്തിന് നേതൃത്വം കൊടുത്തവരുടെ കൂട്ടത്തിൽ, കർഷകസംഘം ബേപ്പൂർ പഞ്ചായത്ത് പ്രസിഡന്റായിരുന്ന ഇദ്ദേഹവും ഉണ്ടായിരുന്നു. അതിനെ തുടർന്നുണ്ടായ കേസ്സ് രണ്ടു മൂന്നു വർഷം നീണ്ടു നിന്നു (അന്ന് ബേപ്പൂർ; പഞ്ചായത്താണ്, കോർപ്പറേഷനിൽ ലയിച്ചിട്ടില്ല.)

ഭൂപരിഷ്ക്കരണ നിയമം, ഒഴിപ്പിക്കലിനെതിരെയുള്ള നിയമം എന്നിവയിലൂടെ ഭൂമി നഷ്ടപ്പെട്ട ഇടത്തരം ജന്മി കുടുംബത്തിലെ ഒരംഗം 60 വർഷങ്ങൾക്കു ശേഷം മിച്ചഭൂമി സമരങ്ങൾക്കും നേതൃത്വം കൊടുത്തത്. ജീവിതത്തിനു വേറിട്ട ഒരനുഭവം തന്നെ.

കൊറോണേ

നീ ഒരു വിരുന്നുകാരൻ
വീട്ടുകാരനാവല്ലേ!

'Any student of history cannot help, but be struck by the number of setbacks the human race has suffered during the past 1, 50, 000 years, and just what fregile creatures we are, both individually and as a species'.

A brief history of Mankind - 1, 50, 000 years of human history - by CYRIL AYDON.

(ഏതൊരു ചരിത്രവിദ്യാർത്ഥിക്കും കഴിഞ്ഞ 1, 50, 000 വർഷങ്ങളായി മനുഷ്യരായി സഹിച്ചു പോന്നിട്ടുള്ള തിരിച്ചടികളെപ്പറ്റി ഓർമ്മിക്കാതിരിക്കാൻ സാധിക്കില്ല; വ്യക്തികളെന്ന നിലക്കും വർഗ്ഗമെന്ന നിലക്കും, നാം വളരെ ക്ഷണഭംഗുരജീവികളാണെന്ന കാര്യവും പ്രകൃതിയുടെ ആവനാഴിയിലുള്ള അതീവ ബലവത്തായ ശക്തികളുടെ മുമ്പിൽ ഭാവിയെപ്പറ്റി വിഭാവനം ചെയ്യുമ്പോൾ അല്പം വിനയം ഉണ്ടാവുന്നത് നല്ലതാണ്.)

1950-ന ശേഷം ഈ ഭൂമിയിൽ ജന്മമെടുത്ത ഒരു മനുഷ്യൻ, ഇത്രയും മാരകമായ ഒരു മാഹമാരിയെ അഭിമുഖീകരിക്കുന്നത് ആദ്യമായാണ്. മനുഷ്യന്റെ സ്വാർത്ഥതക്ക് കടിഞ്ഞാണിടാൻ കൊറോണക്ക് കഴിയുമെന്ന് പ്രത്യാശിക്കാം. ഈ ഗ്രന്ഥരചനക്ക് തുടക്കം കുറിക്കുമ്പോൾ, ഒരു വിരുന്നുകാരനെപ്പോലെ എത്തിയ കൊറോണയെക്കുറിച്ച് സൂചിപ്പിക്കാത്ത ഗ്രന്ഥരചന പൂർണ്ണമാകയില്ലല്ലൊ.

ഈ കൊറോണക്കാലം നമ്മിൽ മനുഷ്യത്വം നിലനിർത്തി, പ്രകൃതിയെ സ്നേഹിക്കാൻ കഴിഞ്ഞാൽ ഈ മഹാമാരിയേയും നമുക്ക്

വരുതിയിൽ നിർത്താൻ കഴിയും.

പ്ലേഗ് എന്ന മഹാമാരി 1348-ൽ തുടങ്ങി 1353-വരെ 20 കോടി മനുഷ്യരെ കൊന്നു. യൂറോപ്യൻ ജനസംഖ്യയുടെ 60% അപഹരിച്ച ബ്ലേക്ക് ഡത്തിന് കാരണമായത് യെർസീനിയ പെസ്റ്റിസ് ബാക്ടീരിയ ആണ്.

1918-ൽ ഒന്നാം ലോകമഹായുദ്ധക്കാലം അഞ്ചു കോടി ജനത്തെ ഭൂമുഖത്തു നിന്നും തുടച്ചു നീക്കിയ സ്പാനിഷ് ഫ്ളൂ. ഇന്ത്യയിൽ ആദ്യം ബോംബെയിൽ, 1600 പേർ മരിച്ചു. തുടർന്ന് ബ്രിട്ടീഷ് ഇന്ത്യയിൽ ഒരു കോടിയിലേറെ മരണം സംഭവിച്ചു.

ഒരു ഘട്ടത്തിൽ മഹാത്മാഗാന്ധിയേയും 'സ്പാനിഷ് ഫ്ളൂ' ബാധിച്ചു.

1947-ൽ സിക എന്ന മാരകരോഗം ഉഗാണ്ടയിൽ തുടങ്ങി. ഇതുവരെ 16 ലക്ഷം പേർ മരിച്ചു.

1956-ൽ ഏഷ്യൻ ഫ്ളൂ എന്ന രോഗം ചൈനയിൽ തുടങ്ങി. ഏഷ്യൻ രാജ്യങ്ങളിലേക്ക് വ്യാപിച്ചു. 1958-വരെ പത്തുലക്ഷത്തോളമാളുകൾ മരിച്ചു. H2 N2 എന്ന വൈറസായിരുന്നു കാരണം.

1976-ലെ എംബോള 1981 ലെ എയ്ഡ്സ് എന്നീ രോഗങ്ങളും മൂന്ന്-നാല് കോടി ജനത്തെ നാമാവശേഷമാക്കി.

2018-ലെ 'നിപ്പ', മഹാമാരിയായി മാറുന്നതിനു മുമ്പ് തന്നെ ശാസ്ത്രം കീഴടക്കി.

ഇന്നിതാ കൊറോണയെന്ന മഹാമാരി ഭൂഗോളത്തിന്റെ എല്ലാ മുക്കിലും മൂലയിലും എത്തി ആക്രമണം തുടങ്ങിയിരിക്കയാണ്.

ഇതിൽ നിന്ന് ഒരു കാര്യം വ്യക്തമാണ്. ഇതിനു മുമ്പുണ്ടായിരുന്ന മഹാമാരികൾ വൻകരക്കള്ളിലോ രാജ്യാതിർത്തികൾ ലംഘിക്കാതെയോ ജനങ്ങളെ ബാധിച്ചവയായിരുന്നു.

ശാസ്ത്രത്തിന്റെ പുരോഗതിയിൽ ലോകം ചുരുങ്ങിചുരുങ്ങി ഒരു ഭൂഗോളഗ്രാമമായപ്പോൾ, മഹാമാരിക്കും അത് സൗകര്യമായി വന്നു. രോഗം സാർവത്രികമായി പടർന്നു പകരുന്നു.

മനുഷ്യൻ ഭൂനിരപ്പിൽ നിന്നും കിലോമീറ്ററുകൾ താഴ്ചയുള്ള കടലിന്നടിയിലേക്ക് ഗവേഷണത്തിനും വിനോദത്തിനും വേണ്ടി യാത്ര ചെയ്തു തുടങ്ങി. ആകാശം കീഴടക്കിയ മനുഷ്യർ ബഹിരാകാശത്തിലേക്കും തുടർന്ന് അതിവിദൂര ഗ്രഹങ്ങളിലേക്കും യാത്ര ആരംഭിച്ചു.

അഞ്ചു പതിറ്റാണ്ടിന് മുമ്പ് നീൽ ആംസ്ട്രോങ്ങ് ചന്ദ്രനിൽ ഇറങ്ങി.

ഇന്നിതാ ശാസ്ത്രലോകം ചൊവ്വാ പര്യവേക്ഷണങ്ങൾ തുടർന്നു കൊണ്ടിരിക്കുന്നു.

ഇതാ, ഈ കോവിഡ് കാലത്ത് ഇതൊന്നും ബാധിക്കാതെ അഞ്ചുപേർ ഭൂമിയെ വലം വെച്ചുകൊണ്ട് ശാസ്ത്രീയ ഗവേഷണങ്ങൾ നടത്തിക്കൊണ്ടിരിക്കുന്നു. എല്ലാ ആധുനിക സൗകര്യങ്ങളുമുള്ള ഒരു 'ബംഗ്ലാവ്' തന്നെ ബഹിരാകാശത്ത് കറങ്ങിക്കൊണ്ടിരിക്കുന്നു.

ഇതെല്ലാം മനുഷ്യ നേട്ടങ്ങൾ തന്നെ. എന്നാൽ ശാസ്ത്രം ബ്രഹ്മാണ്ഡത്തെ കീഴടക്കിക്കൊണ്ടിരിക്കുമ്പോഴും കണ്ണുകൊണ്ടു കാണാൻ സാധിക്കാത്ത സൂക്ഷ്മമായ ഒരു വൈറസിനെ ഭയപ്പെട്ടു മനുഷ്യർ ഭൂമിയിൽ ജീവിക്കുന്നു.

അധികാരത്തിനും സമ്പത്തിനും വേണ്ടിയുള്ള രാഷ്ട്രങ്ങളുടെ അടങ്ങാത്ത മോഹവും അനിയന്ത്രിത പ്രവൃത്തികളും ഇതിന് കാരണമാകുന്നുണ്ടോ?

കൊളംബസ് അമേരിക്ക കണ്ടെത്തിയതിനു ശേഷം യൂറോപ്യൻ രാഷ്ട്രങ്ങളായ സ്പെയിൻ, പോർച്ചുഗൽ എന്നിവ പുത്തൻ ലോകത്തെ സ്വന്തം കാൽകീഴിലാക്കാൻ വേണ്ടി കടുത്ത മത്സരങ്ങളിൽ ഏർപ്പെടുന്നു. അഞ്ചാംപനി, വസൂരി, പ്ലേഗ് തുടങ്ങിയ മഹാമാരികളുടെ വിത്ത് വിതച്ചും തങ്ങളുടെ കൈവശമുള്ള തോക്ക് എന്ന ദിവ്യായുധം പ്രയോഗിച്ചും, യൂറോപ്യൻമാർ ആദിവാസികളെ കൊന്നൊടുക്കി ഉള്ളോട്ട് കടന്നുകയറി സ്വന്തം കൊടിനാട്ടി വൻകരകൾ മൊത്തം കയ്യടക്കുന്നു. ഇതുകണ്ട്; പോപ്പ് അറ്റ്ലാന്റിക്കിന് കുറുകെ ഒരു വര വരക്കുന്നു. വരയുടെ പടിഞ്ഞാറ് ഭാഗം സ്പെയിനിനും, കിഴക്കുള്ളവ പോർച്ചുഗലിനും പോപ്പ് നൽകുന്നു.

1854-ൽ അമേരിക്കൻ പ്രസിഡന്റ് ഫ്രാങ്കളിൻ പിയേഴ്സ്, സിയാറ്റിൻ ചീഫ് ഗോത്രത്തലവന്റടുത്ത് തന്റെ ദൂതനെ അയച്ചു. റഡ് ഇന്ത്യക്കാരുടെ ഭൂമി വിലകൊടുത്തു വാങ്ങാൻ

ഗോത്രത്തലവൻ പ്രസിഡന്റിന് അയച്ച മറുപടി ശ്രദ്ധേയമാണ്.

ആകാശവും ഭൂമിയും വില്ക്കുവാനും വാങ്ങുവാനോ കഴിയുമോ? നിഷ്ക്കളങ്കനായ ഗോത്രത്തലവന്റെ സംശയം. ഇത്രയും കൂടി അദ്ദേഹം എഴുതി. നിങ്ങളുടെ കുട്ടികളെ ഞങ്ങളുടെ കുട്ടികളെ പഠിപ്പിക്കുന്നതു തന്നെ പഠിപ്പിക്കൂ. ഭൂമിയാണ് നമ്മുടെ അമ്മ. ഭൂമിക്ക് എന്ത് സംഭവിച്ചാലും അത് ഭൂമിയിലെ മക്കളേയും ബാധിക്കുന്നു. ഈ കൊറോണക്കാലം നാം ഓർമ്മയിൽ സൂക്ഷിക്കേണ്ടുന്ന വാചകങ്ങൾ.

ഈ കൊറോണ മലയാളിയെ പഠിപ്പിക്കുന്നതെന്താണ്?

എത്രമാത്രം ഔന്നത്യം മലയാളികൾ അവകാശപ്പെട്ടാലും മെച്ചപ്പെട്ട ഒരു തൊഴിൽ സംസ്കാരത്തിന്റെ അഭാവം നമ്മിലുണ്ട്.

ഇതര സംസ്ഥാന തൊഴിലാളികളും വിദേശത്തൊഴിലാളികളുമടക്കം 40 ലക്ഷത്തിലധികം പേർ, ഈ കൊച്ചു സംസ്ഥാനത്തിൽ ജോലി ചെയ്യുന്നു. അവർ ഒറ്റക്കും കുടുംബവുമായും സന്തോഷത്തോടെ ജീവിക്കുന്നു.

അപ്പോഴും ഗൾഫ് നാട്ടുകളിൽ 'ആടുജീവിതം' നയിക്കുന്ന മലയാളികൾ ഒരു ചോദ്യചിഹ്നമായി ഗൾഫിൽ ജീവിച്ച് മരിക്കുന്നു അഥവാ മരിച്ച് ജീവിക്കുന്നു. ഇതിന്റെ ആവശ്യമുണ്ടോ? തൊഴിലിനോടുള്ള 'വെള്ളക്കോളർ' മനോഭാവം മാറ്റിയാൽ കേരളം തൊഴിലാളികളുടെ പറുദീസയല്ലേ?

ഇതിന്റെ ഫലമായി ഈ കൊറോണക്കാലം സർക്കാരിന് സമ്പത്തും മനുഷ്യാധ്വാനവും അനാവശ്യമായി ഉപയോഗിക്കേണ്ടി വരുന്നു. ഇതര സംസ്ഥാന തൊഴിലാളികളെ സംരക്ഷിക്കാനും അവരവരുടെ നാട്ടുകളിലെത്തിക്കാനുമുള്ള ഭാരിച്ച ചെലവ് ഒരു ഭാഗത്ത്. അതേസമയം സ്വന്തം നാട്ടുകാരെ കേരളത്തിലെത്തിക്കാനുള്ള ബുദ്ധിമുട്ടും പണച്ചെലവും സർക്കാരിന് നേരിടേണ്ടി വരുന്നു.

കൊറോണ ജീവിതത്തിന്റെ സമസ്ത മേഖലകൾക്കും ഒരു ലോക്ക്ഡൗൺ സമ്മാനിച്ചു. സഞ്ചാരം ഇഷ്ടപ്പെടുന്നവരെ സംബന്ധിച്ചെടുത്തോളം വീട്ടിലിരുന്നു കൊണ്ടുള്ള 'സഞ്ചാരം' എന്ന പുതിയ മേഖല കണ്ടെത്താൻ അവർ നിർബന്ധിതരായിരിക്കുന്നു.

മനുഷ്യരുടെ ജന്മസിദ്ധമായ വാസനകളുടെ കൂട്ടത്തിൽ സഞ്ചാരവാഞ്ഛ പ്രധാനപ്പെട്ട ഒന്നാണ്. അതുകൊണ്ടല്ലേ ആഫ്രിക്കയിലെ കൊടുംകാട്ടിനുള്ളിൽ നൂൽബന്ധമില്ലാതെ നടന്നിരുന്ന നമ്മുടെ പൂർവികന്മാർ കാടുംമേടും മണലാരണ്യങ്ങളും മഹാസമുദ്രങ്ങളും താണ്ടി ലോകത്തിന്റെ വിവിധ ഭാഗങ്ങളിൽ എത്തിപ്പെട്ടത്.

ശാസ്ത്രത്തിന്റെ വളർച്ച യാത്രകൾ സുഖകരവുമാക്കി. യാത്രക്കരുടെ എണ്ണവും ടൂറിസം സെന്ററുകളും നാൾക്കുനാൾ കൂടിക്കൊണ്ടിരിക്കുന്നു.

ജീവിതം നിശ്ചലമായ ഇന്ന് പുറം യാത്രകൾ സാധ്യമല്ലാതാക്കി. ഇദ്ദേഹത്തെപ്പോലുള്ള പലരും ഇന്ന് 'അകം' യാത്രകളിലാണ്. ഇരിക്കുന്നിടത്തു നിന്നു ഇളകാതെ എല്ലായിടത്തും പോകാൻ കഴിയുന്ന 'ഭാവന' യാത്രകളുടെ ഭാഗമാണല്ലോ.

ആസേതു ഹിമാചലം യാത്ര. അതുകഴിഞ്ഞു അയൽ രാജ്യങ്ങൾ.

ശ്രീലങ്ക. നേപ്പാൾ, തിബത്ത്, ഭൂട്ടാൻ, ചൈന, സിങ്കപ്പൂർ, മലേഷ്യ തുടങ്ങിയ രാജ്യങ്ങൾ പിന്നെ വൻകരകളിലൂടെ. ഏഷ്യാ, യൂറോപ്പ്, അമേരിക്കൻ വൻകരകൾ.

ബാക്കിയായ ആസ്ത്രേലിയയും, ആഫ്രിക്കയും ഇന്നും 'ഭാവന'യിലാണെങ്കിലും അടുത്തു തന്നെ അവിടങ്ങളിലും കാലുകുത്തുവാൻ കഴിയുമെന്ന് ഉത്തമവിശ്വാസം ഉള്ളിൽ കൊണ്ടു നടക്കുന്നു.

ഈ അവസരത്തിൽ കേരളസർക്കാർ സ്വീകരിക്കുന്ന പ്രതിരോധ പ്രവർത്തനങ്ങൾ ലോകശ്രദ്ധ പിടിച്ചുപറ്റിയതെന്തു കൊണ്ടാണ്? അത്ഭുതാദരങ്ങളോടെ, വികസിത രാജ്യഭരണാധികാരികൾ പോലും ഇതെങ്ങനെ സാധിക്കുന്നു എന്ന് അന്വേഷിക്കുന്നു. അവിശ്വസനീയമായ ഈ പ്രവർത്തനത്തിന് കമ്മ്യൂണിസ്റ്റുകാർ നേതൃത്വം നൽകുന്ന ഒരു ഭരണമാണ്, ഈ കൊച്ചു കേരളത്തിലുള്ളതെന്ന് അവർ മനസ്സിലാക്കുന്നു.

അഭിമുഖങ്ങളും അന്വേഷണങ്ങളും ആധുനിക മാധ്യമങ്ങളിലൂടെ നിരന്തരം നടക്കുന്നു. ഈ സന്നിഗദ്ധ ഘട്ടത്തിൽ ഒരു കമ്മ്യൂണിസ്റ്റുകാരന്റെ കടമ എന്താണ്?

കൊല്ലം 1948. ഇന്ത്യൻ പ്രധാനമന്ത്രി ജവഹർലാൽ നെഹ്റു. സ്വാതന്ത്ര്യം കിട്ടിയ ഉടനെ കമ്മ്യൂണിസ്റ്റ് പാർട്ടി നിരോധിച്ചു.

കേരളം അതീവഗുരുതരമായ കോളറ രോഗത്താൽ മരണത്തെ നേരിടുന്നു. കൊടിയ ദാരിദ്ര്യത്തിനും കഷ്ടപ്പാടിനുമൊപ്പം കോളറയും ചേർന്നു മനുഷ്യജീവിതം അസാദ്ധ്യമാക്കിത്തീർത്ത സ്ഥിതി.

ഒളിവിലും തെളിവിലും ഉള്ള കമ്മ്യൂണിസ്റ്റുകാർ കോളറക്കെതിരെ പടവെട്ടി പ്രതിരോധം തീർത്തു. വീടുകളിൽ കയറി ഇറങ്ങിയുള്ള ബോധവൽക്കരണം. അനാഥ ശവങ്ങളെ അവർ മറവു ചെയ്തു.

മെഗാഫോണിലൂടെ പറഞ്ഞും പാടിയും ജനങ്ങളെ ബോധവൽക്കരിച്ചു കൊണ്ടിരുന്നു. കണ്ണൂർ ജില്ലയിലെ നാട്ടുവഴികളിലൂടെ സഖാക്കൾ ഈണത്തിൽ പാടി നടന്നിരുന്ന ഗാന ശകലം ശ്രദ്ധിക്കുക.

അപമാനകരം മാതൃഭൂവേ ആത്മരോദനം
അലയായി ചെവിയിൽ വന്നലപ്പൂ സോദരിമാരെ
കൊട്ടും കോളറയാൽ ലോകരിതാ ചത്തൊടുങ്ങുന്നേ
അതിഘോരമാമീ രോഗം നമ്മെ ബോധിക്കാതാകാൻ
നമ്മൾ വീടും ചുറ്റുപാടുമെല്ലാം വൃത്തിയാക്കേണം
അഴുക്കാകെ നീക്കി ദേഹം ശുചിയാക്കി വെക്കേണം.
ഒറ്റയാളൊഴിഞ്ഞിടാതെ നാം കുത്തിവെക്കേണം

ഭയരഹിതരായി നാം മനസ്സുറച്ചു നില്ക്കേണം
ഒരു വീട്ടിലെങ്ങാൻ രോഗമുള്ളതായറിയുകിൽ
ഉടനെ അരികെയുള്ള വൈദ്യശാല തേടിയിറങ്ങേണം
മരണത്തിൽ നിന്നു നാം അവരെരക്ഷിച്ചീടേണം
മലമൂത്രമാകെ അകലെയുള്ള കുഴിയിൽ തള്ളേണം
വെറും ചാരമോ ചുണ്ണാമ്പുമോ അതിലിട്ടു മൂടണം.

അന്ന് പ്രവർത്തന സ്വാതന്ത്ര്യമില്ലാത്ത, അധികാരമില്ലാതിരുന്ന കമ്യൂണിസ്റ്റുകാർ ഇന്ന് കേരളം ഭരിക്കുന്നു. ഈ ചുറ്റുപാടിനെ-അവസ്ഥയെ-സമചിത്തതയോടെ നേരിടുന്നു.

അപ്പോഴും ഈ മഹാരാജ്യത്തിന്റെ മറ്റ് കോണുകളിൽ മനുഷ്യർ നിസ്സഹായരായി അലയുന്നു. അനാഥരായി മരിച്ചു വീഴുന്നു.

കൊറോണയെ ഭയമില്ല. എങ്കിലും സ്വൈര ജീവിതം തകർക്കുന്ന നിന്നെ പിടിച്ചു കെട്ടാനുള്ള വജ്രായുധം കണ്ടെത്താനുള്ള തീവ്രശ്രമത്തിലാണ് ശാസ്ത്രം. ശാസ്ത്രത്തിന്റെ വിജയം മനുഷ്യരാശിയുടെ മുന്നോട്ടുള്ള പോക്കിന് ശക്തി പകരും സംശയമില്ല.

www.ingramcontent.com/pod-product-compliance
Lightning Source LLC
LaVergne TN
LVHW100825051026
849519LV00006B/2179